D1771072

அவன் ஆனது

அவன் ஆனது

சா. கந்தசாமி (1940 – 2020)

தஞ்சை மாவட்டம் மயிலாடுதுறையில் பிறந்தார். 25வது வயதில் 'சாயாவனம்' நாவலை எழுதினார். 1969இல் வெளிவந்தது. 150க்கும் மேற்பட்ட சிறுகதைகளையும் 11 நாவல்களையும் எழுதியிருக்கிறார். நுண்கலைகள், ஆவணப் படங்களில் ஆர்வம் கொண்டவர். சுடுமண் சிலைகள் பற்றிய இவரது ஆவணப் படம் சர்வதேச விருது பெற்றது. 'சாயாவனம்', 'சூரிய வம்சம்', 'விசாரணைக் கமிஷன்' ஆகிய நூல்கள் ஆங்கிலத்திலும் பல இந்திய மொழிகளிலும் மொழிபெயர்க்கப்பட்டுள்ளன. 'விசாரணைக் கமிஷன்' நாவலுக்காக 1998இல் சாகித்ய அகாதெமி விருது வழங்கப்பட்டது.

சா. கந்தசாமி

அவன் ஆனது

காலச்சுவடு பதிப்பகம்

அன்பார்ந்த வாசகருக்கு,

வணக்கம்.

காலச்சுவடு நூலை வாங்கியமைக்கு நன்றி.

நூலின் உள்ளடக்கம், உருவாக்கம், அட்டைப்படம் இன்ன பிற அம்சங்கள் பற்றிய உங்கள் கருத்துகளையும் ஆலோசனைகளையும் காலச்சுவடு வரவேற்கிறது. தகவல், எழுத்து, வாக்கியப் பிழைகள் தென்பட்டால் கட்டாயம் தெரிவித்து உதவுங்கள். நூல் தயாரிப்பில் கடும் குறைபாடு இருப்பின் மாற்றுப் பிரதி உங்களுக்குக் கிடைக்கக் காலச்சுவடு ஏற்பாடு செய்யும்.

மின்னஞ்சல்: **publisher@kalachuvadu.com**

காலச்சுவடு நாகர்கோவில் தலைமையகத்துக்கும் கடிதம் அனுப்பலாம்.

தங்கள்
எஸ்.ஆர். சுந்தரம் (கண்ணன்)
பதிப்பாளர் — நிர்வாக இயக்குநர்

அவன் ஆனது ♦ நாவல் ♦ சா. கந்தசாமி ♦ © K. ரோகிணி, K. சரவணன், T. தமிழ்செல்வி, K. முரளிதரன் ♦ முதல் பதிப்பு: மார்ச் 1981 ♦ காலச்சுவடு முதல் பதிப்பு: டிசம்பர் 2022 ♦ வெளியீடு: காலச்சுவடு, 669, கே.பி. சாலை, நாகர்கோவில் 629001

காலச்சுவடு பதிப்பக வெளியீடு: 1119

avan aanatu ♦ Novel ♦ Sa. Kandasamy ♦ © K. Rohini, K. Saravanan, T. Tamilselvi, K. Muralidharan ♦ Language: Tamil ♦ First Edition: March 1981 ♦ Kalachuvadu First Edition: December 2022 ♦ Size: Demy ♦ Paper: 18.6 kg maplitho ♦ Pages: 216

Published by Kalachuvadu, 669 K.P. Road, Nagercoil 629001, India ♦ Phone: 91 - 4652 - 278525 ♦ e - mail: publications@kalachuvadu.com ♦ Printed at Mani Offset, Chennai 600077

ISBN: 978-93-5523-227-4

முன்னுரை

தமிழில் சிறுகதைகள், நாவல்கள் என்ற இரண்டு வடிவங்களிலும் சிறந்த பங்களிப்பை அளித்தவர்கள் என்று பட்டியலிட்டால், விரல்விட்டு எண்ணிவிடலாம். சா. கந்தசாமி அதிகம் ஆரவார மின்றித் தன்னுடைய தடங்களைத் தமிழிலக்கியப் பரப்பில் பதித்துச் சென்றவர்.

கதைகளல்லாத கதைகள் என்று சா. கந்தசாமி யின் சிறுகதைகளைச் சொல்வார்கள். பெரும்பா லான கதைகளைப் பின்னாளில் அவர் அப்படி எழுதியிருந்தாலும், 'தக்கையின் மீது நான்கு கண்கள்' போன்ற சிறந்த கதையம்சம் கொண்ட சிறுகதைகளையும் அவர் அதிகமாகவே எழுதி யிருக்கிறார்.

சா. கந்தசாமியின் முக்கியமான நாவல்களைப் பட்டியலிடுவோர் தவறாமல் குறிப்பிடுபவை, 'சாயாவனம்', 'தொலைந்து போனவர்கள்', 'சூர்யவம்சம்'. 'சாயாவனம்' தமிழில் நல்லதொரு சூழலியல் நாவல். 'சாயாவனம்' அழிவைச் சொல்கிறது என்றால் 'சூர்யவம்சம்' ஒரு மனிதனின் வளர்ச்சியைச் சொல்கிறது. 'தொலைந்து போனவர்கள்' காலத்தில் நீர்த்துப்போகும் சிநேகத்தைச் சொல்கிறது. ஆனால் எனக்கு மனதுக்கு நெருக்கமான இவரது நாவல் 'அவன் ஆனது'. வேறெந்த நாவலையும்விட இவர் உளவியலுக்கு அதிக முக்கியத்துவம் கொடுத்திருப்பது இதில் என்பதும் ஒரு காரணமாக இருக்கக் கூடும்.

‘அவன் ஆனது’ 1981இல் வெளியாகி இருக்கிறது. பெரும்பாலான நாவல்கள், நேர்க்கோட்டில் நகரும் பாணியில் எழுதப்பட்ட காலகட்டத்தில் இது, தன்மையில் எதிரில் உட்கார்ந்திருப்பவரிடம் அதைச் சொல்லும் தொனியில், காலத்தில் முன்னும் பின்னுமாய் நகர்ந்து, ஞாபகக் குவியலில் இருந்து அவசரமாகக் கையில் அள்ளி எடுத்ததை மட்டும் காட்டும் கதைசொல்லல் இந்த நூலின் குறிப்பிடத்தக்க அம்சம். அக்காலத்தில் பொதுவாக நாவல்களுக்கிருக்கும் ஒரு ஆரம்பம், ஒரு பிரச்சனை, பின் தீர்வு என்பது போன்ற கதை என்று எதுவுமே இதில் இல்லை.

மையக் கதாபாத்திரமான சிவசண்முகம் பார்வையிலேயே கதை சொல்லப்படுகிறது. அவனுக்கு அறிவு குறைவு என்பது அவனுக்கும் தெரிந்திருப்பது ஒரு ஆச்சரியம்.

குறைமதி படைத்தவன் ஆரம்பத்திலிருந்து கடைசிவரை அவனுக்குப் புரிந்த அளவிற்கு விஷயங்களைச் சொல்கிறான். அவன் சொல்லும் தகவல்களின் இடையிருக்கும் இடைவெளியை வாசகர்கள் நிரப்பிக்கொள்ள வேண்டும். சொல்லிய கதையைத் தாண்டி சொல்லப்படாத கதை சுவாரசியமாக நகர்கிறது. ‘அவன் ஆனது’ தலைப்பில் அவன் சிவசண்முகம் ஆனது என்பதை அவ்வளவே அவன் என்று நான் எடுத்துக்கொண்டேன்.

நாவலில் வரும் ராமு என்ற ராமலிங்கம் தமிழ் நாவல் களத்தில், அற்புதமான ஒரு கதாபாத்திரம். ‘எவ்வெவர் தீமையும் மேற்கொள்ளார் – செவ்வி அருமையும் பாரார் அவமதிப்புங் கொள்ளார்’ என்ற வரிகளில் கனகச்சிதமாகப் பொருந்துகிறவர். பத்மநாபனுடன் விலகியது தெரியாமல் விலகியதும், தவிர்க்க முடியாமல் சந்திக்கும் நேரத்தில் அதே நெருக்கத்தைப் பேணுவது என்பதில் மட்டுமல்ல, நாவல் முழுவதுமே ராமு தன் மௌனத்தால், ஆமோதிப்பால் உலகுக்குத் தெரிவிக்கும் செய்தி ஒன்று இருக்கின்றது. அவர் புத்தகங்களின் காதலன் என்பது மேலும் அவரை நோக்கி நம்மை நெருங்க வைக்கிறது.

கமலா, ரோஸ்மேரி, ராஜலட்சுமி, சித்தி, திருவேங்கடத்தின் மனைவி, தெரஸா என்று (சிவாவின் அம்மா, பத்மநாபன் அம்மா மட்டும் விதிவிலக்கு) எல்லாப் பெண்களுமே ஆண்களைப் பகடைக்காயாக உபயோகிப்பது மட்டுமல்லாது, ஆண்களை அவர்களே ஓட்டுநர் இருக்கையில் இருப்பதாகவும் உணர வைக்கிறார்கள். ஊரில் இருந்து தந்திக்கு ஏற்பாடு செய்த திருவேங்கடத்தின் மனைவிக்கு எந்த விதத்திலும் குறைந்தவர்கள் இல்லை மேலே குறிப்பிட்ட அனைத்துப் பெண்களும்.

பல வருடங்கள் கழித்து நாம் ஆழ்ந்து ஒன்றை மீள்வாசிப்புச் செய்ய முடிந்தால் அது செறிவான (நல்ல) இலக்கியப் படைப்பு என்று கூறமுடியும். 'அவன் ஆனது' வெளிவந்து நாற்பது ஆண்டுகளுக்குப் பின் இடைவெளி விட்டு மூன்றாவது முறை வாசிக்கையிலும் அதே சுவாரசியம் தொற்றிக்கொள்கிறது. இந்த நாவல் வாசகர்களைப் பொறுத்தவரை ஒரு அகப்பயணம். வாழ்க்கை பல புதிர்களைத் தன்னகத்துள் அடக்கிக்கொண்டு புத்திசாலிகளைக்கூடக் குறுக்கு சாலைகளில் நின்று குழம்ப வைக்கிறது. சராசரிக்கும் கீழான சிவா நினைவுகளால் வாழ்க்கையைப் புரிந்துகொள்ள முயல்கிறான். அவன் மனைவியையே அவனால் புரிந்து கொள்ள முடியவில்லை என்பது நமக்குத் தெளிவாகத் தெரியும். கமலா ஒரே பக்கத்தில் இரண்டு முறை 'உங்கள் பிரண்டெல்லாம் நீட்டா இருக்காங்க' என்று ஏன் சொல்கிறாள்? சா. கந்தசாமி கமலாவை வாசகர்கள் மழையில் நனைந்த கண்ணாடிமூலம் பார்க்கும் உருவமாக, வேண்டுமென்றே சித்தரித்திருக்கிறார். சிலநேரங்களில் அதிகம் அலைபாயாமல் ராமுவைப்போல் மனம் வாய்த்ததென்றால் மிக்க வசதி என்று தோன்றுகிறது.

இன்று முதன்முறை இதை வாசிப்பவர்கள் வெகுசமீபத்தில் எழுதிய ஒரு நாவலாக இதை உணரக்கூடும். இலக்கியம் காலங்கள் கடந்து தன்னை எப்போதும் புதுப்பித்துக்கொள்ளும்.

செப்டம்பர், 2022   சரவணன் மாணிக்கவாசகம்

முதற்பதிப்பின் முன்னுரை

ஒரு மொழியில் தோன்றுகிற இலக்கியங்கள் – அது கதை, கவிதை எதுவானாலும் சரி – அந்த மொழி பேசும் மக்களிடத்திலே என்ன நிகழ்கிறது என்பதைக் காட்டுகின்றன. இது எல்லோரும் அறிந்திருப்பதுதான். நிகழ்வதைக் காட்டும் இந்த இயல்பு இலக்கியத்துக்கு இருப்பதால் அது இன்னதைக் காட்ட வேண்டும், இன்னதைக் காட்டக் கூடாது என்ற நிர்ப்பந்தங்கள் உண்டாகிவிடுகின்றன.

'நல்ல' என்ற சொல்லை இலக்கியத்துக்கு முன்பு சேர்க்கும்பொழுது, அந்தச் சொல் போதிக்கும் தன்மை உடையதென்று பொருள் கொள்ளக் கூடாது. ஒருவர்க்கு நல்லதாகவும், மற்றவர்க்கு வேறு விதமாகவும் இருக்கக்கூடிய ஒன்று நல்லதாக இருக்க முடியுமா? நல்லதென்பது அத்தகைய சார்பில்லாமல், உள்ளதை உள்ளபடியே தெள்ளத் தெளியக் காட்டக் கூடியதாகவே அமைந்திருக்க வேண்டும். தனிப்பட்ட குழுக்களின் ஆசைகளுக்குத் தீனி போடாத, உண்மையை அதாவது உள்ள நிலையைத் திரும்பக் காட்டுவதாகவே நல்லது இருக்க வேண்டும். நல்ல இலக்கியம் என்பதில் நல்ல என்ற சொல்லுக்குச் சரியான பொருள், உண்மையில், வேற்றுக் காரணங்களால் கெட்டுப் போகாத என்பதுதான். வேற்றுக் காரணங்களால் பாதிக்கப்பட்டவை கெட்ட இலக்கியங்களா என்றால், இல்லை, அவை கெட்டுப்போன இலக்கியங்கள் என்றுதான் குறிப்பிட வேண்டும்.

என்ன நிகழ்கிறது என்பதைக் காட்டுகிற இலக்கியம் உடனே நல்ல இலக்கியமாகி விடுவது கிடையாது.

என்ன நிகழ்கிறதோ அது ஒரு குறிப்பிட்ட காலத்தைச் சார்ந்தது. எனவே வரையறையும், மாறிவிடும் பண்பும் உடையதாகிறது. வரையறைக்குட்பட்டு, அது எழுதிக் காட்டிய காலம் கடந்ததும் அந்த இலக்கியம் தனது பயனில் தீர்ந்ததாகி விடுமானால், அது நல்ல இலக்கியமாகுமா? நல்ல இலக்கியங்களோ அது எழுதப்பட்ட காலத்தையும், திரும்பக் காட்டிய உலகத்தையும் கடந்து மற்றொரு காலத்தில், மற்றொரு உலகத்தில் தொடர்வதாக இருக்கிறது. இதனால் அது எடுத்துக்கொண்ட திரவிய உலகத்துக்கும் அப்பாற்பட்ட ஒன்றைச் சேர்த்துக்கொண்டு முழுமையாகிறது என்பது தெளிவு. இன்னின்ன விஷயங்கள் காலாவதியாகி விடும் என்று நீக்கியும், இன்னின்ன விஷயங்கள் நீடிக்கக் கூடியன என்று சேர்த்துக்கொண்டு கணக்கிடப்படுகிற விஷயமாகவும் நல்ல இலக்கியத்தைக் குறித்துவிட முடியாது. ஏனென்றால் நிரந்தரமாக இருக்கக் கூடிய சில மனிதத்வப் பிரச்னைகளை எழுதியே ஒருவர் கெடுத்துவிட நிறைய வாய்ப்புகள் உண்டு. அதில் அவருடைய ஈடுபாடே அவருடைய சார்பே எதிர்பாராத தேவையற்ற பாதிப்புகளைக் கொண்டுவந்து இலக்கியத்தைக் கெட்டுப் போனதாக்கி விடலாம். சொல்லப்போனால் நல்ல நோக்கமே நல்ல இலக்கியத்துக்கு முரணாகி விடுகிறது. அப்படியானால் ஒரு நோக்கமும் இல்லாமல் இலக்கியம் எழுதப்பட வேண்டுமா? இலக்கியம் என்ற சொல்லேகூட இலக்கு என்றுதானே பொருள்கொள்ளக் கிடக்கிறது?

ஒருவர் கேட்கலாம்: இன்றைக்கு மனிதர்கள் அவதிப் படுகிறார்கள்; வாழ்க்கை பெரிய சோதனையாகக் கிடக்கிறது; ஒரு விதமான இன்பமும் அறியாமல் ஏராளமான மனிதர்கள் இறுதிவரை உயிர்த்துப் பின்பு மாண்டு விடுகிறார்கள். அவர்களது ஆசை நிராசைகளை, பிரச்னைகளை எழுத வேண்டுமா? இது ஒரு நல்ல நோக்கமில்லையா? இந்த நல்ல நோக்கம் எப்படி எதிரிடையான விளைவை ஏற்படுத்த முடியும்? நல்லது எப்படிக் கெட்டதை உண்டு பண்ணும்? இந்தக் கேள்விகள் மேம்போக்கான, ஆனால் சற்றுக் கெட்டியான நியாயத்தைக் கொண்டவை. நல்ல நோக்கம் ஒன்றே இலக்கியத்துக்கு உந்துதலாக இருந்து அதைச் சாத்தியமாக்கலாம்; ஆனால் அது நல்ல இலக்கியமாக இருக்க வேண்டிய அவசியமில்லை. நல்ல நோக்கம் என்ற போர்வையில் வருகிற எழுத்துகள் திட்டவட்டமான எதிர்பார்ப்புகள் உடையவை. அந்த

எதிர்பார்ப்புகள் எடுத்துக்கொண்ட திரவிய உலகத்துப் பிரச்னைகளின் தீர்வு என்பது கழிந்து, அதை எழுதியவரின் சொந்த எதிர்பார்ப்புகளாக முடிந்து விடுவதை எளிதில் பார்த்து விடலாம். இந்த ஆசிரியர்கள் உடனடியாகவே ஒரு குழுவினரின் ஆமோதிப்பைப் பெறுவார்கள். அந்தக் குழுவின் பெருமைமிக்க உறுப்பினராகவும் விளங்குவார்கள். ஆனால் அந்த மேம்போக்கான நல்ல நோக்கம் அதற்குப் பிறகு அந்த மக்களுக்கோ, இலக்கியத்துக்கோ பயன் தரக் கூடியவை அல்ல. இந்த நல்ல நோக்கம் என்ற முலாம் காலப்போக்கில் கரைந்து விடுகிறது. நல்ல நோக்கம் போன்ற ஒன்றால் கூடக் கெட்டுப் போகாத இலக்கியம் எவ்வாறாக இருக்கும்? ஒருவித மனச் சாய்வும் அற்று, விஷயத்தை நுட்பமாகவும், அதன் போக்கை அது செல்லுகிற தொலைவுவரை பார்க்கக் கூடியதாகவும் இருக்கிற இலக்கியங்கள் நல்ல இலக்கியங்களாகின்றன. நம்மால் நடப்பட்டாலும், படாவிட்டாலும் மரங்கள் பயன் தருவதுபோல, நல்ல இலக்கியத்தில் ஆசிரியனின் நோக்கம் என ஒன்று இருந்தாலும் இல்லாவிட்டாலும் பயன் கிடைக்கிறது. இங்கே ஆசிரியனின் நோக்கம், சிந்தனை, தீர்மானம், செயல் என்ற பாகுபாடில்லாமல் எல்லாம் ஒன்றாய் முழுமையாய் விளங்குகிறது.

இவற்றையெல்லாம் இங்கே சிறிது சிறிது குறிப்பிட்டுச் சொல்வதற்குக் காரணம், திரு. சா. கந்தசாமியின் நாவலைப் படிப்பதற்கு முன் அதன் உயர்வைச் சிறிதளவாவது தெரிந்து கொள்ளும் பொருட்டுதான். ஆனால் நல்ல இலக்கியங்களைப் படிப்பது அவ்வளவு எளிதான காரியமல்ல என்று ஒரு பரவலான கருத்து இருந்து வருகிறது. நூற்றுப் பத்தாயிரக் கணக்கில் விற்பனையாகும் பத்திரிகைக் கதைகளை, கவிதைகளை, இப்பொழுது கட்டுரைகளும் கூடப் படித்துப் பழக்கமாகி விட்டதால் வாசகனிடத்தில் ஏற்பட்டுள்ள குறையாகவே இதைக் கூற வேண்டும். தத்துவப் புத்தகங்களைக் கண்டால் அயர்ச்சி ஏற்பட்டுத் தூங்கிவிடுகிற மனம் இப்பொழுது நல்ல இலக்கியங்களைக் கண்டாலும் அதே நிலைக்கு ஆளாகிறது. பத்திரிகை இலக்கியத்துக்கும் நல்ல இலக்கியத்துக்கும் இடையிலான வெளி இன்று மிகவும் விரிவாகவும் ஆழமாகவும் மாறிவிட்டது. பத்திரிகை உலகம் இன்று அடைந்திருக்கும் ஆரோக்கியமற்ற கிளுகிளுப்பு வாரம் தவறாமல், தவணை தவறாமல் படிப்பவர்களுக்குக் கொடுக்கப்படுகிறது. பத்திரிகைகளுக்கு வெளியே கிடைக்கும் புத்தகங்களும், இந்தப் பத்திரிகைகளில் முன்னரே வெளி வந்தவையாகவோ, அல்லது ஏதோ காரணம் பற்றிப் பத்திரிகையில் வராமல், தனியே

புத்தகமாக வெளிவருபவையாகவோ உள்ளன. இதனால், இந்தப் பத்திரிகைகளைப் பார்க்க வேண்டாத காலத்திலும், ஒருவர் படிக்க முற்படும்பொழுது அவர் வேறு எங்கும் நழுவிவிடாமல், அதே ஊற்றைக்குத் திருப்பிவிடும் கைங்கரியத்தை இந்தப் புத்தகங்கள் செய்கின்றன.

இந்தச் சூழ்நிலையைத் தீர்க்கமாகப் பார்த்து அது தொடங்கிய காலத்திலேயே அதைச் சுட்டிக்காட்டிய முதன்மையானவர்களில் ஒருவர் க.நா.சு. என்று அறியப்படும் திரு. க.நா. சுப்ரமணியம். அவருக்குப் பிறகு 1960களின் இடையில் இந்த நிலைமைகளைத் தானாகவே கவனித்துக் கிளர்ந்தெழுந்து, நல்ல இலக்கியங்களுக்கு வித்திட்டவர்களில் முதன்மையானவர் திரு. சா. கந்தசாமி. தொடக்கத்திலேயே இந்த நூற்றுப் பத்தாயிரப் பிரதி விற்பனை உலகின் மாயையை அவர் புறக்கணித்திருக்கிறார். அதன் எண்ணிக்கையைக் கருதி அல்ல; அதன் சீரழிவைக் கருதி; அதன் அற்ப கால ஆசைகளின் பிரம்மாண்டப் பெருக்கத்தைக் கருதி; இறுதியில் கூளமாகி விடப்போகிற அதன் நொய்ம்மையைக் கருதி.

திரு. சா. கந்தசாமியின் முதல் நாவலான ‘சாயாவனம்’ தமிழ் நாவல்களில் ஒரு புதிய கோணத்தை, ஒரு புதிய பிரதேசத்தை அறிமுகப்படுத்தியது. அன்றைய ஜனரஞ்சக எழுத்துகளின் ருசி, நெடி, அமைப்பு, எதிர்பார்ப்பு, விளைவு ஆகிய அனைத்தையும் புறங்கையால் விலக்கிவிட்டு உண்மையான இலக்கியத்தின் துடிப்பை முதல் முயற்சியிலேயே அது காட்டியது. அது ஒரு குறியீட்டு நாவல் என்பதாகக்கூடச் சிலரால் கருதப்பட்டது. ‘சாயாவனம்’ வெளிவந்த காலப் பகுதியிலேயே திரு. சா. கந்தசாமியும் அவரது நண்பர்கள் சிலரும் எழுதி வெளியிட்ட ‘கோணல்கள்’ என்ற சிறுகதைத் தொகுப்பு இலக்கிய உலகில் ஒரு எல்லைக் கல்லாக அமைந்தது. இந்தத் தொகுப்பில் உள்ள சிறுகதைகளைத் தவிர வேறு சிறந்த சில சிறுகதைகளையும் அவர் எழுதியிருக்கிறார். ஒவ்வொன்றும் தனிச் சிறப்புடையதாகவும், அவருடைய கலைப்பாங்கு மிளிர்வதாகவும் உள்ளவை. மிகவும் அண்மையில் வெளியான ‘குறுக்கீடு’ என்ற அவருடைய சிறுகதை, ஒளிவற்ற அவர் பார்வைக்கு வேறு சில செய்திகள் உட்பட்டதைக் காட்டியது. அதன் தொடர்ச்சியாக ஆனால் தொடர்பு தொலைவில் மறைந்துவிட வெளிவந்திருப்பது ‘அவன் ஆனது’ என்ற இந்த நாவல்.

இந்த நாவல் தமிழ் நாவல்களில் ஒரு தனி வகையானது என்பதைப் படிப்பவர்கள் எளிதில் அறிந்துகொள்வார்கள். இதை ஒரு ‘மனத் தத்துவ’ நாவல் என்று குறிப்பிடலாம்.

அப்படியென்றால், இந்த நாவலில் வரும் ஒரு பாத்திரத்துக்குப் பைத்தியம் பிடித்திருக்க வேண்டும்; வெறி கொண்டு தாக்குபவனாக இருக்க வேண்டும்; அல்லது மறந்துபோன பால பருவத்துக் கொடூர நிகழ்வொன்றின் எதிர் விளைவாகக் கதாபாத்திரம் இயங்க வேண்டும் என்று யாராவது நினைத்து விடலாம். அப்படி நினைப்பது தவறு. மனத் தத்துவம் என்றால் மனதைப் பற்றிய தத்துவம் என்று பொருள். மனம் எதிர்கொள்ளும் உலகில் அதற்கான உறவு, அதன் சுருக்கம் அல்லது நீட்சி, பலவற்றின் நடுவில் தன்னை நிறுத்திப் பார்க்கும் அழகு, தன்னைத் துளைப்பதால் மற்றது துளைபடுவதைப் பார்த்து அதற்குண்டாகும் வியப்பு, பிறகு தன்னையே அறியாப் பொருளாய்க் கண்டு அது கொள்ளும் தலை குத்துக் குதிப்பு என்று இன்னபிற செய்திகளையே மனத் தத்துவம் என்று குறிப்பிட வேண்டும். மன நோய் சம்பந்தப்படாத மனத் தத்துவ நாவல்; மனம் என்றதாலேயே அடுத்து ஆன்மிகத்துக்குத் தாவி விடாத மனத் தத்துவ நாவல் என்று இந்த நாவலைக் குறிப்பிடலாம்.

இந்த நாவலில் என்ன கதை கூறப்பட்டிருக்கிறது? மணமான, மணமாகாத, மனைவியுடன் கூடிய, மனைவி ஓடப்பட்டுவிட்ட சில மனிதர்களின் நட்பைப் பற்றிய கதை என்று சொன்னால் போதுமா? அப்படியானால் கமலாவை, ரோஸ் மேரியை, ராஜலட்சுமியை விட்டுவிட முடியுமா? சிவா, ராமு, பத்மநாபன், திருவேங்கடம், ராகவலு ஆகியவர்களைப் போலவே அவர்களும் முக்கியமானவர்கள். கதையைக் கூறும் சிவாவை விட்டு இவர்கள் கோணத்தில் பார்த்தால் இதே கதை கிடைக்கும். ஆனால் சிவாவின் மனம் கிடைக்காது. அவன் மனம்தான் சொல்லப்பட்டுள்ள கதைக்கு இந்தப் பக்கமோ, அந்தப் பக்கமோ இருக்கிறது. சிவா போலீஸின் கையால் அறை வாங்கியிருக்கிறான். அதை அவன் ரோஸ் மேரிக்கு வர இருக்கும் போலீஸ் மாப்பிள்ளையின் போட்டோவைப் பார்த்ததும் நினைவு கூரும் மனம் ஒரு கதையாகுமா? சிவா தன் மனதை அறிய முற்படுவதும், அறிவதும்தான் கதை. சிவாவை மிக அருமையாகத் திரு. சா. கந்தசாமி வெளிப்படுத்தியிருக்கிறார். சிவா தன்னை அறிவிலியாக உணர்கிறதும், அந்த அறிவிலித் தன்மையின் அங்கீகாரத்துக்குப் பிறகு அவன் மனம் கொள்கிற விழிப்பும் அபூர்வமான விஷயங்கள். தன்னை அறிவிலியாகச் சிவா கருதியது எவ்வளவு அறிவுள்ள செயல். அதனால் அவனிடத்தில் அறிவு சம்பந்தமான ப்ரமைகள் இல்லாமல் போய்விடுகிறது. தனது வரையறையைத் தெரிந்து கொண்டதுமே, வரையறையற்றதை அவன் தெரிந்துகொண்டு

விடுகிறானல்லவா? திருமணத்துக்குப் பிறகு ரோஸ் மேரி தன்னைத் தீண்டுவதைச் சிவா தடுத்ததும், சிவாவின் நடவடிக்கை மிகவும் பாராட்டத்தகுந்ததாக மாறிவிடுகிறது. எல்லையற்றதன் விபரீதம் அவனுக்குப் புரிந்துவிட்டதால்தானே அவன் முடங்கிக்கொண்டான். ஆனால் எவ்வளவு விவேகமான செயல். தனது முந்தைய தொடர்புகளை அவன் வைத்து முதல் செய்யவில்லை. ஏன் செய்திருக்கக் கூடாது. செய்திருக்கலாம். செய்திருந்தால் அவன் வியர்த்தமாகி விட்டிருப்பான். மனைவி ஓடிவிட்ட ராகவலுவிடம் சிவா சிக்கிக்கொள்வதும், அவன் நடந்துகொள்வதும் திரு. கந்தசாமியின் எழுத்தில் அபூர்வமாகக் காட்சிப்படுகிறது. இன்னும் பல சம்பவங்கள் நுட்பமாகவும் சுவையாகவும் சித்தரிக்கப்பட்டுள்ளன.

சம்பவங்கள், அதில் பங்கு வகிக்கும் பாத்திரங்களின் செயற்பாடுகள் என்பதற்கப்பால் அல்லது இப்பால் திரு. கந்தசாமி இந்த நாவலில் 'பேச்சு' என்ற ஒரு விஷயத்தை ஆராயப் புகுந்தது போலவும் தோன்றுகிறது. ஒரு பாத்திரம் பேசுவது கிடையாது. ஒரு பாத்திரம் – கதை சொல்லும் சிவா பேசுவது தன்னிடம் அதிகமாகியிருக்கிறது என்று உணர்கிறது. ஒரு பாத்திரம் தான் பேசுவதோடு மட்டுமில்லாமல் பெரியோர்கள் பேசியதையும் மேற்கோளாகச் சேர்த்துப் பேசுகிறது. பேசுவது, பேசாமல் இருப்பது, பேசாமல் விட்டுவிடுவது ஆகிய விஷயங்கள் இந்த நாவலில் வருகின்றன. பேச்சற்றுப் போகும்பொழுது உலகம் கொள்கிற எடையை நாவலில் கந்தசாமி புலப்படுத்துகிறார். இந்த அனுபவத்தில் சில பகுதிகள் ஆசார்ய பாவமற்ற அவதானிப்புகளாக வெளிவந்துள்ளன. அவசியமற்ற சந்தர்ப்பத்தில் பேசி, பேசி முடித்த அந்தக் கணத்திலேயே அப்படிப் பேசியிருக்கக் கூடாது என்கிற உணர்வைப் பெறுகிற மனத்தைப் பளிச்சிட்டுக் காட்டுகிறார். பேசாமலேயே இருக்கும் மனத்தைக் கண்டு வியக்கும் பேசும் மனத்தைப் புறக்களமாகக் காட்டுகிறார்.

இந்த நாவலைக் குறித்து இன்னும் பல கூறலாம். திரு. சா. கந்தசாமி இந்திய தத்துவக் கோட்பாடுகளுக்கு அந்நியரில்லா விட்டாலும், தோள் மேல் கை போட்டுத் தோழமையைக் காட்டுகிற பண்புள்ளவரல்லர். இதனால் இந்த நாவல் கோட்பாடுகள், பிடிவாதங்கள் ஆகியவற்றினால் தளைப்படாமல், ஏதோ ராமு, பத்மநாபன், ரோஸ்மேரி, சிவா என்ற பெயரிட்ட மனிதர்கள் விஷயமாக உலாவுகிறது. அது முழுக்கவும் மனத் தத்துவ நாவலாக இருந்தும்கூட.

எந்த ஒரு பொருளைக் குறிக்கும் சொல்லும் அது குறித்த பொருளாகாதது போலவே, ஆச்சர்யம்! சொற்களாலான ஒரு இலக்கியப் படைப்பை எத்தனை சொற்களால் குறித்தாலும் அவை குறித்த படைப்பாகி விடுவதில்லை.

நாவல் தொடங்கப்பட்டது போலவே அழகாக முடிந்தும் இருக்கிறது. நாவலின் கடைசிப் பகுதியில் நாவல் முற்றிலும் மறைந்துவிடுகிறது. அங்கே நாவல் பாத்திரங்கள் ஒருவரும் இல்லை. சாவகாசமாக மழைதான் பெய்கிறது. அந்த மழையின் அசந்தர்ப்பத்தில் கூட ஒரு அர்த்தம் இருப்பதாகத் தோன்றுகிறது.

திரு. சா. கந்தசாமிக்கு முன்னுரையும் வேண்டாம்; மதிப்புரையும் வேண்டாம். அவர் பெயர் போட்டிருந்தால் உடனே அதைப் படிக்கக் கிடைத்த பொக்கிஷமாக எடுத்துக் கொள்ளலாம். காரணம், அவர் மேதைமை நேர்த்தியைத் தவிர வேறெதையும் தந்ததும் கிடையாது; ஏற்றதும் கிடையாது.

இந்த நாவலை வெளிக்கொணர்ந்த 'கலைஞன்' பதிப்பகத்துக்கு ஒரு பாராட்டு போய்ச் சேர வேண்டும். ஏனென்றால் வெளியீட்டுத் துறையில், திரு. கந்தசாமியின் எழுத்துக்களை வெளியிடுவது முன்னே போவதான காரியம். 'கலைஞன்' அதைச் செய்திருக்கிறது.

சென்னை – 5   **ஞானக்கூத்தன்**
13–1–81

1

"நம்ப பக்கத்து மாடவீதி போல இல்ல" திருவனந்தபுரத்து சாலை பஜாரில் நடந்து செல்லுகையில் நண்பர் ராமலிங்கம் சொன்னார்.

நான் தலையசைத்தேன். கிட்டத்தட்ட அந்த மாதிரிதான் எனக்கும் இருந்தது. ஆனால் அதைச் சொல்லத் தெரியவில்லை. எனவே மாடவீதியில் – மாலைப் பொழுதில் வேடிக்கை பார்த்துக்கொண்டு செல்வதுபோல பார்த்துக்கொண்டே நடந்தேன்.

பாத்திரக் கடைகள், நகைக் கடைகள், ஜவுளிக் கடைகள், மருந்துக் கடைகள் – மறுபடியும் மறுபடியும் கடைகளாகத் தோன்றிப் பின்னுக்கு நகர்ந்து கொண்டிருந்தன. நானும் ராமலிங்கமும் இரண்டு நாட்களுக்கு முன்னால்தான் திருவனந்தபுரத்துக்கு வந்தோம். நான்கைந்து முறைகள் பஸ்ஸில் ஏறி இருக்கிறோம். ஆட்டோவில் ஒரு முறை போனோம். இரவும் பகலும் வந்து போனது. ஊர் முழுவதும் சுற்றிவிட்டது போல இருந்தது. ஒரு பகுதிக்குச் சென்று திரும்பினால் ஏற்கனவே பழக்கமான இடத்திற்கு வருவதுபோலத் தோன்றியது.

திரும்பத் திரும்ப ஒரே மாதிரியான கடைகள்; ஒரே மாதிரியான பொருள்கள். ஒரே மாதிரியான அழுக்கடைந்த ஆட்டோக்கள்; கூட்டத்தை ஏற்றிக்கொண்டு போகும் பஸ்கள். அதையெல்லாம் பார்க்கத்தானா திருவனந்தபுரத்துக்கு வந்தேன் என்று ஒரு சமயம் தோன்றியது. அதற்குக் காரணம் எனக்குப் பயணம் போய்ப் பழக்கமில்லை. ஊர் சுற்றிப் பழக்கம்

இல்லாதவனுக்குப் புதிய ஊரெல்லாம் ரொம்ப வித்தியாசமா – பார்க்கப் பார்க்க ஆச்சரியமாகத் தோன்ற வேண்டும். ஆனால் எனக்கு சலிப்புத் தந்தது. அதற்கெல்லாம் காரணம் என்னவென்று எனக்குத் தெரியவில்லை. பார்வை ராமலிங்கம் பக்கம் சென்றது. அவர் ரொம்ப சந்தோஷமாக வேடிக்கை பார்த்துக்கொண்டு வந்தார்.

ராமலிங்கத்திற்கு ஊர் சுற்றுவது ரொம்பப் பிடிக்கும். அந்த விஷயத்தில் அவர் எனக்கு நேர் எதிர். காலில் சக்கரம் கட்டிக் கொண்டதுபோல சுற்றுவார். ஆபீஸ் இல்லாத நாளில், நான் படுத்து நன்றாகத் தூங்குவேன். ஒரு மணிக்கு சாப்பிட்டுவிட்டுப் படுத்தால் நாலு நாலரை மணிக்குத்தான் எழுவேன். ஆனால் ராமு சாப்பிட்டதும், சைக்கிளை எடுத்துக்கொண்டு ஒரு தீர்மானமும் இல்லாத – ரொம்ப சந்தோஷமாக ஊர் சுற்றிக் கொண்டு வருவார். ஊர் சுற்றுவதில் அலுப்பே இல்லாத ஒரு மனிதர் என்றால் – எனக்கு ராமு பெயர்தான் முதலில் நினைவுக்கு வரும்.

ராமு ஊரைவிட்டுப் புறப்பட்டு இன்றைக்கு எட்டு நாளாகிறது. ஆனால் புறப்படும் போதிருந்த உற்சாகத்தோடும் கலகலப்போடும் இருக்கிறார். இரண்டு நாளிலேயே நான் சோர்ந்து போய்விட்டேன். எப்பொழுது ஊருக்குப் போவோமென்று தோன்றுகிறது. யோசிக்கையில், ரயில் புறப்பட்டதுமே ஊர் நினைப்பு வந்துவிட்டது நினைவுக்கு வருகிறது. ஊர் நினைப்பு; மனைவியும் மக்களும் மனத்தில் நிறைந்திருப்பதாலேயேதான், இந்த ஊரே சுவாரசியமற்றதாகத் தோனுகிறதோ – அதை சரியாய் என்னால் தீர்மானிக்க முடியவில்லை.

எந்த விஷயத்தையும் என்னால் சரியா தீர்மானித்து செயல்படுத்த முடியாது. கொஞ்சம் யோசித்து முன்னால் போகையில் – திடீரென்று சந்தேகம் வந்துவிடும். சந்தேகம் வந்துவிட்டால் பயம் வந்துவிடும். வந்த வழி சரியோ என்ற நினைப்போடு – என்ன பண்ணுவது என்பதைத் தீர்மானிக்க முடியாமல் – ராமுவைத்தான் தேடிக்கொண்டு போவேன். அவர் ஒன்றும் பேசாமல், நான் சொல்லுவதையெல்லாம் – பேசாமல் கேட்டுக்கொண்டு இருப்பார். அவர் பேசாமல் இருப்பதே எனக்கு இன்னும் பயத்தைக் கொடுக்கும். நான் சொல்லுவதை நிறுத்திவிட்டு, "என்ன ராமு" என்பேன்.

"எல்லாம் சரியாதான் இருக்கு, மேல சொல்லு –"

"நிஜமா?"

"உன்ன மாதிரி என்னாலகூட செய்ய முடியாது –"

“நிஜமாதான் சொல்றீயா?”

ராமு தலையசைப்பார். அதில் தென்படும் உறுதி என்னைத் திடப்படுத்தும். ஆனால் முழுவதும் திருப்தி வராது. ஆனால் காரியத்தை ஒரு வழியாக முடித்துவிடுவேன். அப்புறம் பார்த்தால் சரியாகத்தான் முடிந்தது போல இருக்கும். வீணாகப் பயப்பட்டதுபோலத் தோன்றும். பரபரத்தது மாதிரியும் இருக்கும். இனிமேல் அப்படியெல்லாம் இருக்கக் கூடாது என்று தீர்மானித்துக் கொள்ளுவேன். காரியத்தில் இறங்காத வரையில் தீர்மானம் இருக்கும். ஆனால், காரியத்தில் இறங்கியதும் தீர்மானம் கரைந்து நீர்த்துப் போய்விடும். அதற்கெல்லாம் காரணம் என்ன? ராமுவை ஒருமுறை கேட்டதும், அவர் பதில் ஒன்றும் சொல்லாமல் மெல்ல சிரித்தார். எதற்கு சிரித்தார் – சிரிப்புக்கு என்ன அர்த்தம். எனக்குத் தெரியவில்லை.

ராமு வீட்டில் உட்கார்ந்து பேசிக்கொண்டிருந்தபோது திடீரென்று எனக்கு ஒரு வாரம் எங்காவது சென்று வந்தால் என்னவென்று தோன்றியது. எனக்கே அது ஆச்சரியமாக இருந்தது. முப்பத்தினான்கு வருஷத்தில் ஊர் சுற்றிப் பார்க்கனுமென்ற நினைப்பே எனக்கு வந்ததில்லை. இப்போது, அப்படியொரு நினைப்பு வந்ததும் அதை நிறைவேற்றிவிட வேண்டும் என்றார் ராமு. அவர் சொல்வதும் சரி என்பது போலவே இருந்தது.

எங்கே போகலாம்?

டில்லி, கல்கத்தா, பம்பாய் – அவற்றில் ஒன்றுக்குப் போகலாம். ஊர் என்றதும் அவை தான் நினைவுக்கு வந்தன. கூடவே அவையெல்லாம் பெரிய பட்டணங்கள், வேகமாக இயங்கிக் கொண்டு இருப்பவை. அந்த ஓட்டத்துக்கு இணையாக என்னால் போக முடியாது. மேலும், எனக்கு ஆக வேண்டிய காரியம் ஒன்றுமில்லை. எனவே, சென்னையைவிட, சின்ன நகரத்திற்குப் போக வேண்டுமென்று நினைத்தேன்.

அதற்கு ஏற்ற இடமெது? ஆனால் என்னால் தீர்மானிக்க முடியவில்லை. யோசித்துக்கொண்டே இருந்தேன்.

“பூனாவுக்குப் போகலாம்” என்றார் ராமலிங்கம். அவர் சிநேகிதன் ஒருவன் பிலிம் இன்ஸ்டிட்யூட்டில் வேலை பார்க்கிறான். தாடி வைத்துக்கொண்டு வெடவெடவென்று உயரமாக இருப்பான். நான்கூட அவனை இரண்டு முறைகள் பார்த்திருக்கிறேன். அதிகமாகப் பேச மாட்டான். தாராளமாக செலவு செய்வான். பூனா போனால் அவனோடு தங்கலாம். ஊர் சுத்திப் பார்க்கிற செலவு – சாப்பாட்டுச் செலவு, தங்கற செலவு எல்லாம் இல்லாம போயிடும். அதுனால, பூனாவுக்குப் போறது சரியின்னு பட்டது.

"சரி."

ஆனால் எனது நெருங்கிய உறவினன் ஒருவன் குடும்பத்துடன் பூனாவில் இருப்பது நினைவுக்கு வந்தது. சாலையில் அலைந்து கொண்டிருக்கும்போது, தற்செயலாகப் பார்த்துவிட்டால் இவ்வளவு தூரம் வந்துவிட்டு நீ ஏன் வீட்டுக்கு வர்லேன்னு கோபித்துக் கொள்ளுவான். அப்புறம் அதைப் பெரிசு பண்ணி கமலாவுக்குக் கடிதம் போடுவான். கமலா – என் மனைவி – அதைப் படித்துவிட்டு, "என்ன அது?" என்பாள். அவள் அதிகமாக பேச மாட்டாள். ஆனால் கேட்கற கேள்விக்குப் பதில் சொல்வது சாத்தியம் இல்லாதது மாதிரி – மனசை ரொம்ப சங்கடப் படுத்துகிற மாதிரி இருக்கும். பூனாவுக்குப் போய் அதையெல்லாம் ஏன் சம்பாதித்துக்கொள்ள வேண்டும். முன்னால் தீர்மானம் கைவிடப் பட்டது.

"பூனா வேண்டாமே" என்றேன் நான்.

"சரி."

உறவினன் இருப்பது நினைவுக்கு வராமல் இருந்தால் ஒருவேளை பூனாவுக்குப் போயிருப்பேனோ என்னவோ. இப்பொழுது தீர்மானமாகச் சொல்ல முடியவில்லை. ஏனெனில் உறவினர்கள் மீது எனக்கு ஒரு பகையும் இல்லை. அநேகமாக எல்லோருக்கும் என்னைப் பிடித்துத்தான் இருக்கிறது. அதோடு கமலாவை எல்லோரும் போற்றுகிறார்கள் . கமலாவின் புருஷன் என்றுதான் சாதாரணமாக என்னைக் குறிப்பிடுகிறார்கள். ஒரு நேரத்தில் அது சந்தோஷமாக இருந்தாலும் – இன்னொரு நேரத்தில் கோபத்தைத் தருகிறது. கோபம் வந்ததும் வார்த்தையில் தடிப்பு ஏறுகிறது. பழக்கம் உறவு எல்லாவற்றையும் ஒரேயடியாகத் தகர்க்கும் வார்த்தைகள் சர்வ சாதாரணமாக வெளிப்படுகின்றன. அந்த நேரத்தில் கமலா வந்து, "இங்க வாங்க" என்று என்னை ஒரு பக்கமாக அழைத்துக்கொண்டு செல்லுவாள். நானும் அவள் கூடவே போவேன். ஆனால் அவள் ஒரு வார்த்தையும் பேசாமல் இருப்பாள். அப்புறம், "நாளைக்கு நீங்க ஆபீஸுக்கு எப்பப் போகனும்?" என்பாள்.

"நாளைக்கா" நான் யோசிப்பது மாதிரி இருப்பேன். ஆனால் கோபம் மட்டும் அடங்காது. 'சொந்தக்காரன்னு எதுக்கு வர்ரானுவோ'ன்னு படும். அதுக்கெல்லாம் காரணம் கமலாதான். அவளுக்குச் சரியா ஒரு நாளைக்குக் கொடுக்க வேண்டும்.

ஒரு நாளைக்கு என்ன? கமலாவுக்கு நிறைய கொடுத்திருக்கிறேன். கல்யாணமான புதிதில் சோற்றுத் தட்டை அவள் மூஞ்சி மேல் வீசி அடித்திருக்கிறேன். அப்பொழுதெல்லாம் அவள்

வெறுத்து என்னைப் பார்ப்பாள். முழிபிதுங்கி வெளியே வருவது போல இருக்கும். 'என்னடீ முறக்கிறன்னு' பாய்ந்து கன்னத்தில் அடிப்பேன். அவளை அடிக்கறதுல எனக்கு என்னமோ ஒரு சந்தோஷம். அவள் எதிர்க்காமல் இருக்கிறதில் ஒரு திருப்தி. அது இன்னும் இன்னுமென்று என்னை சண்டை போடத் தூண்டியது. ஆனால், அது கொஞ்ச காலத்துக்குத்தான். இரண்டு வருஷத்துல முரளிதரன் பிறந்ததும் சண்டை போடுவதை நான் விட்டு விட்டேன். அதுக்கு என்ன காரணம். நான் யோசித்துப் பார்க்கலை. சண்டை இல்லாததால் வீடு சந்தோஷமா இருக்கிறது. சந்தோஷமாக இருக்கிறதுக்குக் காரணம் என்னென்னு பார்க்கிறது சரி இல்லை. சந்தோஷம் தான் முக்கியமென்று படுகிறது.

"திருவனந்தபுரம் போகலாமா?" என்றார் ராமலிங்கம்.

"கேரளாவுக்கா?"

"ஆமாம்."

"சரி."

வெளியூருக்கே போகாத நான் எங்கே போனால் என்ன? எல்லா ஊரும் ஒன்று தான்; புதுசுதான்.

ஒரு நண்பர் சொல்லுவார், 'நீ எங்கே போனாலும் உன்னையே கொண்டு போகிறாய்' என்று ஒரு மகான் சொன்னதாக. அவர் மகான்களின் பொன்மொழிகளை எல்லாம் ஒரு தடி நோட்டுப் புத்தகத்தில் பச்சை மசியில் எழுதி வைத்துக்கொண்டிருப்பார். அதில் இருந்து, அங்க ஒன்று இங்க ஒன்று படித்துக் காட்டுவார். அதோடு விளக்கமாக கதைகூட சொல்லுவார். அதுக்காகவே நிறைய கதை எல்லாம் படிப்பார்.

எனக்குப் படிப்பே கிடையாது. பள்ளிக்கூடத்தில் படிக்கும்போதுகூட சரியாய் படிப்பு வரலை. படிக்கிறது எல்லாம் மறந்து போய்விடும். நினைத்து நினைத்துப் பார்த்தால்கூட ஒன்றும் நினைவுக்கு வராது. அதுனால, எஸ்.எஸ்.எல்.சியி.ல் ரெண்டு வருஷமும் போய்விட்டது. அப்பவிட்ட படிப்பு – எனக்குப் பின்னாலகூட வரலை. பள்ளிக்கூடப் புத்தகம் போகட்டும் – ஏதாவது கதைப் புத்தகம் படிக்கலாமென்றால்கூட – முடியவில்லை. அதைக் கையில் எடுத்தால் தூக்கம் வந்துடும். இரண்டு ஏட்டைப் புரட்டிப் பார்த்துவிட்டுக் கீழே வைத்துவிடுவேன்.

புத்தகம் படிக்கிறவர்களை – அதையே ஒரு வேலையாக வைத்துக்கொண்டு படித்துக்கொண்டு இருக்கிறவர்களைப் பார்த்தால் எனக்கு ரொம்பப் பாவமாக இருக்கும். அப்புறம் ஆச்சரியமாகக்கூட இருக்கும். புத்தகத்தில் படிக்க அப்படி

என்னதான் இருக்கு என்று நினைத்துக்கொள்ளுவேன். புத்தகம் படிக்கிறவங்க ஒன்னும் உதவாதவங்க – ரொம்ப பயந்தவங்கன்னு – ஓரோர் சமயம் எனக்குத் தோனும். வேளை – ஒரு பொறி மாதிரி வந்தது – அப்புறம் அப்புறம் அடிக்கடி தோன ஆரம்பித்தது. ஏனெனில் கமலா நிறைய புஸ்தகம் படிப்பாள். ஸ்டவ்மேல் குக்கரை வைத்துவிட்டுப் புத்தகம் படித்துக்கொண்டே இருப்பாள். அவள் மாதிரிதான் ராமலிங்கம். அது சரி இல்ல. ராமலிங்கம் இன்னும் நிறைய படிப்பார். எப்பொழுதும் படித்துக்கொண்டே இருப்பார். ஆபீஸ் விட்டதும், சைக்கிளில் நூலகம் நூலகமாகப் போய் தடிதடியா புத்தகம் கொண்டு வருவார். ராத்திரி எட்டு மணி வரையில் இப்பொழுதெல்லாம் நூலகம் திறந்து இருப்பது அவருக்கு ரொம்ப சௌகரியமா இருக்கிறது.

ராமலிங்கம் பெரிய பெரிய புத்தகமாக எடுத்துக்கொண்டு வந்து, ராத்திரி வெகுநேரம் வரையில் படித்துக்கொண்டிருப்பார். வெற்றிலை பாக்கு புகையிலை – புத்தகம் தான் ராமலிங்கம்.

ஓரோர் சமயம் அவரைப் பார்க்க எனக்குப் பாவமாக இருக்கும். கதைப் புத்தகம் படித்துக்கொண்டு இருப்பதை விட்டுவிட்டு ஆபீஸ் புத்தகம் எடுத்து வந்து படித்து பரிட்சை எழுதியிருந்தால் இரண்டு பிரமோஷன் வாங்கி மேல வந்திருப்பார். கிட்டத்தட்ட ஒரு ஆபீசராகக்கூட ஆகி இருக்கலாம். ஆனா ராமு ஆபீஸ் புத்தகமெல்லாம் படிக்கிறதில்லை. அவர் ஆபீசில எதுக்கு வேல செய்யறார் என்றுகூட எனக்கு தோனும். ஏனெனில் ஆபீசில அவருக்கு ரொம்ப பின்னால வந்தவங்க எல்லாம் மடமடன்னு பரிட்சை எழுதி, ஆளப் பிடிச்சு மேலே வந்துட்டாங்க. ஆனால் ராமு மட்டும் வந்த அன்னக்கி இருந்த இடத்திலேயே தான் இருக்கார். எனக்குத்தான் அதுல ரொம்ப வருத்தம். மனுஷன்னு இருந்தா முனைப்பா இருந்து மேல வரணும். அதுதான் மனுஷனுக்கு அடையாளம். ஆனால் ராமு இருந்த இடத்திலேயே சந்தோஷமா இருக்கார். அது தான் ரொம்ப ஆச்சரியமா இருக்கு. நாலு வருஷத்துல ஒரு இடம் ஒருத்தனுக்கு ரொம்ப சலித்துப் போயிடும். ஆனால் அவருக்கு ஒன்னும் சலிக்கவே இல்ல. அந்த மாதிரி ஆள பாக்கறது அபூர்வந்தான்.

எப்பப் பார்த்தாலும் புத்தகமாக படிச்சிக்கிட்டிருக்கற ராமு, ஒருநாளும் என்னிடம் புத்தகம் கொடுத்து படின்னு சொன்னதே இல்ல. ரொம்ப நாள் வரைக்கும் நான் அதைப் பொருட்படுத்தவே இல்ல.

சரி, நம்மை ரொம்பப் புரிஞ்சிக்கிட்டு இருக்கார் என்று நினச்சிக்கிட்டேன். ஆனா, போகப் போக அது திருப்தி அளிக்கல.

மனச ரொம்ப அரிக்க ஆரம்பிச்சிடுச்சு. என்ன ஒரு மனுஷன்னு மதிக்கலயோன்னு கூட நினைச்சுக்கிட்டேன்.

ஒருநாள் திருவேங்கடத்திற்கு ஏதோ ஒரு புத்தகம் கொடுக்கப் போனார். நானும்கூட இருந்தேன். திருவேங்கடம் புத்தகம் படிப்பார். ஆனா ராமு மாதிரி இல்ல. கையில கிடைத்தால் படிப்பார். படிச்சதும் அவருக்கு. மறந்து போயிடும். அவரைப் பார்க்கறப்ப எல்லாம் படிக்காத நானே தேவலாம் போல இருக்கே என்று நினைத்துக் கொள்ளுவேன். ஆனால், திருவேங்கடம் படிச்சதை யெல்லாம், ஒரு நோட்டுல டைப் அடிச்சி வச்சிக் கொள்ளுவார்.

"வர்றீயா திருவேங்கடம் வீட்டுக்கு" என்றார் ராமலிங்கம்.

"போவோம்" என்று நானும் அவர் கூடவே நடக்க ஆரம்பித்தேன்.

ராமு கையில இருந்த புத்தகத்தைப் புரட்டிக்கொண்டே வந்தார்.

கொஞ்ச தூரம் போனதும், ரொம்ப நாளா மனசில கிடந்தது வெடிக்க ஆரம்பிச்சிட்டது. அன்றைக்கு வசமா புடுச்சிக்கிட்டேன்.

"ராமு சார், எத்தனை நாளா ஒன்னா இருக்கோம். ஒரு நாளாவது நீங்க எனக்கு படிங்கன்னு ஒரு புத்தகமாவது கொடுத்தது உண்டா, சார்" என்றேன்.

வீணா சண்டை போடனுமேன்னு இல்ல. நிஜமாகவே தான் கேட்டேன். புத்தகத்தைப் புரட்டிக்கொண்டு முன்னே போய்க் கொண்டிருந்த ராமு நின்றார். நான் கிட்டப் போனதும், தோள் மீது கை வைத்து, "காபி சாப்பிடலாமா?" என்றார்.

"சாப்பிடுவோம்" என்றேன். எங்கே நல்ல காபி கிடைக்கும் என்பதெல்லாம் எனக்குத் தெரியும். நல்ல காபிக்கு – அது கொஞ்ச தூரத்துல கிடைச்சா கூட சரிதான் – நான் போவேன். நான் காசு செலவு பண்றது ஒண்ணே ஒண்ணு அது தான்.

நல்ல காபிக்கு நடக்கலாம்; பணம் செலவு பண்ணலாம் என்பது என் கட்சி. ராமு அதுக்கு எதிரி இல்ல. ஆனா அவருக்கு சாப்பாட்டில் ஒரு டேஸ்டும் கிடையாது. எது கிடைக்கிறதோ அதைத் தின்பார். காபி கிடைத்தால் காபி – டீ கிடைத்தால் டீ. பால்தான் கிடைக்குமா – அதுவும் சரிதான். மறுப்பே இல்லாமல் குடிப்பார்.

ஒருநாள் திருவேங்கடம், தன் நோட்டுப் புத்தகத்துல இருந்து ஒரு கதை சொன்னார். நிஜமான கதைதான். திருவேங்கடத்துக்குப்

பொய் சொல்லத் தெரியாது. அவ்வளவு தூரம் எதுக்கு? நிஜத்தைக்கூட நிஜம்ன்னு சாதிக்கத் தெரியாது. ஆனா, அவர் சொன்ன கதை, நம்ப ராமுவுக்கு ரொம்பப் பொருத்தமா இருந்துச்சி. ராமு மாதிரி ஆளுங்க எல்லாக் காலத்திலியும் இருக்கிறாங்கன்னு அப்பதான் நான் தெரிஞ்சிக்கிட்டேன்.

பெரியாரு ஏதோ ஒரு வீட்டிற்குச் சாப்பிடப் போய் இருக்கார். அங்க ரொம்ப மட்டமான சாப்பாடு. வாயில எடுத்து வைக்க சகிக்கல. சாப்பிட உட்கார்ந்தவங்க எல்லாம், ஏதோ சாப்பிட்டோம் என்று பெயர் பண்ணீட்டு எழுந்து வெளியே வந்துட்டாங்க. ஆனா, எல்லாத்திலியும் காசு பண்ணுற பெரியார் மட்டும், சாம்பாரைக்கொண்டா, ரசத்தைக் கொண்டா, கறி போடு என்று இருக்கறதை எல்லாம் வரவழைத்து, ஒன்னா போட்டு பிசைந்து, உருட்டி உருட்டி உள்ளே தள்ளினாராம். அது வெறும் கதையா இருக்குமென்று, ராமுவை வைத்துக்கொண்டு பாக்கற அப்ப எனக்கு தோனுல. ராமு மாதிரி ஆளுங்க – எல்லா காலத்திலியும் இருக்கிறாங்க. அதுதான் விஷயமென்னு திருவேங்கடம் சொன்ன கதை தெரிவித்தது.

ராமு ஏதோ படித்து பாஸ் பண்ணிட்டு அரசாங்கத்துல வேல பாத்துக்கிட்டு கதைப் புத்தகம் படித்துக்கிட்டு இருக்கார். வயது கிட்டத்தட்ட நாற்பதைத் தாண்டி விட்டது. என்னைவிட நாலு வயது கூட. ஆனால் எனக்கு தலையில நரை வந்துவிட்டது. அவருக்கு ஒரு முடிகூட நரைக்கவில்லை. அதனாலேயே அவர் கல்யாணம் பண்ணிக்கொள்ளலாம். எந்தப் பொண்ணும் அவரை வேண்டாம் என்று தள்ளாது. இருந்தாலும் அவர் கல்யாணம் பண்ணிக்க மாட்டேன் என்கிறார். பெண்களைக் கண்டா ரொம்பப் பயப்படுகிறார். பெண்களைக் கண்டு பயப்பட வேண்டியதில்ல – என்கிற விஷயமே அவருக்குப் பிடிபடமாட்டேன் என்கிறது. அதை எப்படி விளக்கி சொல்லுறது, தெரியல. ஆனால், பெண்களோடு சேர்ந்துகொண்டு விட்டால் – எல்லாம் சரியாகப் போய்விடுகிறது.

இனிமேல் ராமு கல்யாணம் பண்ணிக்கமாட்டார்ன்னு சொல்லாம அதைப்பற்றி உறுதியா என்ன சொல்லுறதுன்னு எனக்குத் தெரியல. ஏனெனில் கல்யாணமே பண்ணிக்கமாட்டேன் என்று காளி கோயிலில் பூசாரியாக இருந்த எங்க சித்தப்பா நாற்பத்தி மூன்றாம் வயதில் கல்யாணம் பண்ணிக்கொண்டு – அதாவது எனக்குப் பின்னால – கல்யாணம் பண்ணிக்கொண்டு – நாலு பிள்ளைகளைப் பெற்றுக்கொண்டு – இன்னொரு பெண்டாட்டியையும் சேர்த்துக்கொண்டு இருக்கார்.

சித்தப்பாவோடு ராமுவை ஒப்பிடுறது ரொம்ப தப்புன்னு உணர்றேன். இருந்தாலும் ராமு தன்கூட வேலை செய்யற

ஒருத்தியை நாளைக்கே கல்யாணம் பண்ணிக் கொள்ளலாம். அப்புறம் எட்டு மாசத்திலியோ – ஒன்பது மாசத்திலியோ ஒரு பிள்ளையைப் பெற்றுக்கொள்ளலாம். அதெல்லாம் சாத்தியம் இல்லைன்னு இல்ல. ரொம்பப் பேருக்கு சாத்தியமா இருக்கு. ஆனால் ராமுவுக்கு சாத்தியமா என்பது தான் கேள்வி. அதுக்குப் பதில் என்ன. என்னால் முடிவா சொல்ல முடியவில்லை. அவர் வாழறது ஒரு வாழ்க்கையே இல்லென்னு எனக்குப் படுறது. நாளு ஆக ஆக ரொம்ப நல்லா படுது. ஆனா, அவருக்குப் படல. அவர் சம்பந்தப்பட்ட விஷயமே அவருக்குப் படாத அப்ப வேறு என்ன தான் செய்ய முடியும். அதுதான் கேள்வி.

எனக்கு அஞ்சு வருஷத்துக்கு முன்னால கல்யாணம் ஆனது. இப்ப ரெண்டு பிள்ளைங்க. ஆணும் பெண்ணுமாக. முதல்ல பையன்; அப்புறம் பெண்ணு. அதுக்குப் பிறகு ஒரு அபார்ஷன் பண்ணினேன். என்னவிட என் மனைவி கமலாதான் முதல்ல இருந்தாள். அப்புறம் அப்படியே விட்டால் சரிப்படாதுன்னு ஒரு நாள் ஆஸ்பத்திரிக்குப் போய் காரியத்தை முடித்துக்கொண்டேன். ஆபீஸில கொஞ்சம் பணம்கூடத் தந்தார்கள். அதனால் கமலாவுக்கு ஒரு ஜதை தோடு வாங்கிப் போட்டேன். வாங்கிப் போட்டேன் என்பது சரியா தெரியவில்லை. பணத்தை எடுத்துக்கிட்டு அவள் கூட கடைக்குப் போனேன்.

ஒரு மணி நேரத்துக்கு அப்புறம், கமலா வெளியே வந்து, "என்ன, இப்படி பின்னால வந்து நிக்கிறீங்க" என்றாள்.

"சொல்லு."

"இந்தத் தோடு நல்லா இருக்கு இல்ல."

"ஆமாம். ரொம்ப நல்லா இருக்கு."

"வாங்கிடுவோங்க."

"என்ன விலை."

"விலை கிடக்கட்டுங்க. எனக்கு நல்லா இருக்குமா சொல்லுங்க."

"உனக்கு ரொம்ப நல்லா இருக்கும்."

"அப்ப வாங்கிடலாங்க."

"ஆமாம்."

கமலா காரியமெல்லாம் அப்படித்தான் நடக்கும். நான் தலையாட்டாமல் அவள் ஒன்றும் செய்யமாட்டாள். அந்த விஷயத்துல நான் ரொம்ப அதிர்ஷ்டசாலிதான். எத்தனை பேரு வீட்டுல பொண்டாட்டி, புருஷன் பேச்சைக் கேட்டு காரியம்

பண்ணுது? என்ன மாதிரி கொஞ்சம் பேரு வீட்டுல தான். அந்த மாதிரி வீடுதான் நல்லா சுபீட்சமாக இருக்கு. மத்த வீட்டில எல்லாம் நித்தம் சண்டை. அப்புறம் சமாதானம். அவுங்க சமாதானமா போறதே இன்னொரு சண்டைக்குத்தான்.

ஒருநாள் கமலா பக்கத்து வீட்டில் இருந்து பேப்பரை வாங்கிக்கொண்டு வந்து, "இதோ பாத்தீங்களா. ஹவுசிங் போர்டிலே வீடு போட்டு இருக்காங்க – பாருங்க" என்றாள். நான் பேப்பரைப் பார்த்தேன். தவணை, விதிமுறைகள், முதலில் கட்ட வேண்டிய பணம் – அப்படி இப்படி என்று ஒன்றன் பின் ஒன்றாகப் பல விஷயங்கள் இருந்தன. எனக்கு ஹவுசிங் போர்டில வீடு தராங்க என்பதற்கு மேலே ஒன்றும் புரியவில்லை. பேப்பரையே பார்த்துக் கொண்டு இருந்தேன்.

"என்னங்க. நாம ஒரு அப்ளிகேஷன் போடுவோங்க."

"போடலாம்."

"நாளைக்கு நேரா போய் ஒரு அப்ளிகேஷன் வாங்கிக் கிட்டு வாங்க."

"நாளைக்கா –"

"நாளைக்கு நல்ல நாளுங்க."

"சரி, 500 ரூபா பணம் கட்டச் சொல்லுறானே –"

"கையில ஏதோ கொஞ்சம் இருக்கும் போல இருக்குதுங்க. பத்துல இன்னா தோட்டை வைத்துக் கொள்ளலாங்க."

குடும்ப கட்டுப்பாட்டில் கிடைத்த பணம் வீடு வாங்க உதவும் போல இருந்தது. நான் போய் பத்து ரூபா கட்டி, பெரிய வரிசையில் இரண்டு மணி நேரம் நின்னு ஒரு அப்ளிகேஷன் வாங்கிக்கொண்டு வந்தேன். ராமுகிட்ட, அதைக் கொடுத்தேன். அவருக்குக் கையெழுத்து ரொம்ப நல்லா இருக்கும். அப்ளிகேஷனை நல்லா பூர்த்தி பண்ணிக் கொடுத்தார்.

கமலா அதைப் பார்த்துவிட்டு, "யாரு உங்க பிரண்ட் கையெழுத்தா ரொம்ப நல்லா இருக்கே" என்றாள். அதைப் பின்னால ஒரு நாள் ராமுவிடம் சொன்னதும், சிரிச்சிட்டு சும்மா இருந்துட்டார். ரொம்ப விஷயத்திலே ராமு அப்படித்தான். அவர் மனசில் என்ன இருக்கு என்பதைக் கண்டுபிடிக்கவே முடியாது. எப்பவும் ஒரே மாதிரி துக்கப் படாம – சந்தோஷப்படாம இருப்பார். ஒரோர் சமயம் அதுவே பெரிய விஷயமுன்னு தோனும். ஏனெனில் என்னால அப்படியெல்லாம் இருக்க முடியாது. சந்தோஷமென்றால் சந்தோஷம், துக்கமென்றால் துக்கம்.

ரெண்டும் தனித் தனி. ரெண்டையும் ஒன்னா வச்சிக்கொண்டு இருக்க முடியாது.

நாற்பது ரூபாய் வீட்டில் குடி இருந்த நான் வீடு வாங்க முனைந்த அப்ப, ராமு தொண்ணூறு ரூபா வீட்டில இருந்து கொண்டு இன்னொரு ஐம்பது அறுபது ரூபாய்க்குப் புத்தகமெல்லாம் வாங்கி படித்துக்கொண்டிருந்தார். அவர் புத்தகம் வாங்கறது ஒரே கடையில். காசு இருந்தால் கொடுப்பார். இல்லாவிட்டால் கடையில் கணக்கு. ஆனால் ஒரு நாளும் என்னிடம் கடன் கேட்டதில்லை. நானும் கொடுத்ததில்லை. இப்ப இப்ப எனக்குத் தோனுது. ராமு புத்தகம் வாங்கிய பணத்துக்கு ஒரு பொருள் வாங்கி இருந்தால் நாலு மடங்கு பணம் கொடுத்திருக்கும். குறைந்த பட்சம் பாங்கில போட்டிருந்தா இரண்டு மூனு மடங்கு கூடி இருக்கும்.

பணம் போட்டு வாங்கற புத்தகத்தையெல்லாம் ராமு ஒழுங்கா அட்டை போட்டு வச்சிக்கமாட்டார். படிச்சிட்டு கீழ போட்டுடுவார். வீட்டுல புத்தகம் குப்பை மேடு மாதிரி கிடக்கும். அதைப் பாக்கறப்பல்லாம் எதுக்கு அப்படிப் பணத்தையெல்லாம் வீணடிக்கறார் என்று தோணும். ஆனால், ராமு கிட்ட அதைப் பற்றியெல்லாம் நான் பேசறது இல்ல. ஏன்னா நான் சொல்லி ஒன்றும் ஆகப் போறதில்ல. செல்லாத இடத்தில் சொல்லி என்ன பயன் என்று இருந்துடுவேன். நான் ஒண்ணுத்துக்கும் உபயோகம் இல்லாத ஆளாக இருந்தாலும், அந்தப் புத்தி மட்டும் கொஞ்சம் இருக்குது. அது எப்படி இருக்குது. எங்க இருந்து வந்துச்சு என்கிற அம்சந்தான் புரியறது இல்ல.

ஒருநாள் ராமும் நானும் மௌண்ட் ரோட்டில போய்க் கொண்டிருந்தோம். ராமு வழக்கமாக புத்தகம் வாங்கற கடை வந்தது.

“இரு, இதோ வந்துடுறேன்” என்று என்னை வெளியே நிற்க வைத்துவிட்டு உள்ளே போனார். நான் சாலையில் ஓடும் பஸ்களையும் கார்களையும், நடந்து செல்லும் பெண்களையும் வேடிக்கை பார்த்துக்கொண்டிருந்தேன். எனக்கு வேடிக்கை பார்க்கறது ரொம்ப பிடிக்கும். மணிக்கணக்காக ஒண்ணு ஒண்ணையும் பார்த்துக் கொண்டே நிற்பேன்; நேற்று பார்த்ததையே இன்றைக்கும் பார்த்துக்கொண்டிருப்பேன். அதிலே எனக்கு சலிப்பு என்பதே வந்ததில்லை. மாறாக வேடிக்கை பார்க்கறதே எனக்கு சந்தோஷம் கொடுக்கும். நான் சொல்ல வந்தது என்ன வென்றால், எனக்கு சந்தோஷம் தர்றது என்ன என்று தெரிஞ்சு வச்சிக்கிட்டு இருக்கேன். அதுதான்.

ராமு சந்தோஷத்தைப் புத்தகத்தில் தேடிக்கிட்டு இருக்காருன்னு தோனுது. சந்தோஷம் என்பது தேடி அலையற

விஷயமில்லை. பிடித்து வைத்துக் கொள்ளற விஷயம். பிடி கெட்டியா இருக்கிறவரைக்கும் நம்ப கிட்டே இருக்கும். பிடி நழுவும்போது, போயிடுது. அப்படித்தான் எனக்குத் தோணுது. ஆனால் சரியா தப்பா என்றால் சொல்லத் தெரியவில்லை.

“சிவ சண்முகம் போகலாமா?” என்றார்.

திரும்பிப் பார்த்தேன். கையில் தடி தடியா இரண்டு புத்தகம். அறுபது எழுபது ரூபாய் இருக்கும். மாதக் கடைசியில், கணக்கில் தான் இருக்கும்.

“நல்ல புத்தகமா?” என்றேன் நடந்துகொண்டே நான்.

“புத்தகத்துல நல்லது என்ன கெட்டது என்ன?”

ராமு என்னைத் திருப்பிக் கேட்டார். அவர் கேள்வி எனக்கு ஆச்சரியமாக இருந்தது. என்னவோ அதில் ஒட்டிக்கொண்டு இருப்பது போலவும் இருந்தது. ஆனால் என்னவென்று தெரியவில்லை.

“என்ன சொல்லுற ராமு?”

ராமு என்னவோ பதில் சொன்னார். ஆனால் லாரி போன சப்தத்தில் ஒன்றும் காதில் விழவில்லை. எனவே மறுபடியும் சொல்வாரா என்று நான் கூடவே நடந்தேன். ஆனால் அவர் ஒன்றும் சொல்லவில்லை. நானும் கேட்கவில்லை. இருவரும் நடைபாதையில் முன்னும் பின்னுமாக நடந்து சென்றோம் ஒரு பேச்சும் இல்லாமல் –

2

“அப்ப திருவனந்தபுரத்துக்கு டிக்கேட் புக் பண்ணிடவா.”

“பண்ணிடு.”

“கடைசில நின்னுட மாட்டீயே?”

”நானா?”

ராமு பதில் சொல்லாமல் வெற்றிலை போட ஆரம்பித்தார். அவர் வெற்றிலை போடுவதே ஒரு தினுசு. பொட்டணத்தைப் பிரித்து, கைச் சீவலை எடுத்து உள்ளங்கையில் வைத்து நன்றாகத் தூள் பண்ணி வாயில் போட்டுக்கொண்டு வெற்றிலையை எடுப்பார். வேட்டியில் துடைத்துத் துடைத்து பாலீஸ் ஏற்றுவது மாதிரி தூசியை எடுத்துவிட்டு, நடுக்காம்பைக் கிள்ளி எறிந்துவிட்டு சுண்ணாம்பைத் தடவி – அதையே பார்த்துக்கொண்டே இருக்கலாம் போல இருக்கும். ஒரு சமயத்திலே, ராமு புத்தகம் படிக்கறது போ தான் மனம் குவிந்து வெற்றிலை போடுவார். அவர் எது செய்தாலும் – அவருக்குப் பிடித்தமானதை செய்யறப்ப அதுல ஒரு அழகு – இன்னும் பார்த்துக்கொண்டே இருக்கலாம் என்று இருத்தி வச்சிக்கொள்ளும். அது ஒரு ஆச்சரியமான அம்சந்தான். அதையெல்லாம் நான்கூட தெரிஞ்சு வைத்துக்கொண்டு இருக்கறது எனக்கே வியப்பை அளிக்கிறது.

அதற்குக்கூட ராமுவைத்தான் ஒரு காரண மாகச் சொல்லனும். அவர் கூடப் பழக்கம்

ஏற்படலேன்னா நானே வேற மாதிரி போய் இருப்பேன் என்று இப்ப இப்பத் தோனுது. அவர் எனக்கு ஒன்னும் சொல்லிக் கொடுக்கல. நானா கத்துக்கொண்டது தான். சரியா கத்துக் கொண்டேனா – தப்பா கத்துக்கொண்டேனா என்பது சொல்ல முடியாவிட்டாலும் – ஏதோ கத்துக்கொண்டு இருக்கேன். அது எனக்கு ஒரு வழி காட்டிக் கொண்டிருக்கிறது. அதுதான் விசேஷம் என்று படுகிறது.

ராமு கூட வருவது என்று தீர்மானம் ஆகியதும் எனக்கு ரயில் வண்டியில் ஏறி உட்கார்ந்தது போல இருந்தது. அநேக ஆண்டுகளுக்கு அப்புறம் ஒரு நீண்ட பயணம் போகிறேன். அதுவும் ராமலிங்கம் கூட. மனசுக்கு ரொம்ப சந்தோஷமாக இருந்தது. ராமு வர்லே என்றால், நான் பயணம் போகத் தீர்மானித்து இருக்க மாட்டேன். ஊர் ஊரா அலையறது எனக்குப் பிடிக்கறது இல்லை. நாலு இடத்திற்குப் போய் நாலு பேரைப் பார்த்தால் அறிவு வளரும் என்பதெல்லாம் கட்டோட பிடிக்கறது இல்லை. அறிவு வளர்வதும் வளராம போறதும் ஒரு பக்கத்தில் இருக்கட்டும். ஊர் சுற்றுவதில் உள்ள கஷ்டந்தான் எனக்கு முதல்ல வரும்.

அந்த விஷயத்தில் நான் பிள்ளையார் கட்சி. தாயையும் தந்தையையும் சுற்றி வந்து மாம்பழம் தின்றது போல – இருக்கற ஊர்லியே சந்தோஷமாக இருக்கிறது தான் எனக்குப் பிடித்திருக்கிறது. அதனால நான் பெரிய அறிவாளி என்பது இல்லை. என்னவோ எனக்குப் படுகிறது. எனக்கு இப்ப ஊர் சுற்றிப் பார்க்க வேண்டும் என்ற ஆசை எதற்கு வந்திருக்கிறது. தெரியவில்லை. ஏதாவது ஒரு காரணம் இருக்கும். எனக்குத் தெரியவில்லை. அது தான் நிஜம். யாராவது ஆராய்ந்து சொல்லலாம். அப்படிச் சொல்வது ரொம்பப் புதிதாக – எனக்குக் கூட கேட்டுக்கொள்ளக் கூடியதாக இருக்கும். ஆனால் யார் சொல்வார். அது தான் தெரியவில்லை.

அடுத்த நாள், ராமு டிக்கெட் ரிசர்வேஷன் பண்ணி விட்டதாகச் சொன்னார். ஒரு வேலை முடிந்துவிட்டது. பயணம் அநேகமாக உறுதிப்படுத்தப்பட்டு விட்டது. வண்டியில் போய் உட்கார்ந்தால் போதும். இழுத்துக்கொண்டு போய்விடும். அதற்குத் தீனி – அதாவது பணம் கொடுத்தாகிவிட்டது. அதுகூட ராமு பணந்தான். நான் பணம் கொடுக்கவில்லை என்பதற்காக ஒரு காரியம் நிற்காது. என் காரியம் என்று சொல்வதுகூட சரி இல்லாமல் போகக் கூடும். ராமுகிட்ட விட்ட யார் காரியமும் நிற்காது. ஏதாவது புரட்டி – பணத்தைப் போட்டு காரியத்தை முடித்துவிடுவார். அது அவர் சாமர்த்தியம். அந்த சாமர்த்தியம்

இன்னொருவருக்கு வராதுன்னு நான் சொல்லுவேன். நான் சொல்லறது வேத வாக்கு இல்லை. ஆனால் மெய்வாக்கு. என் பேச்சே எனக்கு தேவ வாக்காய் இருக்கு.

கமலா நான் பேசறதையெல்லாம் பார்த்துவிட்டு, "என்ன ஆளே மாறிக்கொண்டு வர்றதுபோல இருக்கே" என்றாள்.

"நல்லா இருக்கா; கெட்டதா இருக்கா?"

"காளிதாசன் தான் –"

"நான் கமலாதாசன்."

"கத எழுதற அப்ப நீங்க அந்தப் பெயரு வச்சிக்கலாம்.

"அந்த பெயரில் எழுதினா எவனும் போடமாட்டான். அதனால சாருமதி பானுமதின்னு வைச்சிக்கொள்ளலாம்."

"வேணாங்க. பானுமதி துரியோதனன் பொண்டாட்டி, சாருமதி அரிச்சந்திரன் பொண்டாட்டி பெயரு மாதிரி இருக்கும்."

"அதுவும் சரிதான்."

"அப்ப என்ன பண்ணப் போறீங்க."

"கமலாதாசன் தான். எது நிஜமோ அதுதான் சரி."

கமலா எழுந்து உள்ளே போய்விட்டாள். ராமுவைப் பத்தி சொல்லிக்கொண்டிருந்த நான் அனாவசியமா கமலாவைப் பற்றி – என் மனைவியைப்பற்றி சொல்லுறேன். அது இப்ப இங்க அவசியம் இல்லை. அவசியம் என்கிறபோது நிறைய சொல்கிறேன். ஏனெனில் மெய் இன்பம். இன்பமே மெய். மெய் என்றால் உடம்பு. உடம்பே மெய் – மற்றதெல்லாம் – என்று திருவேங்கடம் ஒருநாள் நோட்டைப் புரட்டினார்.

"சரிதான். அத செத்த மூடுங்க" என்றேன்.

"தமிழ் படிக்கிறீங்களா?"

ராமு பத்து ரூபாயை எடுத்து திருவேங்கடத்திடம் கொடுத்தார். பணம் அவசியப்படும்போதெல்லாம் அவர் ராமுவிடந்தான் வருவார். ஏனெனில் அவரிடம் வாங்கினால் தான் திருப்பித் தர வேண்டாம்; அவரும் கேட்க மாட்டார். பழக்கமானவர்கள் என்று இல்லை. எல்லோரிடமும் அவர் ஒரு மாதிரிதான். வித்தியாசம் காட்டுவது இல்லை.

ஒருமுறை எனக்குத் தாளமுடியவில்லை.

"அது சரி இல்ல ராமு" என்றேன்.

"சரி."

"என்ன சரி."

"சரி இல்லேங்கறது."

"நீங்க கொடுத்ததைக் கேட்கப் பயப்படறதால, உங்கள எல்லாரும் ஏமாத்துறாங்க –"

"சரி."

"என்ன சரி."

"ஏமாத்தறது."

அந்த பேச்சுக் கூட ஒரு ஓட்டலில் தான் நடந்தது. எப்ப ஓட்டலுக்குப் போனாலும் அவர் தான் பில் கொடுப்பார். அதில் ஒரு விசேஷம் என்னவென்றால் நாங்கள் இரண்டு பேரும் சின்ன ஓட்டலுக்குப் போறது இல்லை. நல்ல ஓட்டலா – ஏ.சி. ரூமாகப் பார்த்துத்தான் போவது. அப்படிப் போகும்போது ராமு, ஓட்டல் வாசலில் தன்னுடைய பழைய சைக்கிளை ஒரு பக்கமாக நிறுத்திவிட்டு. காக்கிப் புத்தகப் பையைத் தூக்கிக் கொண்டு வருவார், அவர் பையும் சைக்கிளும் ஓட்டலுக்குள் வர அருகதையற்றதுபோல இருக்கும். அது அவருக்கும் தெரியும். ஆனால் விடவே மாட்டார். எங்கேயும் தானாகவே இருக்கறது ஒரு பெரிய விஷயந்தான். ரொம்பப் பேருக்கு அது சாத்திய மில்லை; ஆனால் ராமுவுக்கு சாத்தியமாகி இருக்கிறது.

பெரிய ஓட்டலுக்கு என்னைப் பழக்கப்படுத்தியது அவர் தான். அவர் பழக்கம் இல்லாவிட்டால் அந்த மாதிரி ஓட்டலுக்குள் நுழைந்தே இருக்க மாட்டேன். சின்ன ஓட்டலில் சாப்பிட்டுத் திருப்தி அடைந்திருப்பேன். சாப்பிடுறதைவிட பேசறதுக்குத்தான் அந்த மாதிரி ஓட்டலுக்குப் பெரும்பாலும் போவது.

அங்கேயும் நான் தான் பேசுவேன். நான் பேசப் பேச – அவர் என் வாயையே பார்த்துக்கொண்டிருப்பார். எனக்கே சலிப்பு வந்து – இல்லை வாய் வலித்து பேச்சை நிறுத்தும்போது, "உம் ... அப்புறம் சொல்லு சிவா –" என்பார். விட்ட இடத்திலிருந்து கதை தொடரும். அவர் தலையை அசைக்காமல் கேட்டுக் கொண்டே இருப்பார். அவர் காது கொடுக்கும் முறையே சொல்ல வைக்கும். அது தான் அவர் விசேஷம். விட்ட இடத்திலிருந்து கதை தொடரும். அவர் தலையை ஆட்டிக்கொண்டு ஏதோ அபூர்வமான கதையை அப்பத்தான் முதன் முதலாகக் கேட்பது மாதிரி கேட்பார். ஆனால், எங்களுக்குள் பழக்கம் ஏற்பட்ட புதிதில் அப்படி இல்லை. நான் பேசுவதை – அதாவது என்

முகத்தையே பார்த்துக்கொண்டு இருப்பார். 'உம்... அப்புறம் சொல்லு –' என்று என்னைத் தூண்டிவிட மாட்டார். சொன்னால் கேட்டுக்கொள்ளுவார். நிறுத்தினால் சும்மா இருப்பார். அந்த ஆளுகிட்ட பேசினாலும் ஒன்னு பேசாவிட்டாலும்; ஒன்னு தான்னு நினைத்துக் கொள்ளுவேன்.

அப்புறம் அப்புறம் பழக்கம் பெருகின பிறகு ராமு வேண்டுமென்று அப்படி இல்ல; சுபாவமே அதுதான்னு தெரிந்த அப்புறம் சொல்லுன்னு கேட்காததைப் பெரிசு பண்ணுறதை விட்டுட்டேன். காலப் போக்கில ராமுவும் கொஞ்சம் மாறிட்டார். கூட கூட பேசறதுக்கும் கத்துக்கிட்டார். பேசறதை சந்தோஷம்ன்னு எடுத்துக்கிட்டார் என்று சொல்ல முடியாது. ஆனால் பேச ஆரம்பித்துவிட்டார். ஒரோர் சமயம் அவர் பேசுவது, எனக்கே கேட்க சகிக்காது. பேச்சு ஒன்னோட ஒன்னு கோத்துக்கிட்டு வராமல் – தனித்தனியா இருக்கும். விஷயத்தை விட்டுட்டு வேற எங்கேயோ போவார். அதையெல்லாம் கேட்கற அப்ப, பேசாமலேயே முன்ன மாதிரி இருக்கலாமே என்று நினைத்துக்கொள்ளுவேன். ரொம்பப் பேரு பேசித்தான் கெட்டுப் போறாங்க என்கிறது ராமு பேச ஆரம்பித்த பிறகு தான் எனக்கு வெளிச்சமாகியது.

அதெல்லாம் எங்கள் நட்பை முறிக்கவில்லை. அதைச் சொல்லத்தான் வந்தேன். ஆனால் பேச்சு வேறு எங்கெங்கோ போகிறது. அதுதான் கஷ்டம். பேச்சை ஓரிடத்தில் நிறுத்த முடியறது இல்லை.

ராமுவும் நானும் பத்து வருஷமாக சிநேகிதமாக இருக்கிறோம். ஒரு காரணம் இல்லாம சிநேகிதமாக இருப்பது ரொம்ப அபூர்வம் என்று இப்ப இப்ப நினைக்கத் தோன்றுகிறது. நாள் படப்பட உறவு முறியுது; சொந்தம் கெடுது. ஆனால் ராமுவுக்கும் எனக்கும் இடையிலான நட்பு பெருகிக்கொண்டே வருகிறது. நாட்கள் ஆக ஆக ரொம்ப செழித்து வளர்ந்துகொண்டு வருகிறது.

ஒரு விஷயத்தை இப்ப சொல்லலாமென்று படுகிறது. ராமுவுக்கு ஒரு அக்கா. டில்லியில் ஒரு கல்லூரியில் பேராசிரியை. பார்க்க ரொம்ப லட்சணமாக – கம்பீரமாக இருப்பாங்க. ஆனால் பேச்சு மட்டும் சன்னமாக இருக்கும். கிட்டத்தட்ட ராமு பேசறதுபோல. பேச்சே அவர்கள் குடும்ப சொத்து மாதிரிதான் தொடர்ந்து வந்துகொண்டு இருக்கிறது என்று எனக்குப் படுகிறது. ராமு அக்கா பெயரு லட்சுமி. இங்க வந்திருந்தபோது, என்னிடம் ரொம்பப் பிரியமாக இருந்தாங்க. ராமுவுக்கும் எனக்கும் இடையில ஒரு வித்தியாசமும் காட்டல. அது ஒரு அபூர்வ குணந்தான்.

நானும் ராமுவும் சென்ட்ரலுக்குப் போய் லட்சுமியை மாலை நேரத்தில் ரயில் ஏற்றிவிட்டோம். போகும்போது, டில்லிக்கு அவசியம் வரச் சொன்னாங்க. அவர்களுக்காகவே டில்லிக்குப் போகணும் போல இருந்தது. போகணும் என்று கூட மனத்திலே தீர்மானித்துக்கொண்டேன். ராமு வருவார். இரண்டு பேருமாகத் தலைநகருக்குப் போய்விட்டு – அப்படியே இமயமலையைக்கூட பார்த்துவிட்டு வரலாம் என்று நினைத்துக் கொண்டேன். ஆனால் காலையில் பேப்பரில் ஒரு செய்தி. நம்பவே முடியவில்லை. கண்களைக் கசக்கிக்கொண்டு மறுபடி யும் மறுபடியும் படித்தேன். செய்தியில் ஒன்றும் மாற்றம் இல்லை. என்னை டில்லிக்கு அழைத்த லட்சுமி ரயில் கவிழ்ந்து போய் விட்டார்கள். அதெல்லாம் நடக்கக் கூடிய காரியமா – ஆனால் நடந்து இருக்கிறது.

கமலாவைக் கூப்பிட்டு பேப்பரைக் காட்டினேன். அவள் அதைப் படித்துவிட்டு, "யாருங்க, நம்ப ராமு அக்காவா?" என்றாள்.

நான் தலையசைத்தேன்.

"ரொம்ப பாவங்க" அவள் குரலே சோகமாக இருந்தது.

ஒரு சட்டையை எடுத்து மாட்டிக்கொண்டு பேப்பரை எடுத்துக்கொண்டு ராமலிங்கம் வீட்டிற்குப் போனேன். அப்பொழுது தான் அவர் குளித்துவிட்டு வெளியே வந்தார். அவருக்குச் செய்தி தெரியாது போலும்.

"என்ன விஷயம். காலயிலேயே வந்திருக்க" என்றார்.

எப்படி சொல்லுறது. எனக்கு சரியாகத் தெரியவில்லை. அவர் மூஞ்சியையே பார்த்துக்கொண்டிருந்தேன். அப்புறம் பேசாமல் பேப்பரை எடுத்து முன்னே நீட்டினேன். முதல் பக்கத்திலேயே தலைப்புச் செய்தி. மரணமுற்ற ஆட்களில் மூன்றாவது பேர் லட்சுமி. என்னைப் போலவே அதைப் பார்த்ததும் ராமு கலங்கிப் போய்விட்டார். சாவு மாதிரி ஆளைப் பாதிக்கற விஷயம் வேற ஒன்னும் இல்லை என்பது லேசாக எனக்கே புரிவது மாதிரி இருந்தது. அப்புறமாக ஆங்கிலப் பத்திரிகையை எடுத்துப் பார்த்தார். ஏதோ ஒரு பக்கத்தில் சின்ன செய்தி. நெருக்கமாகப் பெயர். ராமு தமிழ் – இங்கிலீஷ் பேப்பரையே பார்த்துக்கொண்டு இருந்தார்.

ராமு பெயருக்கு சாவுத் தந்தி வந்தது. எல்லாம் உறுதியாகி விட்டது. தந்தியைக் கையில் வாங்கிக்கொண்டு உள்ளே சென்றார். நானும் கூடவே போனேன்.

அம்மா குமுட்டி அடுப்பில் காபி போட்டுக்கொண்டிருந் தார்கள். காது சரியாகக் கேட்காது. ஏதாவது சொன்னால் சிரித்து

ஒரு புன்சிரிப்பு. சிரிக்கற அப்ப அவுங்க முகத்தைப் பார்க்கவே சந்தோஷமாக இருக்கும்.

ராமலிங்கம் கைகளைப் பின்னுக்குக் கட்டிக்கொண்டு – லட்சுமியின் சாவுச் செய்தியை எப்படி அம்மாவுக்கு உணர்த்துவது என்று யோசித்துக்கொண்டிருந்தார். நான் இரண்டு பேரையும் மாறி மாறிப் பார்த்துக்கொண்டே இருந்தேன். அழுகை வந்துவிடும் போல இருந்தது. அம்மாவுக்கு அந்த வயதில் இப்படியொரு துயரம் வேணுமா? தலையை அசைத்துக்கொண்டு முன்னே போய், பக்கத்தில் உட்கார்ந்தேன்.

காபியைக் கலந்து முன்னே வைத்தார்கள். எப்பொழுது போனாலும் எனக்குத்தான் முதல் காபி கிடைக்கும். பில்டர் காபி, மணம் மனத்தை இழுக்கும். காபியை ஒரு பக்கமாக எடுத்து வைத்துவிட்டு நெருங்கி உட்கார்ந்து, "அம்மா லட்சுமி செத்து போயிடுச்சு. ரயில் விபத்துல" என்றேன்.

லட்சுமி என்கிற பெயர்தான் காதுல விழுந்தது போலும். தலையை அசைத்து ஒரு சிரிப்பு சிரித்தார்கள்.

"அம்மா –"

ராமு ரேடியோ மேல் இருந்த மூக்குக் கண்ணாடியை எடுத்து வந்து அம்மாவிடம் கொடுத்தார். மாட்டிக்கொண்டார்கள். என்னவோ நடந்துவிட்டது என்பது தெரிந்துவிட்டது போலும். பரபரக்கக் கையை நீட்டினார்கள். தந்தி கைமாறியது. அம்மா அந்தக்காலத்து எட்டாம் வகுப்பு. இங்கிலீஷ் எல்லாம் நல்லா படிக்க வரும். தந்தியை ஒன்றுக்கு இரண்டு முறை படித்தார்கள். படித்து முடித்ததும், சலித்துக்கொண்டது போல என்னையும் ராமுவையும் மாறி மாறி பார்த்தாங்க. அவர் தலை குனிந்து கொண்டு இருந்தார். என்னைக் கட்டிக்கொண்டு சப்தமே இல்லாமல் அழ ஆரம்பிச்சிட்டாங்க. உடம்பே கனத்து அழுத்துவது மாதிரி இருந்தது.

அம்மாவுக்கு பொண்ணு மேல ரொம்பப் பிரியம் என்கிறது, லட்சுமி இங்க இருந்தபோது நல்லா தெரிந்தது. சாதாரணமாக அம்மாவும் பெண்ணும் எப்பவும் சண்டை தான் போட்டுக் கொள்ளுவாங்க. ஆனால் இங்க வேறு மாதிரி. அம்மா – பொண்ணு மாதிரி இல்லாம வேறு மாதிரியாக ரொம்ப நெருக்கமாக இருந்தாங்க. அதைப் பார்க்கவே ரொம்ப சந்தோஷமாக இருந்தது. இன்றைக்கு அம்மா இருக்க பொண்ணு இல்லை. அதுக்கெல்லாம் என்ன காரணம்? எனக்குப் பெரிதாக அழுகை வரும் போல இருந்தது.

அரைமணி நேரத்திற்கு அப்புறம், லட்சுமியின் பிரேதத்தை வாங்கிக்கொண்டு வருவதற்காக ராமு புறப்பட்டார். வாசல் வரையில் நானும் கூடவே வந்தேன். ராமு நின்று, "எங்க வர்ற?" என்றார்.

"நானும் வர்றேன்."

"இல்ல, வேணாம்."

"துணை வேணாம்."

"எதுக்கு, நானே பாத்துக்கறேன்." ராமு வேகமாக நடக்க ஆரம்பித்தார். அவர் போறதையே பார்த்துக்கொண்டிருந்தேன். தூரத்துக்கு ராமு போகப் போக என் மனசு படபடன்னு அடித்துக் கொள்ள ஆரம்பித்துவிட்டது. என்னால் அந்த மாதிரியெல்லாம் தனியாகப் போக முடியாது. அதுவும் ஒரு சாவை எடுக்க – ரயிலில் அடிபட்டு பாஷை தெரியாத ஊரில் கிடக்கும் சாவை எடுத்துக்கொண்டு வர போக இயலாது. அதற்கெல்லாம் ஒரு தைரியம்; மனோ பலம் வேண்டும்.

ராமு தைரியம் வெளியே தெரிகிற தைரியம் இல்லை. உள்ளுக்குள்ளேயே இருக்கிற தைரியம். அந்த மாதிரி தைரியம் எனக்கு இல்லை. இப்ப இப்ப, யோசித்துப் பார்க்கிறபோது அதெல்லாம் அடைகிற விஷயமில்லை. கூடவே பெறக்கறது என்று தெரிகிறது. அந்த மாதிரியான தைரியந்தான் தைரியமா– சொல்லத் தெரியவில்லை. ரொம்ப விஷயம் தெரியாதது மாதிரி அதுவும் தெரிய மாட்டேன்கிறது. அதையெல்லாம் தெரிந்து கொள்ள ஒரு பக்குவம் வேணும். எனக்கு அந்த மாதிரியான பக்குவமெல்லாம் கிடையாது.

நான் ரொம்ப சாதாரணமான ஆள். கல்யாணம் பண்ணிக் கிட்டு – குழந்தை பெற்றுக்கிட்டு – ரெண்டுக்கு அப்புறம் வேண்டவே வேண்டாம் என்கிற திட்டத்தை ஏற்றுக்கொண்டு ஆபரேஷன் பண்ணிக்கிட்டு இருக்கிற ஆள். ஆபரேனுக்குக் கிடைத்த பணத்துல, மனைவிக்கு தோடு வாங்கிப் போட்டேன். அப்புறம் அதை அடகு வைத்து, பணம் வாங்கி ஹவுசிங் போர்டில வீடு வாங்கினேன். அந்த வீடு நல்ல – வாடகைக்கு விட்டு இருக்கேன். மாதம் 250 ரூபாய் வருது. அதுல ஹவுசிங் போர்டுக்கு 140 ரூபா கட்டணும். மீதி லாபம். அதோடு வீடும் சொந்தமாகிக்கொண்டு வருகுது. நான் நாற்பது ரூபா வீட்டிலேயே தான் இருக்கிறேன். அந்த மாதிரி சாமர்த்தியமெல்லாம் ராமுவுக்குக் கிடையாது.

சாவைப்பற்றி சொல்ல வந்த நான், என் சாமர்த்தியத்தைப் பற்றி சொல்லுறேன். அப்படித்தான் விஷயம் ஒண்ணுலே இருந்து இன்னொன்றுக்கு தன்னாலயே தாவுகிறது.

என் தகப்பனார் காலமான அன்றைக்கு நான் தரையில் உருண்டு அழுதேன். ஏழெட்டு ஆண்டுகளுக்குப் பிறகுகூட அது நன்றாக நினைவில் இருக்கிறது. நான் அப்ப சின்ன குழந்தை இல்லை. பத்தொன்பது வயசு. வேலையில் சேர்ந்த இரண்டாம் வருஷம். ஆபீசில் இருக்கும்போது தான் தகவல் கிடைத்தது. அங்கேயே அழுகை வந்துடுச்சு. அதைக் கட்டுப்படுத்தவே முடியவில்லை. அழுதுக்கிட்டே வீட்டிற்கு வந்தேன். உள்ள வந்து அப்பா உடம்பைப் பார்த்ததும், தேம்பித் தேம்பி அழ ஆரம்பிச்சிட்டேன்.

என் அழுகையும் நிஜம்; ராமுவின் அழாத சோகமும் நிஜந்தான். சாவுங்கற விஷயம் காதில் விழும்போது பொய் யெல்லாம் கரைந்து போய்விடுகிறது. அதுதான் நிஜம் என்று எனக்குப்படுகிறது.

அப்பாவுக்கு நான் தான் ஒரே பையன். முதல் தாரத்து பிள்ளை. எனக்கு அஞ்சு ஆறு வயது இருக்கும்போது அம்மா செத்துப் போயிட்டாங்க. தண்ணி இழுக்கற அப்ப, கிணத்துல தவறி விழுந்துட்டாங்கன்னு சொல்லிக்கிட்டாங்க. அது நிஜந்தான்னு நானும் நம்பிக்கிட்டு இருந்தேன். ஆனா, அது அப்புறம் அப்புறம் மெதுவாகப் பொய்யின்னு தெரிய வந்தது. அம்மா தானா சாகவில்லை. கொன்னு கிணத்துல போட்டுட்டாங்க. அதுவும் அம்மாவை வேறு யாரும் கொல்லவில்லை. கொன்னது அப்பா தான்! அம்மாவைக் கொன்னு கிணத்துல தூக்கிப் போட்டுட்டு, தவறி விழுந்து செத்துடுச்சின்னு கத கட்டி விட்டுட்டார். அது கதன்னு அப்பவே ரொம்பப் பேருக்கு நல்லா தெரிஞ்சி இருக்கு. ஆனால் யாரும் வெளியே சொல்லவில்லை.

மிலிட்டரியில் இருந்து அப்பா வந்த புதிது அது. பெரிசா மீசை வைத்துக்கொண்டு ரோட்டிலே திரிந்துகொண்டு இருப்பார். அப்ப மேல வீதியில் தனபாக்கியம் என்று ஒரு பொண்ணு. அப்பாவுக்கு அது வீடு மாதிரி ஆகிவிட்டது. சாப்பாடு படுக்கை எல்லாம் அங்கதான். நாளாக ஆக அம்மாவுக்குத் தாள முடியவில்லை. சாதுவாக இருக்கிற அம்மா, "இன்ன நீங்க அங்க போகக் கூடாது" என்று சொல்லி இருக்காங்க.

"எங்க?" அப்பா ரொம்ப இடக்காக் கேட்டார்.

"தேவடியா வூட்டுக்கு."

"போனா?"

"நான் கிணத்துல விழுந்துடுவேன்."

"அப்படியா?"

அவன் ஆனது

“நிஜமாத்தான் சொல்லுறேன்” அம்மாவுக்கு அழுகை வந்துவிட்டது.

“நீ என்னாடீ விழறது. நான் நெனச்சா உன்ன அடிச்சிப் போட்டுடுவேன்.”

“தனபாக்கியம் சொன்னாளா.”

“அவள ஏன்டீ இங்க இழுக்கற.”

“உங்களுக்கு வெட்கமில்லை.”

“என்னாடீ வெட்கம்” அப்பாவுக்குக் கோபம் வந்து விட்டது. எழுந்து ஓர் அறை விட்டார். அம்மா சுருண்டு கீழே விழுந்தது. அப்புறம் தூக்கிக்கொண்டு போய் கிணத்தில போட்டுவிட்டு, “கிணத்துல விழுந்து சாவாளாமே... சாகட்டும் இப்ப –” என்று திண்ணையில் குந்திப் பீடியை கொளுத்தி இழுக்க ஆரம்பித்தார்.

பக்கத்து வீட்டு பெரியகருப்பன் கிணத்துல விழுந்த அம்மாவைத் தூக்கிக்கொண்டு வந்து தரையில் போட்டுவிட்டு அப்பாவிடம் வந்து, “பாவி, என்னடா பண்ணிட்ட? அண்ணி செத்துடுச்சேடா” என்றார்.

பெரியகருப்பன் சொன்ன அப்புறந்தான் அம்மா செத்தது தெரிந்தது போலும். சாவு என்றதும் அப்பா கோபமெல்லாம் கரைந்துவிட்டது. அம்மா பிணத்து மேலே விழுந்து ஒன்னு அழ ஆரம்பிச்சிட்டார். அடிக்கும்போது இருந்த அறிவு அழும்போது இல்லை. அப்ப இருந்த ஆளு வேற: இப்ப இருக்கிற ஆள் இல்ல. சாவுக்கு அப்புறம் போலீஸ், சிறை, தூக்கு எல்லாம் நினைவுக்கு வந்துவிட்டது போலும். பயந்துட்டார். வக்கீல் தேசிகர் வீட்டிற்குப் போய், “சாமி! நான் கொலை பண்ணிட்டேன்” என்றார்.

“கள்ளன் என்னடா பின்ன பண்ணுவான்.”

அப்பா அப்படியே நின்னுக்கிட்டு இருந்தார்.

“யாரடா.”

“என் பெண்டாட்டியை.”

“கொளுத்திட்டியா ?”

“ஆச்சுங்க.”

“சரி போ –”

“சாமி –”

“நீ போடா.”

சின்ன ஊரில் நடந்ததாலே எல்லோரும் சேர்ந்து அமுக்கி விட்டார்கள். ஆனால் அப்பா மனசு மட்டும் அடங்குலே. அது தான் ஆச்சரியம். தான் பண்ணிய கொலை அவரை ரொம்ப தான் பாதித்துவிட்டது போலும். அம்மா காரியத்தையெல்லாம் முடித்து விட்டு ஆள் மறைந்துவிட்டார். மூனு வருஷம் வரையில் அவர் யார் கண்களிலும் படவில்லை. எங்கே இருக்கார், என்ன பண்ணுகிறார் யாருக்கும் தெரியாது. அம்மா போனது மாதிரி அப்பாவும் போய்விட்டார் என்று எல்லோரும் தீர்மானித்துவிட்டார்கள்.

நான் தாத்தா வீட்டில் – அம்மாவைப் பெற்ற அப்பா வீட்டில் படித்துக்கொண்டு இருந்தேன். அப்பா என்னைத் தேடிக் கொண்டு அங்கே வந்திருக்கார். அப்பொழுது நான் வீட்டில் இல்லை. பள்ளிக்கூடம் போயிருந்திருக்கிறேன். அப்ப அவர் தேடிக்கொண்டு வந்திருக்கார். ஆனால் நான் அகப்படவில்லை. எப்படியோ அவர் கண்களில் படாமல் வீட்டுக்கு வந்துட்டேன். அவர் நல்லா சுத்திப் பார்த்துட்டு களைத்துப் போய் மெதுவாக வீட்டு பக்கம் வந்தார். வாசல்ல நான் நின்னுகிட்டு இருந்தேன். என்னை அடையாளம் தெரிந்தது போலும். ஓடி வந்து இறுகக் கட்டிப் பிடித்துக்கொண்டார். தாடி மீசையெல்லாம் வைத்துக் கொண்டு இருந்ததால் எனக்கு அடையாளம் தெரியவில்லை. யாரோன்னு ரொம்ப பயந்து போய் கத்திட்டேன்.

"உங்க அப்பாடா, என்ன தெரியல –"

நான் தலையசைத்தேன்.

"நிஜமா – என்ன தெரியல. தாடி மீசை எல்லாம் இருந்தா – தெரியாது தான்" என்னைக் கீழே இறக்கிவிட்டார். சித்தியும், பாட்டியும் என் சப்தம் கேட்டு வெளியே வந்தார்கள். எங்கள் இருவரையும் ஒன்றாக பார்த்துவிட்டு, என்ன சொல்வது என்று தெரியாதவர்கள் போல இருந்தார்கள்.

"பயலுக்கு என்ன அடையாளம் தெரியல –" அப்பா சிரித்தார்.

"இப்படி இருந்தா – எப்படித் தெரியும்."

"அது சரிதான்" அப்பா குரல் சன்னமாக ஒலித்தது.

"வாசல்லியே என்ன. உள்ளே வாங்க" என் கையைப் பிடித்துக்கொண்டு அப்பா மெதுவாகப் படியேறி உள்ளே சென்றார். அவர் பிடி என் கையை இறுக்கியது. எனக்கு வலிப்பதுபோல இருந்தது. தாளமுடியவில்லை. நெளிந்தேன். ஆனால் பிடி தளரவில்லை.

"ரொம்ப வலிக்குது."

"அப்பான்னு சொல்லு –" சித்தி.

நான் சித்தி பக்கம் திரும்பிப் பார்த்தேன். அப்பா என் கையைவிட்டு விட்டு சித்தியைப் பார்த்தார். அம்மா போனதிலே இருந்து நானும் சித்தியும் தான் ஒண்ணு. சித்திதான் எனக்கு பாடமெல்லாம் சொல்லிக் கொடுக்கும். அம்மா மாதிரி சித்தி இல்லை. சித்திக்கு படிக்கத் தெரியும். எனக்கு பாடமெல்லாம் சொல்லிக் கொடுக்கும்.

அப்பா சித்தியைப் பார்த்து மெல்லப் புன்னகை பூத்தார். அவர் சிரிப்பதே எனக்குச் சகிக்க முடியாதது மாதிரி இருந்தது. ஆனால் சித்தி அதை ஏற்றுக்கொண்டாங்க. தலை அசைந்தது. முகத்தில் ஒரு பிரகாசம் தோன்றியது.

சித்தி என் கையைப் பிடித்துக்கொண்டாங்க. ரெண்டு பேரும் உள்ளே போனோம். அப்பா நாங்க உள்ள போற வரையில் அப்படியே நின்னுக்கிட்டு இருந்தார். சித்தி ஒரு வாட்டி திரும்பிப் பார்த்தாங்க. எதுக்கு அப்பாவை திரும்பி பார்க்கிறாங்க என்று எனக்குத் தோனுச்சி. கையைப் பிடித்து இழுத்துக்கொண்டு வேகமாக உள்ளே போனேன். உள்ளே போன அப்புறந்தான் எனக்கு உயிர் வந்ததுபோல இருந்தது.

அப்பா மேல் எனக்கு ஒரு பிடிப்பும் வர்லே. அவரைப் பார்க்கும்போதெல்லாம் எனக்கு ரொம்பக் கோபம் வந்தது. அதுக்குக் காரணம் அம்மாவைக் கொன்றது தானா? அப்ப அந்த விஷயமெல்லாம் தெரியாது. சித்தி என்ன விட்டுட்டு அப்பாகிட்டே நெருங்கறது மாதிரி எப்படியோ தோணிப்போச்சி. அது தான் காரணம் என்று இப்போது நினைக்கிறேன். இதுகூட தப்பா இருக்கலாம். நான் எதையும் சரியா தீர்மானித்ததாகச் சொல்ல முடியாது. ஏதோ எனக்குத் தோணுகிறது. சொல்றேன். நாளைக்கு இன்னொரு விதமாகச் சொல்ல முடியுமா?

என்னால் அதெல்லாம் சாத்தியமில்லை. எனக்கு ஒரு விஷயம் தான் தெரியுது. அது தான் நான். என்னைப் பத்தி எனக்குத் தெரிந்ததைச் சொல்கிறேன். என்னைப் பத்திய விஷயமே பொய்யாக இருக்க முடியுமா? முடியும் என்று யாராவது நிரூபிக்கலாம். ஆனால் என்னால் முடியாது. சாதாரணமான மனுஷனுக்கு சாதாரணமான ஒரு வாழ்க்கைதான் இருக்கு. பிறந்ததில் இருந்து – சாகிற வரையில் – அதில் கஷ்டம் வருகிறது; சந்தோஷம் வருகிறது. அப்புறம் வேற என்னென்னமோ எதிர்பாராததெல்லாம் வருகிறது.

ஒரு நாள்.

நான் பள்ளிக்கூடம் போய்க்கொண்டிருந்தேன். அப்பா என்கூடவே வந்தார். நான் பார்க்காதது மாதிரி வேகமாக நடந்தேன். அப்பாவை எனக்குப் பிடிக்கவில்லை. வேகமாக வந்து என் கையைப் பிடித்துக்கொண்டு, “சிவசண்முகம், இதெ பிடி –” என்று சாக்கலெட்டை என் பையில் போட்டார். ஒரு சாக்கலெட்டை – பேப்பரெல்லாம் எடுத்ததை மூஞ்சிக்கு நேரே நீட்டி, “வாயத் திற –” என்றார்.

வாயைப் பெரிதாகத் திறந்தேன். சாக்லெட் வாயில் விழுந்தது.

மனத்தில் அப்பா அம்மாவை அடிக்கிற ஒரு காட்சி தோன்றியது. அப்பா என்ன சொன்னாலும் அதை உடனே செய்ய வேண்டும். கொஞ்சம் தாமதித்தால் போதும். கோபம் வந்துவிடும். கையில் கிடைத்ததை எடுத்துக்கொண்டு அடிப்பார். அம்மா அடியை வாங்கிக்கொண்டு காரியம் செய்யும்.

“சாக்லட் நல்லா இருக்கா –”

தலையசைத்தேன்.

அப்பா குனிந்து என் கையைப் பிடித்துக்கொண்டு, “ஒண்ணுகேட்டா, அதுக்கு அப்படித் தலையசைக்கக்கூடாது. வாயைத் திறந்து நல்லா பதில் சொல்லனும்” என்றார் மெல்லிய குரலில். அது எனக்குப் பழக்கமான அப்பாவின் குரலாக இல்லை. மாறி – ரொம்பவும் வித்தியாசமான ஒரு குரலாக இருந்தது. அதுக்காகவே பதில் சொல்ல வேண்டும் போலத் தோனும். ஆனால் நான் பதில் சொல்லவில்லை. அப்பாவை நிமிர்ந்துகூட பார்க்காமல், சாக்கலெட்டைத் தின்றுகொண்டே நடந்தேன்.

“தினமும் இவ்வளவு புத்தகத்தைத் தூக்கிக்கொண்டா நடக்கற. இங்க செத்த கொடு. நான் எடுத்தாறேன்” அப்பா என் கூடவே வந்தார்.

“வேணாம்.”

“என்ன வேணாம்.”

நான் பேசாமல் நடந்தேன்.

“இங்கே கொடு” அப்பா என் கையிலிருந்த புத்தகப் பையைப் பிடுங்கிக்கொண்டார். பதிலொன்றும் சொல்லாமல் – அவரைத் திரும்பிக்கூடப் பார்க்காமல் நடந்தேன். கொஞ்ச தூரம் போனதும் ஆறு வந்தது. அதைத் தாண்டிதான் பள்ளிக்கூடம். ஆற்றின் மீது மூங்கில் பாலம். வேகமாகப் போனால் ஆடும். மழைக் காலத்தில் பாலத்தைத் தொட்டுக்கொண்டு போகும். அது மழைக்காலம்

இல்லை. எனவே கீழே தண்ணீர் சிற்றோடையாக ஓடிக் கொண்டிருந்தது.

நான் குதித்துக்கொண்டு பாலத்தில் ஓடினேன். ஆனால் அப்பா பயந்துவிட்டார். வேகமாக வந்து என் கையைப் பிடித்துக் கொண்டு, "தினமும் ஆத்தைத் தாண்டிதான் போறியா" – என்றார்.

"ஆமாம்."

"தண்ணி போகச்ச பயமில்லை."

"பயமா? எனக்கென்ன பயம். நான் நல்லா நீச்சலடிப்பேன்."

"அப்படியா."

"நீச்சல் போட்டில ரெண்டு வாட்டி பரிசு வாங்கி இருக்கேன் அப்பா."

"அப்படியா" அப்பாவின் முகம் பெருமிதத்தால் மலர்ந்தது.

நான் வேகமாக ஆடிக்கொண்டே நடக்க ஆரம்பித்தேன். அப்பா என் கூட வர முயன்றார். ஆனால் முடியவில்லை. உடைந்து ஆடும் மூங்கில் பாலத்தில் நடந்து அவருக்குப் பழக்கமில்லை போலும். மெதுவாகத் தடுமாறி தடுமாறிக்கொண்டு வந்தார். அப்பாவை விட்டு விட்டு முன்னே போறது வருத்தமாக இருந்தது. பாலத்தில் அவருக்காகச் சாய்ந்துகொண்டு நின்றேன்.

அருகே வந்ததும் கையை நீட்டினேன். அவர் என் கையைப் பற்றிக்கொண்டு, "என்னால முடியல –" என்று சிரித்தார்.

"பையை இங்க கொடுங்க அப்பா –" என்று கையை முன்னே நீட்டினேன்.

"இல்ல. கீழே வந்து தர்றேன்" அப்பா பையை தூக்கிக் கொண்டு முன்னே நடந்தார் – ஆனால் அவரால் வேகமாக நடக்க முடியவில்லை. அதற்காக நானும் மெதுவாக நடந்தேன். அப்படி மெதுவாகப் போனால் பள்ளிக்கூடத்திற்கு நேரமாகிவிடும். முதல் மணி தமிழ். தாமதமாகப்போனால் தமிழாசிரியர் அடிப்பார்; அதோடு பெஞ்சு மேல் நிற்கவைப்பார். அதற்காக அப்பாவை விட்டு விட்டுப் போக எனக்கு மனம் வரவில்லை. எனவே மெதுவாக அப்பா கூடவே நடந்தேன்.

பாலத்தைத் தாண்டியதும் அப்பா சுற்றும் முற்றும் பார்த்துக்கொண்டு, "சிவா, உனக்கு உங்க சித்தியை பிடிச்சி இருக்கா" என்றார். அவர் குரலே மாறிப்போய் இருந்தது. நான் என்ன சொல்லப் போகிறேன் என்பதை ஆவலோடு

பார்த்துக்கொண்டிருந்தார். ஆனால் எனக்குத் திடீரென்று என்ன சொல்வது என்று தெரியவில்லை. அப்பாவையே பார்த்துக்கொண்டிருந்தேன்.

"சித்தி நல்லவங்கதானே."

"ஆமாம் அப்பா."

"உனக்கு சித்தியைப் புடுச்சி இருக்கில்லே."

"ரொம்ப –"

அப்பா முகத்தில் புன்சிரிப்பு தோன்றியது. சந்தோஷத்தோடு தலையசைத்துக்கொண்டார். நான் அவர் முகத்தையே பார்த்துக்கொண்டிருந்தேன். அப்பா புத்தகப் பையை என்னிடம் கொடுத்து, முதுகில் தட்டி, "சாயந்தரம் பள்ளிக்கூடம் விட்டதும் சீக்கிரமா வந்துடு" என்றார்.

"சரி அப்பா."

3

ராமுவைப் பற்றி சொல்ல ஆரம்பிச்ச நான் என்ன பத்தி எங்க அப்பாவைப் பற்றி அம்மாவைப் பற்றி சித்தியைப் பற்றி சொல்லிக்கொண்டே இருக்கேன். அந்தக் கூட ஒரு கோர்வையா ஒன்னோடு ஒன்னு கோத்து சொல்ல வர்ல. அதோடு அடிக்கடி சொந்தக் கதை சொல்லுறதை விட்டுடனும் என்று தீர்மானித்துக்கொள்ளுறேன். ஆனால் நடைமுறையில் மட்டும் வரமாட்டேன்ங் கறது.

நான் பேசறதைப் பார்த்துவிட்டு ஒருநாள் ஆண்டிசாமி, “அப்பா, இந்த வயசிலே இப்படி பேசற. உன்கிட்ட உன் பொண்டாட்டி எப்படித் தான் இருக்கப் போறாளோ” என்றார்.

அவர் எனக்கு அப்பா மாதிரி. உருவம் முக ஜாடையெல்லாம் கூட அந்த மாதிரிதான். அதுனால நான் ஒன்னும் பேசாமல் சிரித்துக்கொண்டே இருந்துட்டேன். ஆனால் கல்யாணம் ஆனப் பிறகு கமலா என்கிட்ட சந்தோஷமாகத் தான் இருக்கா. பயந்துக்கிட்டு ஓடிவிடவில்லை. அதுனால நான் பேசறதை விட்டுவிட்டதாக அர்த்தமில்ல. பேசறது கூட தன்னால் குறைந்துவிட்டதோ என்று நினைக்கிறேன். அதை எப்படித் தெரிந்து கொள்வது என்பதுதான் தெரியவில்லை .

பள்ளிக்கூடம் விட்டு வீட்டுக்குப் போகும் போது, வீட்டில ஒரு பெரிய கூட்டம். பெரியவங்க; சின்னவங்க. அதுல பல பேரை எனக்குத் தெரியல.

ஆனால் என்ன அவர்களுக்குத் தெரிந்தது போலும். கையைப் பிடித்து நிறுத்தி, "ராமையா பையனா – உன் பெயர் என்ன? என்ன படிக்கிற?" என்றெல்லாம் கேட்டாங்க. ஒவ்வொருத் தருக்கும் பதில் சொன்னேன். பதில் சொல்லுறது எனக்கு ரொம்ப சந்தோஷமாக இருந்தது.

"ராமையா, உன் பையன் வந்துட்டான்" யாரோ அப்பாவிடம் சொன்னார்கள். பேசிக்கொண்டு உள்ளே இருந்த அப்பா வெளியே வந்தார். என்ன பார்த்ததும் பையை வாங்கிக்கொண்டு பெருமையாக தலையசைத்தார். கொஞ்ச நேரம் கூட்டத்தையே பார்த்துக்கொண்டு இருந்தேன். அப்புறம் சித்தி ஞாபகம் வந்துடுச்சி. வேகமாக உள்ளே சென்றேன்.

உள்ளே போனால் பெண்கள் கூட்டம். சித்தியைக் காணவில்லை. இந்தக் கூட்டம் எதுக்கு? யாருக்காகக் கூடி யிருக்கும். சித்தியைத்தான் கேட்கணும். ஆனால் சித்தியைக் காணோம். தேடிக்கொண்டே இருந்தேன். கடைசில சித்தி காமிரா அறையில் உட்கார்ந்துகொண்டு இருந்தாங்க. என்னைப் பார்த்ததும், "உம் ... வா –" என்று கையை நீட்டி னாங்க. கையை இறுகப் பிடித்துக்கொண்டு பக்கத்தில் போய் உட்கார்ந்தேன். கொஞ்ச நேரம் வரையில் கூட்டமே மனத்தில் நிறைந்து இருந்தது. எதுக்கு கூட்டம் கூடி இருக்கு.

மூனு வருஷத்துக்கு முன்னால் ஒரு கூட்டம் இருந்தது. நான் எங்க வீட்டில் இருந்து அம்மா கூட வண்டியில் வந்தேன். அது சித்தி கல்யாணத்திற்கு. சித்திக்குக் கல்யாணம் ரொம்ப பிரமாதமாக நடந்தது. கல்யாணம் முழுவதும் நான் கூடவே இருந்தேன். கல்யாணமெல்லாம் முடிந்து சித்தி வீட்டுக்குப் போற அப்ப, நான் தான் ரொம்ப அழுதேன். ரொம்ப நேரம் வரையில் என் அழுகை நிற்கவே இல்லை. யார் யாரோ எதுக்குடா அப்படி ஒரேயடியா அழுற – இங்க வா – என்று என்ன சமாதானப் படுத்தப் பார்த்தாங்க. நான் யார்கிட்டேயும் போகாமல், தரையில் உருண்டு கத்தினேன்.

அப்ப, அப்பா எங்கோ இருந்து வந்து என் கையைப் பிடித்துத் தூக்கி, "அழாத" என்று ஒரு அதட்டல் போட்டார். அதுவே ஒரு சப்தமாக இருந்தது. கண்ணை மறைக்கும் கண்ணீருடன் அப்பாவைப் பார்த்தேன். அவர் ரொம்ப கோபமாக இருப்பது தெரிந்தது. இனியும் நான் அழுதால் அப்பா அடிப்பார். அப்பா அடி முழு அடியாக இருக்கும். அது தாள முடியாது. விசும்பிக் கொண்டே பின்னால் திரும்பிப் பார்த்தேன்.

"இங்க வா" அம்மா கை என்னை நோக்கி நீண்டு வந்தது. அப்பா பிடியில் இருந்து நழுவி அம்மாவிடம் சென்றேன்.

என் கண்ணீரோ – என்னவோ – வண்டியில் சொந்தக் காரர்களோடு போன சித்தி ஒரு வருஷத்துக்குள்ள தன்னந்தனியா திரும்பி வந்தாங்க. நான்கூட அன்றைக்கு பாட்டி வீட்டுல இருந்தேன். சித்திக்கு என்ன ஆச்சுன்னு தெரியல. அவுங்க வந்ததும் எல்லோரும் அழுதாங்க. எனக்கும் அழுகை வந்துவிட்டது. நானும் பெரிதாக அழுதேன். சித்தி என் கையைப் பிடித்துக்கொண்டே என் கண்ணீரைத் துடைத்து விட்டு அழுதாங்க... ஒன்னும் எனக்குப் புரியவில்லை. அப்புறம்... அப்புறம் தெரிந்தது... சித்தியை அந்த வீட்டில வேண்டாம் என்று சொல்லிட்டாங்க... அதுனால சித்தி இங்கேயே வந்துட்டாங்க... உம்... சித்திக்கு ஏன் அப்படியெல்லாம் வரணும்... சித்தியை ஏன் தனியா அனுப்பி விடணும். அதுக்கு என்ன தப்பு நடந்து இருக்கும்... ஒன்னும் தெரியவில்லை. ஆனால் சித்தி வந்தது எனக்குத்தான் நல்லதாக ஆகிவிட்டது. நான் சித்தி கிட்டத்தான் வளர்ந்து ஆளானேன்.

ஏதோ எனக்கு கொஞ்சம் புத்தி இருக்குன்னா அதுக்கு சித்திதான் காரணம். சித்தி என்ன ரொம்ப நல்லா கவனித்துக் கொண்டாங்க. நான்தான் அவுங்களுக்கு மகன்; சொந்த பிள்ளை மாதிரி. மாதிரி என்ன? சொந்த பிள்ளை தான்.

கூட்டமெல்லாம் கூடி கலைந்த பின்னர் – ஒருநாள் உதய காலத்தில், மூனு மைலுக்கு அப்பால் இருந்த அண்ணமார் கோவிலில் அப்பாவுக்கும் சித்திக்கும் கல்யாணம் நடந்தது. இரண்டு பேருக்கும் நடுவிலே நான் சந்தோஷமாக உட்கார்ந்து கொண்டு இருந்தேன். இப்ப நினைத்துப் பார்த்துக்கொள்கிற அப்ப நான் ரொம்ப சந்தோஷமாக இருந்த நாள் அதுதான்னு படுது.

என் மனதில் நிறைய விஷயம் படிந்திருப்பது மாதிரி தான் இருக்கு. அப்படித்தான் எல்லார்கிட்டையும் இருக்குமா? தெரியவில்லை. ராமுவை கேட்கணும். கேட்டா கூட அவர் பேச மாட்டார். கேள்வியை எல்லாம் காதில் வாங்கிக்கொண்டு, "அப்படியா?" என்று திருப்பிக் கேட்பார். அதைக் கேட்கற தொனியே ஒரு மாதிரி – வித்தியாசமாக இருக்கும். ஆனாலும் பொறுமையாகக் கேட்டுக்கொள்ளுவார், அது ரொம்ப விசேஷந்தான்.

கமலாவுக்கு அந்த பொறுமைகூட கிடையாது. நான் ஏதாவது ஒரு விஷயத்தைப் பற்றி சொல்லக் கூப்பிட்டால் மெதுவாக நழுவி விடுவாள். அதுக்கு அவள் சொல்கிற சமாதானம் நம்புவது போலவே இருக்கும். அடுப்புல சாதம் கிடக்குது; பால் பொங்குது. அப்படி இப்படி தப்பித்துக்கொண்டு போய்விடுவாள். ஆனால் ராமு விஷயமே தனி. ஒன்னப்பத்தி சொல்ல ஆரம்பித்தால் –

அதைவிட கேட்கத் தகுந்த விஷயமே இல்லை என்பது மாதிரி கேட்டுக்கொள்ளுவார். எங்கள் இரண்டு பேருடைய நட்பையும் இறுக்கியது அது தான்னு ஒரோர் சமயம் எனக்குப் படுது. நானும் இந்த வயதிற்குள் எவ்வளவோ பேரைப் பார்த்துட்டேன்; பழகிட்டேன். ஆனால் ராமு மாதிரி ஒரு ஆளைப் பார்ப்பது அபூர்வந்தான். பழகறதில் மட்டுமல்ல. செலவு செய்யற போதும்கூட அவர் தான் முதல்ல இருப்பார். எல்லாவற்றிலும் அவர்தான் முதல்.

ஓட்டலுக்குப் போனால் ராமுதான் பில் கொடுப்பார். அதில் ஒரு விசேஷம் என்னவென்றால் – சர்வருக்குக்கூட ஆளைத் தெரியும் போலும். எப்பவும் பில்லை அவர் பக்கந்தான் கொண்டு வந்து வைப்பான். தப்பித் தவறி என்னிடம் ஓட்டல் பில் வந்தால் எடுத்து அவர் கையில் கொடுத்துவிடுவேன். அவர் செலவு பண்ணட்டுமே என்று செய்யறது இல்லை. எனக்குப் பணத்தை எடுக்கத் தோன்றுவதே இல்லை. அதுக்குக் காரணம் என்ன?

ரொம்ப விஷயத்துக்குக் காரணம் தெரியாது இருக்கறது மாதிரி அதுக்கும் காரணம் தெரியவில்லை. ஒன்று தெரியவில்லை. என்றால் நான் அதையெல்லாம் ஆராய்ச்சி பண்ணிக்கிட்டு போறது இல்லை. தெரியவில்லை என்பதை ஏற்றுக்கொண்டு அதை அப்படியே விட்டுவிடுவேன்.

ஒருமுறை திருவேங்கடம் ஒரு கதை சொன்னார். கேட்கும் போது ஒன்னும் பிரமாதமாகப் படவில்லை. என்னவோ சொல்லுறாரேன்னு கேட்டுக்கிட்டேன். ஆனால் அப்புறம் அப்புறம் கதை தானாகவே நினைவுக்கு வர ஆரம்பித்துவிட்டது. கதையெல்லாம் நான் படிக்கறது இல்லை – எனக்கு நினைவிலும் இருக்காது. ஆனால் திருவேங்கடம் சொன்ன கதை நாளு ஆக ஆக நல்லா நினைவிலே பதிந்துகொண்டு வந்தது. கதையைச் சொல்லாமல் – வேற என்ன என்னமோ சொல்லிக்கொண்டு போறேன், என் விஷயமே அதான். எதைச் சொல்ல வேண்டுமோ – அதைப் பிடித்து நேரா சொல்ல தெரியவில்லை. சொல்ல வந்த கதையை சொல்லிவிடுகிறேன்.

ஒரு காட்டுல ஒரு பெரிய மகான், மகானுக்கு நிறைய மாணவர்கள். காலையிலும் மாலையிலும் மாணவர்களுக்கு பாடம் சொல்லிக் கொடுத்துக்கொண்டு இருப்பார். அது தான் மகான் வேலை. ரொம்ப நாளைக்கு அது நடந்துக்கிட்டு இருந்தது; மகானுக்கு வயது ஆகிக்கொண்டே வந்தது; சாவு தனக்கு கிட்டத்துல வந்ததை உணர்ந்தார். அதுனால உண்மையை மாணவர்களுக்கு உணர்த்திவிடவேண்டும் என்று நினைத்து பிரதம மாணவனை அருகே அழைத்தார்.

அவன் பெயர் ஆனந்தன். குரு பக்கத்தில் வந்து வணங்கி நின்றான். மகான் கொஞ்ச நேரம் அவனையே பார்த்துக் கொண்டிருந்தார். என்ன உபதேசிப்பது என்று நினைத்தாரோ என்னவோ தெரியவில்லை. அப்புறம், கொஞ்ச நேரங் கழித்து "ஆனந்தா, மரத்திலே இருந்து இலை பறித்து வா" என்றார்.

ஆனந்தன் மரத்தில் தாவி ஏறி இரண்டு கை நிறைய இலைகளைப் பறித்துக்கொண்டு வந்து மகான் காலடியில் வைத்தான்.

மகான் இலையையும் ஆனந்தனையும் மாறி மாறி பார்த்தார். அப்புறம் வாயைத் திறந்து, "ஆனந்தா, இப்ப என் காலடியில வைத்தது என்ன?" என்று கேட்டார்.

"இலை சுவாமி."

"அப்படியா –"

"ஆமாம் சுவாமி."

"மரத்தில இலை இருக்கா."

"இருக்கு சுவாமி."

"என் காலடியில்."

"கொஞ்சம் இலை இருக்கு சுவாமி."

"மரத்தில."

"நிறைய இருக்கு."

"நான் உங்களுக்கு இதுவரையில் சொல்லிக் கொடுத்தது எல்லாம் என் காலடியில் இருக்கிற இலை போலத்தான் –"

ஆனந்தன் மகானையே பார்த்துக்கொண்டிருந்தான்.

"என்ன புரியுதா ஆனந்தா."

ஆனந்தன் மகான் காலில் விழுந்து வணங்கினான்.

கதையை நான் அடிக்கடி சொல்லிப் பார்த்துக் கொள்ளுவேன். ஒரு முறை ராமுகிட்ட கூட சொன்னேன். அவர் ரொம்ப உன்னிப்பாகக் கேட்டுக்கொண்டார். அதற்கு அப்புறந்தான் ராமு அதையெல்லாம் நிறைய படித்திருப்பார் என்பதே நினைவுக்கு வந்தது. எல்லாம் எனக்கு ரொம்ப தாமதமாகத்தான் நினைவுக்கு வருகிறது. ஆனால் படிக்கும் போது ஒன்னும் நினைவில் இருந்ததில்லை.

தமிழ், இங்கிலீஸ் – கொஞ்சம் ஏதோ நிற்கும். ஆனால் கணக்கு சுத்தமாக வராது. அதில் வீக்கா இருந்தது தான் நான்

செலவு பண்ணாம இருக்கறதுக்குக் காரணமா? நிச்சயமாகச் சொல்லத் தெரியவில்லை. காரணம் தெரியாவிட்டாலும் செலவு பண்ண மனம் வரவில்லை. என் காசு என்று இல்லை; யார் காசாக இருந்தாலும் அது தான். பத்து ரூபாய்க்குச் சில்லறை யாகக் கொடுத்தால் எண்ணத் தெரியாமல் மிரண்டு போயிடுவேன். அதுனால, யாராவது சில்லறையாகக் கொடுத்தால் அப்படியே வாங்கி பையில் போட்டுக் கொண்டு வந்து விடுவேன்.

கணக்கில் நான் வீக்கா இருக்கறதாலே, சித்தி டூஷனுக்கு ஏற்பாடு பண்ணினாங்க. வகுப்பு ஆசிரியர்தான் டூஷன். மாதத்துக்கு இருபது ரூபாய். ஒன்பது மார்க்கு வாங்கிக்கொண்டிருந்த நான் பதினோரு மார்க்கு வாங்கினேன்.

அப்பா என் மார்க்கை எல்லாம் பார்த்துவிட்டு, "உருப்படுற பையனா தோனுலியே?" என்றார்.

"எதுக்கு சாபம் கொடுக்குறீங்க –" சித்தி.

"மார்க்கைப் பாரு."

"டூஷன் வச்சி இருக்கு. நீங்களும் கொஞ்சம் சொல்லிக் கொடுங்க. எல்லாம் சரியா வந்துடுவான்."

"வந்துடுவான்... வந்துடுவான் ரொம்ப பெரிய ஆளா?"

அப்பாவுக்கு நான் பின்னால எப்படி வருவேன்னு அப்பவே தெரிந்திருக்கு. அதனால அவர் என்னப் பத்தி ரொம்ப கவலைப்படவில்லை. படிக்கிறியா என்று கேட்பதோடு விட்டுவிட்டார். நானும் கஷ்டப்பட்டுத்தான் படித்தேன்.

இருந்தாலும் கேள்வித் தாளைப் பார்க்கும்போது படித்த தெல்லாம் மறந்து போய்விட்டது. ஒரு முறைக்கு இரண்டு முறை யாக எஸ்.எஸ்.எல்.சி. எழுதினேன். ஆனால், அப்பா மனசுக்குள்ளே நான் தேறிடுவேன் என்ற நினைப்பு இருந்தது போலும். அதுதான் எனக்கு ஆச்சரியமாக இருந்தது.

ஒரு நாள் அப்பா என்னை கூப்பிட்டார். எதிரே போய் நின்றேன்.

"என்ன ஆச்சு பரிட்சை."

நான் பேசாமல் இருந்தேன்.

"சொல்லுடா."

"போயிடுச்சு."

"ரெண்டாந் தடவையுமா?"

அதற்கு என்ன சொல்லுவது என்று தெரியவில்லை. தரையைப் பார்த்துக்கொண்டே இருந்தேன்.

"கணக்கில எத்தனை மார்க்கு."

"—"

"சொல்லுடா."

"பதினேழு."

"பதினேழு" திடீரென்று கன்னத்தில் ஓர் அறை விழுந்தது. எனக்கு உயிரே போவது போல இருந்தது. கன்னத்தை அழுத்திக் கொண்டு, "அப்பா," என்று அலறினேன்.

"கத்தினா கொன்னுடுவேன்" அப்பா குரல் உறுமுவது போல இருந்தது. வலியைப் பொறுத்துக்கொண்டு பேசாமல் அழுது கொண்டிருந்தேன்.

அப்பாவுக்கு சொல்ல முடியாத துயரமும் கோபமும் வந்தது. என்னையே பார்த்துக்கொண்டிருந்தார். இரண்டாம் முறையாக நான் தேர்வு எழுதியபோது – பாஸ் பண்ணிடுவேன் என நம்பிக் கொண்டிருந்தார் போலும்.

"உன்னால எல்லாம் போயிடுச்சு" அப்பா ரொம்ப சலித்துக் கொண்டு சித்தியின் பின்னே உள்ளே போனார். சித்தியாலே தான் தப்பித்தேன். இல்லாவிட்டால் அடித்து நொறுக்கி இருப்பார்.

என்ன ஒரு கிளார்க்கா ஆபீசிலே தள்ளிவிடணுமென்று அப்பாவுக்கு ரொம்ப ஆசை. அதுக்கு யார் யாரையோ பிடித்து வேண்டிய ஏற்பாடெல்லாம் செய்து வைத்திருந்தார். பாஸ் பண்ணினால் போதும். உள்ளே நுழைந்துவிடலாம். ஆனால் என் தலையெழுத்து வேறு விதமாக இருந்தது. இரண்டாம் முறையாக வும் தவறிப் போனேன். அப்பா ஆசையெல்லாம் நிராசையாகி விட்டது. அப்பா அதுனாலே ரொம்ப அவமானப்பட்டுப் போயிட்டார். அதுக்கு நான் என்ன செய்ய முடியும்? இப்ப யோசித்துப் பார்க்கையில் கூட ஒன்றும் வழி தெரியவில்லை. ஆனால் ஒன்றுமட்டும் தெரிகிறது. கிளார்க் வேலைக்கு நான் சரி இல்லை. அந்த வேலைக்குப் போகாமற் போனதுதான் எனக்கு நல்லதுன்னு படுது. இல்லாவிட்டால் நானும் ராமு மாதிரி ஒரு கிளார்க்கா போய் – நாற்காலியில் உட்கார்ந்துகொண்டு அட்டை வைத்துக்கொண்டு ஃபைபயில் எழுதனும்.

எழுதுகிற வேலையெல்லாம் எனக்கு ஏற்றது இல்லை. முதல் வரி எழுதினால் இரண்டாம் வரி வராது. முதல் வரியையே திருப்பத்திருப்பப் படித்துக்கொண்டு இருப்பேன். படிக்கப் படிக்க அதிலேயே பத்து தப்பு தென்படும். அது பழக்கத்துல

சரியா போயிருக்கும் என்று இப்பச் சொல்லமுடியவில்லை. சுபாவத்திலேயே கணக்கு வரவில்லை. கணக்கு எனக்குத் தெரியாத ஒரு விஷயமாக இருந்துகொண்டே இருக்கிறது.

கணக்கில் புத்திசாலியாக இருக்கிறவங்க மற்றத் துறையிலும் புத்திசாலியாக இருப்பாங்கன்னு ஒருநாள், நோட்டுப் புத்தகம் திருவேங்கடம் சொன்னார். நான் மக்கா இருக்கறதை குத்திக்காட்ட அதைச் சொல்லவில்லை. யாரோ அவருக்குச் சொல்லி இருக்கிறாங்க. அதைத் திரும்பச் சொல்லி இருக்கார். அவ்வளவுதான். அதுனால எனக்கு திருவேங்கடம் மீது கோபம் இல்லை.

அதை திருவேங்கடம் எப்பச் சொன்னார் என்பது மட்டும் இப்பவும் நல்லா நினைவு இருக்குது. ஒரு நாள் ராமலிங்கம் வீட்டில் சின்னப்பசங்க படிக்கறதைப் பற்றி பேச்சு வந்தது. அப்பதான் திருவேங்கடம் சொன்னார். அவர் சொன்னதைப் பற்றி நான் யோசித்துப் பார்த்தேன். எனக்கு ரொம்ப பொருந்தி வர்றது மாதிரி இருந்தது. யார் யாருக்காகவோ எங்கோ சொன்னது எனக்கு என்ன அற்புதமாகப் பொருந்துது. அது தான் ஆச்சரியமாக இருந்தது. படிக்கற அப்ப கணக்கு மட்டும் புரியாது எங்கறது இல்லை. மற்ற பாடமும் எனக்குச் சரியாகத் தெரியாது.

எழுத்துக்குப் பின்னால – சில சமயத்தில் எழுத்து உள்ள தான் விஷயம் இருக்குன்னு திருவேங்கடம் சொல்லுவார். அவர் பேசற அப்ப நான் மட்டுந்தான் வாயைப் பார்த்துக்கொண்டிருப்பேன் இல்லங்கறது இல்ல. ராமுகூடத்தான் பேசாம இருப்பார்.

ராமுவைப் பத்தியா சொல்லுறேன். திருவேங்கடம் சொன்னால் தான் என்றில்லை. யார் பேசினாலும் ராமு கேட்டுக்கொண்டே இருப்பார். அவர் உட்கார்ந்திருக்கறதைப் பார்த்தா ராமுவுக்கு காது செவிடோ என்றுகூட நினைக்கத் தோன்றும். நான்கூட அப்படித்தான் கொஞ்ச நாள் நினைத்துக் கொண்டிருந்தேன். அப்புறம் அப்புறந்தான் அது தப்புன்னு தெரிய ஆரம்பித்தது. வேணுமென்னு அவர் அப்படி இருக்கிறது இல்ல. சுபாவமாகத் தான் எல்லாத்தையும் கேட்டுக்கொண்டிருக்கிறார். ஆனால் திருவேங்கடம் அப்படி இல்ல. அவர் எப்பவும் பேசுவார். தான் புத்திசாலி மாதிரி பேசுவார். ஆனால் பேசற அப்பவே அவருக்கு ஒன்றும் தெரியாது என்பது எங்களுக்கு விளங்கி விடும். ஆனால் கேட்டுகிட்டு இருப்போம்.

திருவேங்கடத்தைப் பார்த்த அப்புறம் – பேச்சை கேட்ட அப்புறம் ஒருவிஷயம் எனக்கு நல்லா தெரிந்துவிட்டது. அது இதுதான். திருவேங்கடத்துக்கு ஒன்றும் தெரியாது. ஆனால் அந்த விஷயமே அவருக்குத் தெரியாது. தெரிந்தது மாதிரி

பேசிக்கொண்டே இருப்பார். ரொம்ப விஷயம் தெரிந்து வைத்துக்கொண்டு இருக்கிறதா நினைத்துக்கொண்டிருக்கிற திருவேங்கடத்துக்கும் எனக்கும் என்ன வித்தியாசம் என்று நினைத்துப் பார்த்தேன். எனக்கு ஒன்னும் தெரியாது என்கறதே எனக்குத் தெரியுது; அதைத் தெரிந்து வைத்துக்கொண்டு இருப்பதே ரொம்ப பெரிய விஷயம் என்று படுது. அது தான் எனக்கும் திருவேங்கடத்துக்கும் உள்ள வித்தியாசம். இப்ப அப்படித்தான் படுது; நாளைக்கு வேறு விதமாகப் படுமா? சொல்லத் தெரியவில்லை.

எப்பவும் யோசித்துக்கொண்டு இருக்கிறவங்களுக்கு, அதைப் பத்தியெல்லாம் சரியான ஒரு முடிவு இருக்கும். எனக்கு அப்படியெல்லாம் முடிவு எப்படி இருக்க முடியும். அப்ப அப்ப தோணுறதை வைத்துக்கொண்டு தான் காரியம் பண்ணவேண்டி இருக்குது. அதுனால பெரிய தப்பு ஒன்றும் பண்ணி தாறுமாறாக மாட்டிக்கொண்டதாகச் சொல்ல முடியாது. சுமாராதான் எல்லாம் போய்க்கொண்டு இருக்குது. அதுக்கு கமலா ஒரு காரணம். மனைவி கடவுள் தந்ததுன்னு சித்தி அடிக்கடி சொல்லும். அது நிஜந்தான்னு அப்பாவைப் பார்க்கையிலெல்லாம் நினைத்துக் கொள்ளுவேன். ஆனால் சித்தி தன்னை வைத்துக்கொண்டு அதை சொல்லவில்லை.

கமலா எனக்கு மனைவியாக வந்த பிறகு தான் சொன்னாங்க. அது சரிதான்னு அவளும் நிரூபித்துக்கிட்டாள் என்றுதான் சொல்லணும். பொம்பளைக்கு அறிவு ரொம்ப கம்மியின்னு சாதாரணமாகச் சொல்லுறாங்க. அது தப்புன்னு தினம் தினமும் ஒவ்வொரு பொம்பளையும் காரியத்தால பதில் சொல்லிக்கிட்டு இருக்கிறாங்க. ஆனால், அவுங்க மேல சொல்லுற குற்றச்சாட்டு மட்டும் குறையறதே இல்ல. அது வேடிக்கையாகத்தான் இருக்கு. அதுக்கு என்ன காரணம்?

நோட்டுப் புத்தகம் திருவேங்கடத்தைக் கேட்கணும். காரணத்தை விளக்கி – சமயத்தில் கதைகூட சொல்லுவார். அவர் சொல்லுற காரணம் சரியா இருக்குதோ – இல்லையோ, கதை நிஜமாகவே நல்லா இருக்கும். சந்தோஷத்தோடு சொல்லுவார். பேசுறதிலே சந்தோஷப்படுற மனுஷன்னு அவரைத்தான் சொல்ல வேண்டும். அது போலவே கேட்கறதுல சந்தோஷப்படுகிற மனுஷன் ராமு. ரெண்டு பேரும் ஒன்னு இல்ல; வேறவேற ஆளுங்க.

ஒரு நாள், ராமுகிட்டே, “திருவேங்கடம் பேசுறதுல சந்தோஷப்படுறார் இல்லையா” என்று கேட்டேன்.

ராமு தலையசைத்தார். நான் சொல்லுறதை ஏற்றுக் கொண்டு தான் தலையசைக்கிறார் என்பதை தீர்மானிக்க

முடியாது போல அது இருந்தது. அதைப் பற்றி பேசி இருக்கக் கூடாதோ என்று நினைத்தேன்.

கமலாவைப் பற்றி சொல்ல வந்த நான், அதை விட்டுட்டு, வேற என்ன என்னவோ சொல்லிக்கொண்டு போறேன்.

அதை கமலா அடிக்கடி சொல்லுவாள். ஒன்னுபத்தி பேச ஆரம்பித்தால் அங்கேயே நிக்கத் தெரியாதுன்னு. அவள் வந்த புதிதில் என்ன சொல்லுறாள் என்பதே புரியவில்லை. தலையசைத்துக் கொண்டு சிரிப்பேன். அப்புறம் அப்புறம் ஏதோ ரொம்ப அர்த்தத்துடன் தான் பேசுறாள் என்பது புரிந்தது. ஆனால் நான் பேசுறது ஒன்னும் மாறவில்லை.

ஹௌசிங் போர்டுக்கு அப்ளிகேஷன் போட்டதும் கமலா சும்மா இருக்கவில்லை. தினமும் என்னை அரிக்க ஆரம்பித்து விட்டாள். அவளுக்கு வீட்டு மேல அசாத்தியமான ஆசை, அதை அடைந்தே தீரவேண்டும் என்ற வெறி. அதுக்காக நான் எதையும் செய்யணும் என்று ஆசைப்பட்டாள். என்ன செய்யறது? என்ன மாதிரி ஆளு என்ன செய்ய முடியும்.

ஒருநாள் கமலா, "என்னங்க, மந்திரி நம்ப சாதிக்கார ஆளுதானாமே" என்றாள்.

"அப்படியா?"

"அதெல்லாம்கூட தெரியாம, சென்னையில என்ன பண்ணிக்கிட்டு இருக்கிறீங்க."

"சொல்லு –"

"மந்திரியா வந்த அப்பவே ஒரு மாலை போட்டு பழக்கம் பண்ணிக்கிட்டு இருந்தா இப்ப உபயோகமா இருக்குமில்லே."

"ஆமாம்."

கமலா என்னவோ யோசித்தாள். நான் அவளையே பார்த்துக்கொண்டிருந்தேன். அமைச்சர்களைப் பற்றியெல்லாம் திருவேங்கடம் சொல்லும் அபிப்பிராயம் நினைவுக்கு வந்தது. அவர் சொல்லுவார், சாதியை சொல்லி அமைச்சர் ஆனதும் ஒவ்வொருத்தனும் மச்சினிக்கு மட்டுந் தான் காரியம் பண்ணுவான் என்று. எனக்கு மச்சினி இல்லை. அதனால் அதன் மகிமை பற்றி சொல்ல முடியாது. இருந்தாலும், திருவேங்கடம் சொல்வதில் நிஜம் ரொம்ப படிந்திருப்பது போலவே என் ஆபீசில் பேசிக் கொள்வார்கள். இருந்தாலும், சொந்த சாதியில பிறந்தவன் ஒருவன் அமைச்சராகி இருப்பதைக் கண்டு – பழக்கம் படுத்தி வைத்துக் கொள்வது, தற்கால நடைமுறைக்கு நல்லதுதான் என்று பட்டது.

“நீங்க மசமசன்னு இல்லாம கொஞ்சம் முயற்சி பண்ணி பாருங்க.”

நானும் யோசிக்க ஆரம்பித்தேன். யாரைப் பிடித்தால் காரியம் ஆகும். சதா மூளையில் அது தான் ஓடிக்கொண்டு இருந்தது. மனிதன் அடைய வேண்டியதில் ஒன்று வீடு. எப்பாடு பட்டாவது அடைந்து விடவேண்டும். அதை அடைந்துவிட்டால் சுகமாகப் படுத்துக்கொண்டு தூங்கலாம்; உட்கார்ந்துகொண்டு இருக்கலாம். எல்லாம் சரிதான். ஆனால் வீட்டை அடைவது எப்படி?

திருவேங்கடந்தான் அதற்கும் ஒரு வழி சொன்னார். அமைச்சர்களைத் தேடிக்கொண்டு அலைந்து திரிந்து கொண்டு செல்வதைவிட – ஒரு அதிகாரியைப் பார்க்கலாமென்று. ஏனெனில் ஆடர் போடுகிறதே அவர்கள் தான். ஏதாவது பண்ணி உள்ளே நுழைத்து விடுவார்கள்.

அவர் சொல்வது ஏதோ கொஞ்சம் சுலபமான காரியம் போலத்தான்பட்டது. ஆனால் பலிக்குமா? முயற்சி பண்ணித் தான் பார்க்கவேண்டும். பலிக்கும் பலிக்காமல் போகும். அதையெல்லாம் அவரவர் அதிர்ஷ்டம் என்று சொல்ல வேண்டும். எனக்கு அதிர்ஷ்டம் உண்டா? கமலாதான் ரொம்ப அதிர்ஷ்டசாலி.

“கமலா, திருவேங்கடம் சொல்லுறார், கொஞ்சம் பணம் செலவாகுமென்று” என்றேன்.

“பணம் இல்லாம யாரு இக்காலத்துல உதவுவா?”

“அப்ப, கொடுத்துடலாமா?”

“காரியம் முடியுமா? அத பார்த்துக்கிட்டு செய்யுங்க.”

“அது சரிதான்.”

பணத்தைக் கொடுத்துவிட்டு ஏமாறக் கூடாது. காரியமும் ஆகணும்; பணமும் கொடுக்கணும். அது ரொம்ப சிக்கல் உள்ள விவகாரம் போலத்தான்பட்டது. என்ன முடிவு எடுக்கலாம். கமலா முடிவு ஒன்னுதான். எது செய்தாலும் சரிதான். அவளுக்கு வீடு வேண்டும்.

ராமுவைக் கேட்டேன். அவர் ஒரு முறை என்னை நிமிர்ந்து பார்த்துவிட்டு, புத்தகத்தைப் புரட்டினார். கொஞ்ச நேரம் அமைதியாக இருந்தது. நான் விடவில்லை.

“ராமு, என்ன செய்யலாம்?”

“என்ன செய்யலாம்.”

“திருவேங்கடம் காசு கொடுத்தால் காரியம் முடியும் என்கிறார்.”

“அப்படியா?”

“கமலா கூட காசு கொடுக்கலாம் என்கிறாள்.”

“அப்ப செய்ய வேண்டியது தானே.”

“எனக்கு என்னவோ பயமா இருக்கு.”

“எதுக்கு?”

“அது தான் தெரியல.”

கொஞ்ச நேரம் மௌனம்.

“திருவேங்கடம் நமக்குப் பழக்கமானவர் தான்.”

ராமு தலையசைத்தார்.

“– அதுனால பணத்துக்கு ஒன்னும் பயமில்லை.”

“உம்.”

“கொடுத்தடலாமென்னே பார்க்கிறேன்.”

ராமு பதில் சொல்லவில்லை. அப்புறமாக எழுந்து வெளியே வரும்போது ராமலிங்கத்திடம் வீடு பற்றி பேசி இருக்க வேண்டாமே என்று பட்டது. நான் எதையும் பின்னால தான் தெரிந்துகொள்ளுகிறேன். ஆனால் அதில் ஒரு சந்தோஷம் வருது. அது இதான். பின்னால ஆனாலும் விஷயம் என்னவென்று தெரியுது. ரொம்பப் பேரைவிட அது தேவலாம். அவர்களுக்குப் பின்னால என்பது மட்டுமல்ல – எப்பவும் தெரியறதுல்ல. தப்பை ஒன்னு ஒன்னா – சரி எங்கறது மாதிரி செய்து அதையே சாதித்துக்கொண்டு போகிறார்கள். நான் அப்படி இல்ல. அதைத் தெரிந்துகொண்டிருக்கிறேன். அது ஒரு பெரிய விஷயந்தான்.

அதற்கெல்லாம் மூல காரணம் என் வேலை. என் அறிவுக்கு ஏற்ற மாதிரிதான் வேலையும் அமைந்தது. அதுனால நான் ரொம்ப பாக்கியம் பெற்றவன். ரொம்பப் பேருக்கு வேல மனசுக்கு ஏற்ற மாதிரி அமையாது. எப்பப் பார்த்தாலும் குறைபட்டுக் கொண்டு – சலித்துக்கொண்டு – ஆனா, வேலய விட்டுடாம அதிலேயே கிடந்து உழன்று கொண்டு இருப்பாங்க. என் விஷயம் தனி.

ஆபீசுக்குப் போனதும், போட்டுக்கிட்டு இருக்கற சட்டையைக் கழட்டி வச்சுட்டு, காக்கி சட்டையை எடுத்து மாட்டிக்கொண்டு வேலையில இறங்கிடுவேன். என்ன வேலை. எடுபிடி வேலை. னெட்டை முடுக்கறது; இயந்திரத்தை அலம்புறது;

ஆயில் ஊத்தறது. ரேடியேட்டரில் தண்ணீர் விடுறது – இந்த மாதிரி வேலைதான்.

அது அப்பா வாங்கித் தந்த வேலை. என் புத்திக்கி உகந்த வேலையாதான் பார்த்து வாங்கித் தந்திருக்கார் என்று ஒரோர் சமயம் நினைத்துக்கொள்ளுவேன். இரண்டு முறையும் தேர்வில தவறிப் போனதும் – அப்பாவின் ஆசைகளும் தகர்ந்து போய் விட்டது. ஒரு வருஷம் போல என்னை விட்டுவிட்டார். சோறு தின்னுவிட்டு தெருவில அலஞ்சிக்கிட்டு இருந்தேன். அது எனக்கு ரொம்ப சுகமாக இருந்தது. ஆனால் அப்பாவுக்கு வருத்தமாக இருந்தது. அவர் ஒரே பையன் நான். என்னை நடுத்தெருவில் விட்டுவிட முடியுமா?

எம்பளாய்மெண்டில் என்னை பதிவு பண்ண வச்சி ஆபீசில் யார் யாரையோ பிடித்து – என்னை மெக்கானிக் லையனில் இழுத்துவிட்டு விட்டார். அதுக்குக்கூட ரொம்ப சிரமப்பட்டுப் போனார் என்று பின்னால் தெரிந்துகொண்டேன். அப்பா அந்த முயற்சியை எடுக்காவிட்டால் – எனக்கு சர்க்கார்லே வேலையே கிடைத்து இருக்காது. அது அப்பா பண்ணின புண்ணியம். எல்லோருக்கும் அப்பா அந்த மாதிரி புண்ணியம் பண்ண முடியுமா? அப்பா ஒரு தினுசு. கொலையும் பண்ணுவார்; புண்ணியமும் பண்ணுவார். நாள் ஆக ஆக கொலை மறைய – புண்ணியம் மட்டும் நிலைத்து இருக்கும். நானே அப்பா பண்ணிய கொலையை மறந்துட்டேன். ஏனெனில் அப்பா பண்ணின உதவிதான் பெரிசா மனசில நிற்கிறது. அதுவும் எனக்குப் பண்ணினது. தினம் தினமும் பலனை அனுபவிச்சிக்கிட்டு இருக்கேன். செத்தது அம்மாவாக இருந்தாலும் – அது வேற ஆள். நான் இல்லை.

பேச்சே சிக்கலாகப் போறது மாதிரி இருக்கு. நானும் திருவேங்கடம் மாதிரி – பேசியே என்னை ஸ்தாபித்துக்கொள்ள முயற்சிக்கிறேனோ என்று படுது. ஆனால் அதுல எனக்கு இஷ்டமில்ல. நான் சாதாரணமான ஓர் ஆள். அப்படித்தான் இருக்கணும். அதுக்கு மேல ஒன்னும் இல்ல. இருந்தாலும் சாதாரணமான ஆளும் ஒரு ஆள் தான். ஆனால், ஆபீசில யாரும் அதை ஏற்றுக்கறது இல்ல. கீழ்மட்ட வேலைக்காரன் ஒரு ஆளே இல்ல. அப்படின்னு ஒரு மனப்பான்மை இருக்கு. அதைக் கண்டு கொண்டதால, நான் தாமரையில மேல தண்ணி மாதிரி மாட்டிக் கொள்ளாமல் தப்பிச்சிக்கிட்டு வந்துடறேன்.

காலையில் ஆபீஸ்க்குப் போனால், நாலு கார் வாஷ் பண்ண காத்துக்கிட்டு இருக்கும். ஆயில் பார்த்து, கிரீஸ் அடித்து வாட்டர் வாஸ் பண்ணனும். வேலைக்குப் போன புதுசில அது ரொம்பப் பிடிச்சியிருந்தது. தண்ணி அடிக்கறது தான் பெரிய வேல.

பாட்டுப் பாடிக்கொண்டே 'கன்'னை கையில் பிடிப்பேன். கம்பரசர் ஓடுற ஓட்டத்துல பாட்டு வேற ஒருத்தருக்கும் கேட்காது. எனக்கு மட்டுந்தான் கேட்கும். பாடிக்கொண்டே வேலை தொடரும். அப்ப அப்ப தாத்தா வீட்டில் இருந்தபோது எருமை மாடு குளுப்பாட்டியது நினைவுக்கு வரும்.

ஞாயிற்றுக் கிழமை வந்துவிட்டால், எருமை மாட்டை ஓட்டிக் கொண்டு போய் குளத்தில் இறக்கி விட்டு விட்டு நாவற் பழம் அடித்துத் தின்பேன். எருமைகள் குளத்துல நல்லா கிடக்கும். அதுனால சாணியெல்லாம் ஊறிப்போயிடும். அப்புறம் தேய்ச்சி அலம்பி, ஒன்னா ஓட்டியாந்து கட்டுவேன்.

மாடு ஓட்டி வரும்போதெல்லாம் தாத்தா வாசல்ல வந்து நிப்பார். அவருக்கு நான் வர்றது எப்படித்தான் தெரியுமோ, தெரியாது. ஆனால் சரியா வந்து வாசல்ல நின்னுக்கிட்டு, "என்னடா, பையா, வாலு கொம்பெல்லாம் நல்லா தேய்ச்சி கழுவுனியா, வால்ல சாணி அப்படியே இருக்கே" என்பார்.

மாட்டை நல்லா அடிச்சி விரட்டிக்கொண்டு உள்ளே போவேன். தாத்தா என் கூடவே வந்து, "எதுக்குடா வாய் இல்லாத ஜீவனைப் போட்டு இப்படி அடிக்கற" என்பார். அப்பவும் பதில் சொல்லமாட்டேன். வேலையை சீக்கரமாக செய்துட்டு, சித்திக்கிட்ட போயிடுவேன். ஆனால், அப்புறம் மாடு ஓட்டிக் கொண்டு குளிப்பாட்டப் போனால் வால், கொம்பெல்லாம் நன்றாகத் தேய்த்து அலம்புவேன். அதை செய்யும்போது, பாட்டு வரும். நல்லா, சப்தமாகப் பாடுவேன். பின்னால் அதுவே எனக்கு வேலையாக வருமென்று நினைக்கவில்லை. ஆனால் அமைந்து போச்சி. எருமை அலம்பிக்கிட்டு சின்ன வயசில இருந்த நான், இப்ப கார் அலம்பிக்கிட்டு இருக்கேன். மாட்டுக்குப் பதிலா கார். அதுதான் வித்தியாசம்.

ஒருநாள் பெரிய வெளிநாட்டுக் காரை அலம்பிக்கிட்டு இருந்தேன். ஒரு வாரமாகத் தண்ணீரையே காணாதது போல இருக்கு. சேறும் சகதியுமாக இருந்தது. சுற்றிச் சுற்றி வந்து தண்ணீர் அடித்துக்கொண்டிருந்தேன்.

கொஞ்சம் தள்ளி, ஃபோர்மேன் அந்தோனி இடுப்பில் கை வைத்துக்கொண்டு நான் தண்ணீர் அடிப்பதையே பார்த்துக் கொண்டு இருந்தார். கிட்டத்தட்ட, தாத்தா மாதிரியே இருந்தார். கன் அவர் பக்கம் திரும்பியது. தண்ணீர் அவர் மேல் பட்டது போலும், பின்னால் நகர்ந்து என் பக்கமாக வந்தார். பார்வை ஒருமுறை கார் மீது பட்டு என் பக்கம் திரும்பியது. தண்ணீரை மட்டுப்படுத்திக்கொண்டு அவரைப் பார்த்தேன்.

“ஆக்ஸில், பாட்டமெல்லாம் நல்லா தண்ணி அடி. சும்மா மேல மட்டும் காட்டாத –”

“வேணுமென்னா குனிஞ்சி நல்லா பார்த்துக் கொள்ளுங்க சார் –”

ஃபோர்மேன் அந்தோனி ஆச்சரியப்பட்டது போல திரும்பினார். ஆனால் ஒன்றும் பேசவில்லை. கொஞ்ச நேரம் அப்படியே நின்றுகொண்டிருந்தார். வார்த்தை உறைத்துவிட்டது போலும் என நினைத்தேன். கையில் இருந்த கன் உயர்ந்தது. வேகத்துடன் தண்ணீர் காரில் பாய்ந்து கீழே வந்துகொண்டிருந்தது.

அரை மணி நேரங்கழித்து, ஃபோர்மேன் கூப்பிடுவதாக வேணு வந்து சொன்னான். திடீரென்று ஒரு மாதிரியாகிவிட்டது. வேலையில் சேர்ந்த எட்டு மாசத்தில் அதிகாரிகள் யாருடைய அறைக்கும் நான் போனதில்லை. நான் உண்டு; என் வேலை உண்டு. மெதுவாகத் தயங்கிக்கொண்டே ஃபோர்மேன் அறைக்குள் நுழைந்தேன். தண்ணீர் அடிக்கும்போது இருந்த தைரியம் இப்போது இல்லை. எனக்கு என்னவாகி விட்டது. அறிந்துகொள்ள முடியவில்லை.

ஃபோர்மேன் அந்தோனி நாற்காலியில் உட்கார்ந்து சுருட்டு குடித்துக்கொண்டிருந்தார். என்னைப் பார்த்ததும், வாயில் இருந்த சுருட்டை கையில் எடுத்துக்கொண்டு, “உட்கார்” என்று எதிரே இருந்த நாற்காலியை காட்டினார்.

நான் தயங்கினேன். உட்கார கூச்சமாக இருந்தது.

“பரவா இல்ல சார்.”

“ சும்மா உட்கார்.”

நாற்காலியில் அமர்ந்து, மேசையில் கை வைத்துக் கொண்டேன்.

“தங்கையா பையனா நீ.”

“ஆமாம் சார்.”

அந்தோனி என்னையே ஒரு கணம் பார்த்துக்கொண்டிருந்தார். அப்புறம் சுருட்டை ஒருமுறை நன்றாக இழுத்து விட்டு ஒரு புன்சிரிப்புச் சிரித்தார். எனக்குப் பயமாகவும் வெட்கமாகவும் இருந்தது. என்ன செய்வது என்பதைத் தீர்மானிக்க முடியாமல் அவரையே பார்த்துக்கொண்டிருந்தேன்.

“இதோ பார் சிவ சண்முகம். நானும் உங்க அப்பனும் நாலு வருஷம் ஒன்னா படிச்சோம். அப்புறம் இரண்டு பேரும் ஒன்னாதான் மிலிட்டரிக்குப் போனோம். ஆனால் அங்க

போனதும் தனித்தனியா பிரிஞ்சுட்டோம். பிறகு, எத்தனையோ காலம் போய் மறுபடியும் ஒன்னா சேர்ந்தோம். அவன் உன்னப் பத்தி; நீ படிக்காம போனது பத்தி ரொம்ப வருத்தப்பட்டுக் கிட்டான். நான் தான் உன்ன இந்த லையனில் இழுத்துவிடச் சொன்னேன். அவனுக்கு அது சரியாபட்டது. சரின்னான். நீயும் வந்து சேர்ந்துட்ட. ஆனால் நீ...” அந்தோனி ஒவ்வொரு வார்த்தையையும் நிறுத்தி நிறுத்தி ரொம்ப நிதானமாகப் பேசினார். அவர் பேச்சே ஒரு தினுசாக இருந்தது.

நான் வேலையில் சேர, பின்னால் நடந்த விஷயம் இலேசாகத் தெரிய ஆரம்பித்தது. ஒன்னும் தன்னால் நடக்கவில்லை. ஏதேதோ காரியங்கள். இப்ப நான் ஹௌசிங் போர்டுக்கு அலைந்து திரிந்தது மாதிரிதான். அப்பா வேலைக்காக அலைந்து என்னைச் சேர்த்து இருக்கார்.

அந்தோனியை எனக்குப் பழக்கமானவர்போல மௌன மாகப் பார்த்துக்கொண்டே இருந்தேன். சுருட்டு இன்னொரு முறை நன்றாகக் கனிந்தது.

“இன்னக்கி நீ சொன்ன வார்த்தைக்கு உன்ன வெளியே அனுப்பி இருப்பேன். ஆனா நீ புதுசு. சின்னப் பையன். எல்லாவற்றுக்கு மேல என் ஃபிரண்ட் சன். அதுனால உன்ன விட்டுட்டேன்.”

தலையசைத்தேன்.

“எப்பவும் நாக்க நீட்டாதே. அது உன்ன கொன்னுடும்” அந்தோனி குரல் கனத்து அழுத்தத்துடன் ஒலித்தது.

கைகளை நன்றாக மேசைமீது அழுத்திக்கொண்டு தலை குனிந்தபடியே இருந்தேன். ஒரு நிமிஷம் மௌனமாகக் கரைந்தது. அது எனக்கு ரொம்ப பொறுக்க முடியாதது மாதிரி இருந்தது. ஏதாவது பேச மாட்டாரா – வைய மாட்டாரா என்று எதிர்பார்த்துக்கொண்டே இருந்தேன். ஆனால் ஒன்றும் பேசவில்லை. சுருட்டை இழுத்தார்.

உட்கார்ந்திருக்க முடியவில்லை. அழுகை வரும்போல இருந்தது. இப்போது என்ன நடந்துவிட்டது. மனசு எதுக்கு அடித்துக்கொள்கிறது என்றெல்லாம் யோசித்துப் பார்த்தேன். காரணம் தெரியவில்லை. அந்தோனியைப் பற்றி நான் ரொம்ப அற்பமாகத்தான் முன்னெல்லாம் நினைத்துக்கொண்டிருந்தேன். பின்னால கெட்ட வார்த்தை சொல்லி திட்டுவேன். எதுக்கு அப்படித் திட்டினேன். நான் வேலை செய்யற இடத்துல வெறுமனே நின்னுக்கிட்டு இருப்பார். அதுதான் எனக்கு ஆத்திரத்தைக் கொடுக்கும். வெளிய சொல்ல முடியாத வார்த்தையெல்லாம்

சொல்லி என் ஆத்திரத்தைத் தீர்த்துக்கொள்ளுவேன். அதுக்கெல்லாம் சேர்த்து இப்ப வெட்கப்படுவது போல இருந்தது.

அவர் என் அப்பாவின் நண்பர். ஒருவிதத்தில் எனக்கு அப்பா மாதிரி. எனக்கு மேலதிகாரி. என்னை என்ன வேண்டுமானாலும் செய்ய அவரால் முடியும். ஆனால் ஒன்னும் செய்யவில்லை. தன் அறைக்குக் கூப்பிட்டு, உட்காரச் சொல்லி பேசுறார். அது யாருக்கும் கிடைக்கற கௌரவம் இல்ல. எட்டு வருஷமாக வேலை பார்க்கிற கேசவனுக்குக்கூட இல்லை. ஆனால் எனக்குக் கிடைத்திருக்கு. அதைக் காப்பாற்றிக்கொள்ள வேண்டும்.

“சாரி சார்” நான் எழுந்து நின்று தலை குனிந்தேன். வரும்போதே மேலே இருக்கிற யாரையும் பகைத்துக்கொள்ளக் கூடாது என்று தீர்மானித்துக்கொண்டேன். அப்ப பண்ணின தீர்மானத்தை நான் இன்னும் கைவிடவில்லை. தீர்மானம் என்பதுகூட சரி இல்லை. என் சுபாவந் தான் அது. அதுனால தான் விட்டுட முடியவில்லை. அதைச் சரியா சொல்ல முடியவில்லை. கொஞ்சம் தடுமாறுகிறது. விஷயம் ஏதோ தெரிகிற மாதிரி இருக்குது. ஆனால் வார்த்தையில சரியா சொல்ல முடியவில்லை. ஒருவேளை நிறைய படிச்சி இருந்தால், சொல்வது சாத்தியமாகி இருக்கலாமோ – என்னவோ தெரியவில்லை.

அந்தோனி சொல்லித் தந்ததில் இன்னொன்றும் என்னிடம் இருக்குது. அது தான் பணிவு. மேலும் பணிவு. கட்டளைக்குக் கீழ்ப்படிதல். அதுதான் உயரிய நற்பண்பென்றார். அந்தோனி என்ன சொன்னாலும் அது எனக்கு உகந்ததாக இருந்தது. எனவே அதைக் கெட்டியாகப் பற்றிக்கொண்டேன். சீக்கரத்தில் பலன் தர ஆரம்பித்தது. கடைசியில் வந்த எனக்கு ஒரு சின்ன பிரமோஷன். எட்டுப் பேரைப் பின்னுக்குத் தள்ளிவிட்டு மேலே வந்தேன். தேர்வு வைத்து, கேள்வி கேட்டு – என்னைத் தேர்ந்தெடுத்தார்கள். ஆனால் கேள்வி கேட்கற குழுவில் அந்தோனி இல்லை. இருந்தாலும் அவர்தான் எனக்குப் பிரமோஷன் வாங்கிக் கொடுத்ததாக ஆபீசில் பேச்சு. ஆனால் அந்தோனி ஒன்றும் பேசவில்லை.

பிரமோஷனால் பெரிய மாற்றம் ஒன்னும் இல்லை. ஆனால் அடுத்த பிரமோஷனுக்கு அது வழி கூட்டும். மேல மேல அதுனால வந்துடலாம். அந்தோனிக்கு மூக்குப் பொடி பழக்கம் உண்டு. கையில் சுருட்டும் – மூக்கில் பொடியும் இல்லாவிட்டால் ஃபோர்மேன் ரொம்ப சாதாரண ஆளாகி விடுவார். அவருக்கு உற்சாகம் அதில் தான்.

என் வீட்டிற்கு கொஞ்ச தூரத்தில் ஒரு பொடி கம்பெனி. அதில் என் சிநேகிதன் ஒருத்தன் வேலையில் இருந்தான். ஆனால்

அவன் பொடி போடமாட்டான். பொடியும் வச்சிக்க மாட்டான். அவனை ஒரு நாள் கொஞ்சம் பொடி கொண்டு வரச் சொன்னேன். ஆனால் அவன் மறந்து போய்விட்டான். நாலு நாள் மறந்துட்டான். அப்புறமாக நானே அவன் பொடி கம்பெனி வாசலில் போய் நின்று கொண்டேன். அன்றைக்கு மறக்காமல் பொடி கொண்டு வந்து கொடுத்தான். அழகான சின்ன டப்பா. மேலே ஒன்னும் பேப்பர் இல்லை. அதெல்லாம் அப்புறமாகத் தான் சுற்றுவார்களாம்.

ஆபீஸ் விட்டதும் அந்தோனி பின்னாலேயே போனேன். கொஞ்ச தூரம் போகிற வரையில் அவர் என்னைப் பார்க்கவில்லை. அப்புறம் பார்த்துவிட்டு, "எங்க இந்தப் பக்கம்" என்றார்.

"சும்மா, சார்" என்று பொடியை எடுத்து நீட்டினேன்.

"என்னது பொடியா?"

"வீட்டுக்குப் பக்கத்தில் பொடி கம்பெனி இருக்கு சார்."

"அப்படியா?" ஒரு சிட்டிகை பொடியை எடுத்து மூக்கில் போட்டுக்கொண்டார். புது பொடி அவருக்குப் பிடித்திருந்தது போலும். என் தோளில் கை போட்டுக்கொண்டு, "பிரமாதமாக இருக்கே" என்றார்.

நான் தலையசைத்தேன்.

"இப்ப இப்ப இங்கே நல்ல பொடி கிடைக்கல. தினம் நீ நாலணாவுக்குப் பொடி வாங்கியாறீயா?" என்று இரண்டு ரூபாய் நோட்டை எடுத்து என்னிடம் நீட்டினார்.

"பணம் இருக்கட்டும் சார். நான் பொடி வாங்கியாறேன்."

"இல்ல இல்ல. நீ பணத்தை முதல்ல பிடி."

என்னால் மறுக்க முடியவில்லை. பணத்தை வாங்கி பையில் வைத்துக்கொண்டேன். அன்று மாலையே, என் சிநேகிதனைப் பார்த்து ஒரு ரூபாய் கொடுத்தேன். அவன் காசு வந்ததும், தினமும் தவறாமல் பொடி கொண்டு வந்து கொடுக்க ஆரம்பித்தான். என் பொடி இல்லாமல் அந்தோனியால் இருக்க முடியாது என்ற நிலைகூட ஒரோர் சமயம் வந்தது உண்டு.

ஒரு நாள் அந்தோனி நிறைய பொடியைப் போட்டுக் கொண்டு, சிவசண்முகம், நீ புத்திசாலியா இருக்க, சீக்கரத்துல முன்னுக்கு வந்துடுவ என்றார். அத அவர் வீட்டில் வைத்து சொன்னார். லேசா குடித்து இருந்தார். அதுனால சொன்னது என்று சொல்ல முடியாது. ஏனெனில் குடியில நிதானம் தவறுகின்ற ஆள் இல்லை. என்னவோ என்னைப் பார்த்ததும் அவருக்கு அந்த மாதிரி சொல்லத் தோன்றி இருக்கிறது. அது தான் காரணம்.

என்ன புத்திசாலியின்னு சொன்ன முதல் ஆள் அந்தோனி தான். அதனால, எனக்கு ரொம்ப சந்தோஷமாக இருந்தது. மெல்ல சிரித்துக்கிட்டேன். ஏனெனில் படிக்கும் போதெல்லாம் கணக்கு வாத்தியார் என்ன மக்குன்னுதான் கூப்பிடுவார். அதுதான் அவருக்கு சந்தோஷம். அவர் கூப்பிடுவதைக் கேட்டுக் கேட்டு மற்றவர்களும் அப்படியே கூப்பிட ஆரம்பித்துவிட்டார்கள். ரொம்பப் பேருக்கு என் பெயரே தெரியாமல் போய் – மக்கே நிலைத்துவிட்டது. ஒரோர் சமயம் நான்கூட, என் பெயரே அது தானா என்று நினைத்துக்கொள்வேன். பள்ளிக்கூடத்தை விட்ட அப்புறந் தான் மக்கு என்கிற பெயரும் என்னை விட்டுப் போயிச்சி.

ஆபீசில எனக்கு அப்படியொன்னும் பெயர் இல்லை. நான்கைந்து பேர் காக்கா என்பார்கள். ஆனால், காதுபட யாரும் சொல்றது இல்லை. காதில் விழுந்தாலும் கேட்காதது மாதிரி போயிடுவேன். பிரமோஷன் வந்ததும் – அந்தோணி சார்கூட இருப்பதும் தான் அதற்கெல்லாம் காரணம்.

அந்தோனி சாருக்கு மத்தியானம் வீட்டில் இருந்து சாப்பாடு வரும். சாயந்திரம் நான் டிப்பன் காரியரைக் கொண்டுபோய் அவர் வீட்டில் கொடுப்பேன். ஒவ்வொரு நாளைக்கு இரண்டுபேரும் ஒன்னாகூட போவோம். அவர் வீடு வேப்பேரியில். சின்ன வீடு, தனி வீடு. ரொம்ப அழகா வைத்துக்கொண்டிருந்தார். அந்த மாதிரி வீட்டை வைத்துக்கொள்வது ரொம்ப அபூர்வம்.

வீட்டை அழகாக வைத்துக்கொண்டது எல்லாம் அவர் பெண் ரோஸ்மேரி. அந்தோனி சாருக்கு மொத்தம் மூனு பெண்கள். இரண்டுக்குக் கல்யாணமாகி விட்டது. ரோஸ் மேரிதான் கடைசி. அதுக்கு இன்னம் கல்யாணம் ஆகவில்லை.

முதல் முதல் அந்தோனி சார் வீட்டுக்குப் போன அன்றைக்கு ரோஸ் மேரிதான் வாசல்ல இருந்தாள். என்னைப் பார்த்ததும் சிரித்துக்கொண்டு, “வா” என்றாள். நான் பின்னால் திரும்பிப் பார்த்தேன். அதற்குள் அந்தோனி சார் உள்ளே இருந்து வெளியே வந்து, “எதுக்கு நிக்கற வா உள்ளே” என்றார். தயக்கத்துடன் அடியெடுத்து வைத்து முன்னே சென்றேன்.

“வழி கண்டுபிடிக்க ஒன்னும் ரொம்ப கஷ்டப்பட வில்லையே.”

“இல்ல.”

“உட்கார்” அந்தோனி சார் சோபாவைக் காட்டினார். உட்கார்ந்தேன். அது அரையடி உள்ளே சென்றது. என் பார்வை சுற்றும் முற்றும் தாவியது. ஒரு அன்னிய வீட்டில் என்னால் சும்மா உட்கார்ந்துகொண்டிருக்க முடியாது. கண்கள் எதையாவது

ஆராயும். அது சில சமயத்தில் தப்பென்று படுகிறது. ஆனால் என்னால் அதை விட முடியவில்லை. அந்தோனி சார் வீட்டுச் சுவரில் என்ன மாட்டி இருக்குன்னு பார்த்தேன். சுவரெல்லாம் ஏசு நாதர் படங்கள். முள் முடி தரித்து இருக்கும் ஏசுநாதர். அத பார்க்கவே ரொம்பப் பாவமாக இருந்தது. இருந்தாலும் பார்க்காமல் இருக்க முடியவில்லை. என்னையும் அறியாமல் பார்வை அந்தப் பக்கமாகத்தான் போயிக்கொண்டிருந்தது.

அந்தோனி சார் ஒரு சுருட்டைப் பற்ற வைத்துக்கொண்டு வந்து என் பக்கத்தில் உட்கார்ந்தார். லுங்கியும் – பனியனும் அவருக்குப் பொருந்தாதது போல இருந்தது. ஒருவேளை நான் புதுசா பார்க்கறதால் தான் அப்படி இருக்கிறதோ. எதுவும் சரியாக இருக்கலாம். எதைப் பற்றியும் தீர்மானமாக ஒரு முடிவு எடுக்கக் கூடாது என்று ஒருநாள் திருவேங்கடம் சொன்னார்.

"அப்படின்னா?" என்றேன் நான்.

திருவேங்கடத்துக்கு நான் கேட்டது புரியவில்லையோ இல்லை நான் விஷயத்தைப் புரிந்துகொள்ளவில்லை என்று நினைத்தாரோ தெரியவில்லை. கொஞ்ச நேரம் என்னையே பார்த்துக்கொண்டிருந்தார். ராமு மாதிரி இல்லை திருவேங்கடம். எப்பொழுதும் தான் பெரிய மனுஷன் என்ற நினைப்பு அவருக்கு உண்டு. ஆனால் நாங்கள் அவரை பெரிய மனிதனாக ஏற்றுக்கொள்ளவில்லை என்பது மட்டும் அவருக்குத் தெரியாது. அப்படியொரு அபிப்பிராயத்தை வைத்துக்கொள்ள முடியும் என்பதே அவருக்குப் புரியாது.

திருவேங்கடத்துக்கு எப்பவும் தான்தான் முக்கியம். எதை யாவது சொல்லி அதை ஸ்தாபிக்கப் பார்ப்பார். அப்பொழு தெல்லாம் ராமு – அது தனக்கு சம்பந்தமே இல்லாதது போல இருப்பார். என்னால் அப்படி இருக்க முடியாது. குறுக்கப் புகுந்து ஏதாவது பேசுவேன். திருவேங்கடமும் பேசுவார். இரண்டு பேர் பேச்சும் ஒரே சப்தமாக மாறும். அவரும் ஓய மாட்டார்; நானும் ஓய மாட்டேன்.

ராமு புத்தகத்தை மூடி வைத்துவிட்டு சோம்பல் முறித்துக் கொண்டு கண்ணாடியை கையில் எடுத்துக்கொண்டு எழுந்து, "இப்ப காபி சாப்பிடலாமா?" என்பார்.

"இல்ல, கொஞ்சம் இரு."

என்னால் முடியாது. "சாப்பிட்டு வந்து பேசுவோம் திருவேங்கடம்" திருவேங்கடம் கூடவே பேசிக்கொண்டு வருவார். பேசுவது தான் அவருக்கு வாழ்க்கை; பேசாது இருக்கறது ராமுவுக்கு வாழ்க்கை.

"சாப்பிடு" அந்தோனி சார் எதிரே இருந்த பிஸ்கெட் தட்டைக் காட்டினார். ஒரு பிஸ்கெட்டை கையில் எடுத்துக் கொண்டு நிமிர்ந்தேன். எதிரே ரோஸ்மேரி சிரித்துக்கொண்டே உட்கார்ந்திருந்தாள்.

"ஆபீசில வேல பாக்கிறான். சிவசண்முகம் என்று பெயர். என் ஃபிரண்ட் சன் –" யாருக்கோ சொல்வது போலத் தன் பெண்ணுக்கு என்னை அறிமுகப்படுத்தி வைத்தார். அவள் தலையசைத்தாள்.

நான் ஒரு பிஸ்கெட்டை கடித்துக்கொண்டே, "நீங்க, சார்" என்றேன்.

"டீ மட்டுந்தான்" அவர் டீயை கையில் எடுத்தார்.

டீ கப் ரொம்ப அழகாக இருந்தது. எங்கள் வீட்டில் கப்பே கிடையாது. எல்லாம் வெறும் தம்ளர் தான். ஓட்டலில் தான் கப்பில் சாப்பிட்டது. ஆனால் ஓட்டல் கப் இப்படி இருக்காது.

"கப் ரொம்ப நல்லா இருக்கு" என்றேன் ரோஸ்மேரியிடம்.

"கப் மட்டும் தானா?"

"– கப், டீ – இரண்டுந்தான்." எப்படி டீயை முதல்ல விட்டேன் என்பது தெரியவில்லை. அப்புறம் டீயைப் பற்றியே கொஞ்ச நேரம் பேசிக்கிட்டிருந்தேன். சீக்கரத்தில நானும் ரோஸ்மேரியும் ரொம்ப சிநேகிதமாகிட்டோம்.

ரோஸ்மேரி சிநேகிதம் எனக்கு ரொம்ப பிடிச்சியிருந்தது. அதுனால, ஆபீஸ் விட்டதும் அந்தோனி சார் டிப்பன் காரியரை எடுத்துக்கொண்டு அவர் வீட்டிற்குப் போய்விடுவேன். நாளாக ஆக அங்கே போவது கூடிக்கொண்டே வந்தது. அந்தோனி சார் ஆபீசுக்கு வராவிட்டால் கூட நான் அங்கே போய்விடுவேன். நான் அங்க போறதுக்கு ரோஸ்மேரிதான் காரணம். என்னைப் பார்த்ததும் டீ போட்டு கொடுத்துவிட்டு, ஏதாவது சினிமா கதை சொல்லுவாள். நான் அவள் வாயைப் பார்த்துக்கொண்டே கதை கேட்டுக்கொண்டு இருப்பேன். சீக்கரத்திலேயே கதை என்னை விட்டுவிடும். நான் அவளையே பார்த்துக்கொண்டிருப்பேன்.

கொஞ்ச நேரத்திற்கு அப்புறம் ரோஸ்மேரி, "நான் கதை சொன்னா நீ எங்க பார்த்துக்கிட்டு இருக்க" என்பாள்.

"உன்னை தான்."

"அப்படியா?"

"உம்."

"நாளைக்கெல்லாம் இங்க வராத.

"சரி."

"என்ன சரி?"

"நாளைக்கு வர்ல."

ஆனால் மறுநாள் ஆறுமணிக்கெல்லாம் போய் நிற்பேன். நேற்று பேச்சையெல்லாம் மறந்து போனதும் சிரித்துக் கொண்டே, "வா" என்பாள்.

பொம்பளையைத் தவிர மனுஷனுக்குச் சுகம் தர்றது வேறொன்றும் இல்லை என்று திருவேங்கடம் பின்னால ஒரு நாள் சொன்னது, ரோஸ்மேரியைப் பற்றி நினைக்கற அப்ப ரொம்ப சரியாகத்தான் இருக்குது. திருவேங்கடம் ஒரு சரியான ஆளுதான். ஆனால் எனக்கு அவர்கிட்ட ஒரு நெருக்கமே ஏற்படுல. ஏனோ தெரியவில்லை. அவரை நான் ரொம்ப வெறுத்தேன். அவர் மூஞ்சைப் பார்க்கும்போதெல்லாம் எனக்கு எரிச்சல் வரும்.

ராமுகிட்ட ஒருநாள் அதைப் பற்றி சொன்னதும் அவர் துணுக்குற்றுப் போய்விட்டார். என் கையைப் பிடித்துக் கொண்டு அதை நம்ப மறுப்பது போல பார்த்தார். அப்புறம் மெல்லிய குரலில் தனக்குத் தானே சொல்லிக்கொள்வது போல, "திருவேங்கடம் நல்ல மனுஷன்" என்றார்.

"உங்களுக்கு எல்லாரும் நல்ல மனுஷன் தான் –"

"அப்படி இல்ல –"

திருவனந்தபுரம் சாலை பஜாரில் நடந்துகொண்டு செல்லுகையில், "ராமு, நம்ப திருவேங்கடத்தையும் கூட்டியாந்து இருக்கலாம்" என்றேன்.

ராமு தலையசைத்தார்.

ராயப்பேட்டையில் வெற்றிலைபாக்கு வாங்கச் செல்வது போல திருவனந்தபுரம் சாலை பஜாரில் முன்னும் பின்னுமாக நாங்கள் நடந்து சென்றுகொண்டிருந்தோம்.

4

அன்று ஞாயிற்றுக்கிழமை. மாலையில் வேலையொன்றும் இல்லை. சும்மா உட்கார்ந்து பேசிக்கொண்டிருக்கும்போது தான் திருவனந்தபுரம் போவதாக முடிவாகியது. அது முடிவாகியதும் உட்கார்ந்திருக்க முடியவில்லை. உடனே புறப்பட்டு வீட்டிற்கு வந்தேன்.

வாசலில் கால் வைக்கும்போது மணி ஆறடித்தது. நல்ல சகுனம். போகிற காரியம் ஜெயிக்கும். எனக்கு என்ன காரியம் இருக்கிறது. ஒன்றும் இல்லை. அப்புறம் தோன்றியது; பயணம் என்பதே ஒரு காரியந்தான். நல்லபடியாகப் போய் விட்டு திரும்பி வரணும்.

உள்ளே நுழைந்ததும், "கமலா ... கமலா" என்று மனைவியைக் கூப்பிட்டேன். ஏதோ கைவேலையாக இருந்தவள் அதைப் போட்டுவிட்டு வந்து "காபி கொண்டாரட்டுமா?" என்றாள்.

"நான் திருவனந்தபுரம் போறேன்."

"காபி கொண்டாரட்டுமா?" அவள் மறுபடியும் கேட்டாள்.

"கொண்டாயேன். அதக் கேட்டுக்கிட்டே நிக்கணுமா?"

கமலா திரும்பி உள்ளே சென்றாள். நான் அவளையே பார்த்துக்கொண்டு நாற்காலியில் உட்கார்ந்தேன். கல்யாணமான புதிதில் தெரிந்த கமலா இல்லை அவள். ரொம்ப வித்தியாசமானவள்;

அப்ப ஒன்னு ஒன்னையும் என்னைக் கேட்டுத்தான் செய்வாள். சாதாரணமாகக் குழம்பு வைக்க வேண்டி இருந்தாலும் கேட்பாள். இப்ப அப்படி இல்லை. தானே முடிவு எடுத்து செய்து விடுகிறாள். ஹௌசிங்போர்டு விவகாரமே அவள் எடுத்த முடிவு தான். இல்லாவிட்டால் அந்தப் பக்கமே நான் போயிருக்க மாட்டேன். சொந்த வீடோ வாடகை வீடோ – இருக்க ஒரு வீடு. அதுக்கு மேல வீட்டுல என்ன இருக்கென்று காலத்தைத் தள்ளிக்கிட்டு போயிருப்பேன்.

கமலாவுக்கு சொந்தமாக வீடு வேண்டுமென்று ஆசை. ஏனெனில் அவள் அப்பா வீடு பெரிய வீடு. அந்தக் காலத்து சுற்றுக்கட்டு வீடு. அந்த மாதிரி வீட்டை இப்ப யாரும் கட்ட மாட்டார்கள். கமலா தாத்தா சிங்கப்பூர் போய் சம்பாதித்து வந்த பணத்தில் கட்டியது. அப்புறம் கமலா அப்பா – என் மாமனார் முன்னே எடுத்து நவீனமாகக் கட்டினார். அந்த வீட்டில் பிறந்து வளர்ந்தவளுக்கு வாடகை வீடு அதுவும் அறுபத்தைந்து ரூபாய் வாடகை வீடு பிடிக்காது தான். அது எனக்குத் தெரியுது. இருந்தாலும் என் சக்தி அதுக்கு மேல போக முடியாது. விரலுக்குத் தகுந்த வீக்கம் என்பது மாதிரி பணத்துக்கு ஏற்ற மாதிரிதான் வீடு கிடைக்கும்.

ஒரு நாள் திருவேங்கடம் ஏற்பாடு பண்ணிக்கொடுத்த ஆளோடு அமைச்சரைப் பார்க்கப் போனேன். அந்த ஆளு என்ன மாதிரிதான் பேசினான். டாக்சி வைத்துக்கொண்டு ஒரு ஓட்டலில் டிபன் சாப்பிட்டுவிட்டுப் போனோம். கோட்டையில் அமைச்சர் இருந்தார்.

“உனக்குக் காரியம் ஆகிடும்” என்னை அழைத்துக்கொண்டு மேலே போனார். பழைய காலத்துக் கோட்டைக்கு அப்பத்தான் நான் முதல் முதலாகப் போனேன். நடந்து போகையில், என்னை மாதிரி பல பேருங்க வந்து இருப்பதைப் பார்த்தேன். ஒவ்வொருத்தரும் நேரே வந்து ஆளைப் பிடித்துத்தான் காரியம் பண்ணிக்கொள்கிறார்கள் என்பதைத் தெரிந்துகொண்டேன். சில விஷயம் நேரே பார்த்த பின்னால் தான் தெரிகிறது.

ஆனால், நோட்டுப் புத்தகம் திருவேங்கடம் அதை மறுப்பார். கண்களில் காண்பதற்கு அப்பால் – காதில் விழுகின்ற செய்திகளுக்கு அப்பால் – வேறு விஷயம் இருக்கிறது. அது தான் மூல காரணம் என்பார். அதைக் கேட்கையில் சிரிப்பு வரும். நேரே தெரிவதற்கு அப்பால் என்ன இருக்க முடியும். நான் தான் ஒரு மக்கு என்றால் – திருவேங்கடம் இன்னொரு பெரிய மக்கு, அதுல வேடிக்கை என்னவென்றால் திருவேங்கடத்திற்கு தான் மக்கு என்பது மட்டும் தெரியவில்லை.

கமலா காபி கொண்டுவந்து வைத்தாள்.

காபியைக் கையில் எடுத்துக்கொண்டேன், "நான் திருவனந்தபுரம் போறேன்னேனே காதுல விழுந்ததா?"

அவள் என்னை ஒரு முறை ஏறிட்டுப் பார்த்தாள். அப்புறம் மெதுவாக, "விழுந்துச்சு" என்றாள்.

"என்ன விழுந்துச்சி."

"திருவனந்தபுரம் போறேன்னது."

"கூட யார் வர்றான்னு கேட்கலீயே."

"இல்ல."

"நானும் ராமுவும் போறோம்."

"சரி" கமலா காபி பாத்திரத்தைக் கையில் எடுத்தாள்.

நான் அதைத் தடுத்து அவள் கையைப் பிடித்துக் கொண்டு, "அது கிடக்கட்டும். நீ திருவனந்தபுரம் போயிருக்கிறீயா?" என்று கேட்டேன்.

"அடெட, என்ன விடுங்க. வேலை கிடக்கு."

"அதுக்குப் பதில் சொல்லு. நீ திருவனந்தபுரம் பார்த்திருக்கிறீயா?"

"உம்."

"என்ன, உம்."

"பாத்திருக்கேன்."

"எப்ப."

"ஆறு வருஷத்துக்கு முன்னாடி."

"பள்ளிக்கூடத்துல கூட்டிக்கிட்டுப் போனாங்களா?"

"இல்ல –"

"பின்ன."

"ஒரு போட்டாவில் பார்த்திருக்கேன்."

நான் தலை நிமிர்ந்து கமலாவை நோக்கினேன். அவள் முகத்தில் எந்தவிதமான உணர்ச்சியும் இல்லை.

"நல்லா இருந்துச்சா."

கமலா பதிலொன்றும் சொல்லாமல் பாத்திரத்தை எடுத்துக் கொண்டு உள்ளே சென்றாள். நான் அவளைத் தடுக்கவில்லை.

அவள் போவதையே பார்த்துக்கொண்டு இருந்தேன். எங்களுக்குக் கல்யாணமாகி ஐந்து வருஷங்கள் முடிந்துவிட்டது. இரண்டு குழந்தைகள். அதில் ஒன்றும் குறைச்சல் இல்லை. இன்னொன்றுகூட பிறந்திருக்கும். ஆனால் விடவில்லை.

இல்லற வாழ்க்கையில் கமலா ரொம்ப சலிச்சிப் போயிட்டாள். நான் சரியான ஓர் ஆண் மகன் போல இல்லை. அதாவது நாலு இடத்திற்கு அப்புறம் வாரம் வாரம் சினிமாவுக்கு அழைத்துக்கொண்டு போனதில்லை. கல்யாணமாகி ஊரில் இருந்து அழைத்துக்கொண்டு வந்ததுதான். அப்புறம் வேறு எங்கும் ரொம்ப தூரம் கூட்டிக்கொண்டு போனதில்லை. போகக் கூடாது என்பதில்லை. எப்படி எப்படியோ நாள் போய்விடுகிறது. ஒருநாள் மகாபலிபுரம் போவதாக ஏற்பாடு: டிக்கெட் எல்லாம் வாங்கி விட்டேன். ஆனால் பிறகு, எனக்கு ஒரே அலுப்பாக இருந்தது. கமலாவைக் கூப்பிட்டு, "கமலா, அவசியம் நம்ப மகாபலிபுரம் போகணுமா?" என்றேன்.

"இல்ல."

"என்ன இல்ல."

"மகாபலிபுரத்துல பார்க்க என்ன இருக்கு. வெறும் கல்லு தானே."

"ஆமாம். ரொம்பப் பேருக்கு அது தெரியமாட்டேன் என்கிறது. பஸ்ஸில் ஏறி இறங்கி சோறு தண்ணி இல்லாம சுத்தி அலஞ்சி தலைவலியை வாங்கிக்கிறாங்க."

கமலா தலையசைத்தாள்.

"உன் கையால நல்ல சூடா ஒரு காபி கொடு கமலா."

அவள் மெதுவாக உள்ளே சென்றாள். அதிலிருந்து அங்கே அழைத்துக்கொண்டு போங்க; இங்க போகலாம் வாங்க – என்றெல்லாம் கேட்பதே இல்லை. அதுதான் கமலாவிடம் எனக்கு ரொம்ப பிடித்த விஷயம். நான் அந்த விஷயத்தில் ரொம்ப அதிர்ஷ்டசாலி. கமலா மாதிரி ஒரு மனைவி அமைய கொடுத்துத்தான் வைத்திருக்கணும்.

ஒருமுறை கமலா அவள் அப்பா வீட்டிற்குப் போக வேண்டி இருந்தது. நானும் கூட போயிருக்கணும். ஆனால் போக இஷ்டமில்லை.

"கமலா, ரயிலடிக்குத்தான் உங்க அப்பா வருவாரே, நானும் வர்ணுமா."

"இல்ல வேணாம்."

“ஒருவேளை, உங்க அப்பா வர்லேன்னா மசமசன்னு நின்னுக்கிட்டு இருக்காத. ஒரு வண்டி வச்சுக்கிட்டு போயிடு.”

“சரி.”

“என்ன சரி.”

“நீங்க சொன்ன மாதிரி வண்டி வச்சுக்கிட்டு போயிடுறேன்.”

“நான் வர்ணுமென்னா சொல்லு. கூட வர்றேன்.”

“நீங்க எதுக்கு. நான் பார்த்துக்கிறேன். எப்படியும் அப்பா வண்டிக்கு வந்து நிப்பாங்க –”

“ஆமாம்.”

இரண்டு குழந்தைகளையும் அவளையும் இரவு வண்டியில் ஏற்றிவிட்டேன். போனதும் கடிதம் போட்டாள். ரயிலடிக்கு அப்பா வந்து அழைத்துக்கொண்டு போனதாகவும் பயணம் சௌகரியமாக இருந்ததாகவும் – கமலா என்னைப்போல் இல்லை. எதையும் அவளால் சமாளித்துக்கொள்ள முடியும். அதற்கு வேண்டிய மனோபலம் இருக்கிறது; அது ஒரு பெரிய விஷயந்தான். ஆண்களைவிட பெண்களுக்குத்தான் பொதுவாக தைரியம் அதிகம் என்று திருவேங்கடம் ஒருநாள் சொன்னார். அதற்கு உதாரணமாக புருஷன் செத்துப்போனதுக்கப்புறம் ரொம்ப காலத்துக்குப் பெண்கள் வாழ்வதைச் சொன்னார். அதை வைத்துக்கொண்டு பெண்களைத் தைரியசாலியா சொல்லிவிடலாமா?

கமலா கரப்பானுக்கு ரொம்ப பயப்படுவாள். கமலா என்ன ரோஸ்மேரிகூடத்தான் பயப்படுவாள் என்பது நினைவுக்கு வருகிறது. அவளுக்கு கரப்பான் மட்டுமல்ல, பல்லியைக் கண்டால் கூடத்தான் பயம். ஒருநாள், ரோஸ் மேரி பெரிய கம்பை வைத்துக்கொண்டு சுவற்றில் தட்டிக்கொண்டிருந்தாள். அப்பொழுது தான் நான் உள்ளே நுழைந்தேன். என்னைப் பார்த்ததும் ரொம்ப சந்தோஷமுற்று, “இங்க பார் சிவா. இந்தப் பல்லியை –” என்று தடியைக் கொடுத்தாள். நான் கம்பால் பல்லியை அடித்தேன். அடி வாலில் தான் விழுந்ததுபோலும். அது துண்டித்துத் தரையில் விழுந்து துடித்தது. வால் துடிக்கிறதைப் பார்த்ததும் ரோஸ்மேரிக்கு ரொம்ப வருத்தமாகப் போய்விட்டது.

“நீயும், பல்லி அடிக்கற லட்சணமும் –” என்று கையில் இருந்த கம்பைப் பிடுங்கிக்கொண்டு உள்ளே போய்விட்டாள்.

கமலா கோபமாக இருப்பது போலத் தோன்றியது. அவளுக்கு கோபம் வந்தால் பேச மாட்டாள். அதுதான் அவள் ஆயுதம்; அப்புறம் ரொம்ப கோபம் வந்துவிட்டால் சாப்பிட

மாட்டாள். அது ரொம்ப நாட்கள் வரையில் தெரியாமல் இருந்தது. ஏனெனில் நான் அவளை சாப்பிட்டாயான்னு கேட்கறது இல்ல; இரண்டு பேரும் ஒன்னா சாப்பிடுறதும் இல்ல. அதுதான். ஒரு முறை, அவள் நாலு நாள் ஒண்ணுமே சாப்பிடாமல் இருந்திருக்கிறாள். அது எனக்குத் தெரியாது. அப்புறம் பசி முற்றி, மயக்கம் வந்து, கீழ விழுந்துட்டாள். பக்கத்தில் இருந்தவர்கள் டாக்டரை அழைத்துவந்து காட்டி இருக்கிறார்கள். அவர் ஒன்னுமில்லை. பசிதான்னு சொல்லிட்டார். நான் வீட்டுக்குப் போனதும், கமலா ஒன்னும் சொல்லவில்லை. பக்கத்து வீட்டுக்கார அம்மா வந்து, "என்னப்பா, பொண்டாட்டி இன்னா, சாப்பிட்டியா, இல்லீயா என்று கேட்கறதுகூட இல்லீயா?"ன்னு கேட்டாள். முதல்ல, அந்த அம்மா என்ன கேட்குது என்றே எனக்குப் புரியவில்லை. திரும்பி கமலாவைப் பார்த்தேன். அவளுக்கு உடம்பு சரி இல்லை என்பதுபோல இருந்தது.

"கமலா, உடம்புக்கு என்ன?"

"ஒன்னும் இல்லீயே, நல்லாதானே இருக்கேன்."

"இல்ல –"

"லேசா தலைவலி, சரியாப்போயிடும்."

பக்கத்து வீட்டு அம்மா போய்விட்டது. மெது மெதுவாகக் கமலா மயக்கம் போட்டு விழுந்தது என் காதுக்கு எட்டியது. ஆனால் அதுபற்றி நான் அவளிடம் ஒன்றும் கேட்கவில்லை. அவளும் சொல்லவில்லை.

எழுந்து உள்ளே போனேன். கமலா ராத்திரி சாப்பாட்டிற்கு சப்பாத்தி பண்ணிக்கொண்டு இருந்தாள். பக்கத்தில் போய் உட்கார்ந்தேன்.

"திருவனந்தபுரம் போறதுக்கு டிக்கட் ரிஸர்வ் பண்ணிட்டீங்களா?" என்றாள் .

"ராமு பண்ணிட்டதா சொன்னார்."

"எப்பப் பயணம்."

"புதன்கிழமை ராத்திரி வண்டியில."

அப்புறமாக டாக்டரிடம் போய் தலைவலிக்கு, சுரத்துக்கு, லூஸ்மோஷனுக்கு, பல்வலிக்கு என்று மாத்திரைகள் வாங்கி வந்து தனித்தனியாகப் பொட்டணம் கட்டி தமிழில் பெயர் எழுதி வைத்தாள். கமலா என்னைவிட ரொம்பப் படித்தவள். பி. ஏ. கடைசி வருஷம் படிக்கும்போது தான் கல்யாணம் ஆச்சு. இல்லாவிட்டால் அதை முடித்திருப்பாள். எங்க கல்யாணத் துக்குப் படிப்பு ஒரு பிரச்சனையாக இல்லை. அவளும்

படிப்பைக் காட்டிக்கொண்டதும் இல்லை. அதனால குடும்பம் நல்லாதான் போய்க்கொண்டு இருக்குது.

படிப்பைப் பத்தி ஒருநாள் பேச்சு வந்தபோது கமலா எழுந்து உள்ளே போனாள். நான் பிடித்து உட்கார வச்சி, "நீ பி. ஏ. முடிச்சியிருந்தா என்ன பண்ணியிருப்ப?" என்றேன்.

"எதுக்கு கேட்கிறீங்க."

"சொல்லேன். சும்மா தான் கேட்கறேன்."

"இப்ப பண்ணுறததான் பண்ணி இருப்பேன்."

"இப்ப பண்ணுறதையா? அப்படியின்னா?"

"கல்யாணம் பண்ணிக்கிட்டு குடுத்தனம் பண்ணுறதை."

பெண்களுக்குக் கல்யாணம் பண்ணிக்கொள்ளத்தான் ரொம்பப் பிடிக்குது. அதுக்குத்தான் துடிக்கிறாங்க. அதுக்கு கமலா மட்டுந்தான்னு இல்ல. எல்லாருந்தான். சித்தி அப்பாவைக் கல்யாணம் பண்ணிக்கொள்ளவில்லையா? ஆனால் கல்யாணத்துக்கு அப்புறம் சித்தி சந்தோஷமாக இருந்தாங்க; அப்பாவும் ஒழுங்கா இருந்தார். இப்ப, நான் கல்யாணம் பண்ணிக் கொண்டு சந்தோஷமாக இருக்கேன்.

சந்தோஷமென்றால் என்ன என்பதையும்கூட அது பொறுத்து இருக்கிறது. நான் சொல்லுறது சரிதான்னு நினைக்கிறேன். அவனவன் தீர்மானிக்கிறான். அது தான் சந்தோஷம். கிட்டத்தட்ட பி.ஏ. படிச்ச கமலா என்னோட வாழ்ந்துகிட்டு இருக்கிறாள். கல்யாணத்துக்கு முன்னாடியே எனக்குப் படிப்பு இல்லெங்கறது அவளுக்குத் தெரியும். தெரிந்து தான் கட்டிக்கொண்டாள். அவளுக்கு ஆணுக்குப் படிப்பு முக்கியம் இல்ல; சம்பாதிச்சி சாப்பாடு போட்டு நல்லா வச்சிக்கணும் –.

அது கமலா நினைப்பு. அதுக்கு அவள் பிறப்பு – வளர்ப்பு எல்லாம் ஒரு காரணம். அது தான் தெரிந்த காரணம். தெரியாத காரணம் பத்து இருக்கலாம். என்னால் அதையெல்லாம் ஆராய்ந்து பார்த்துக்கொண்டிருக்க முடியாது. ஏனென்றால் திருவேங்கடம் மனைவி அவரை விட்டுட்டுப் போய்விட்டாள். அதுக்கு என்ன காரணம். எனக்குத் தெரியவில்லை. ஆனால் திருவேங்கடம் அவளை ரொம்ப நல்லா வச்சியிருந்தார். தினம் இரண்டு முழம் பூ வாங்கிக் கொண்டு போவார். பூ வாங்கும்போது நான்கூட நிற்பேன்.

"என்ன சிவா பூ."

"தினம் வாங்கிக்கிட்டு போறீங்களே."

"நீயும் வாங்கிக்கிட்டுப் போடா. பூ பிடிக்காத பொண்ணே பூலோகத்தில் கிடையாது."

இரண்டு முழம் எனக்கு வாங்கித் தந்தார். அவருக்குப் பூக்காரியிடம் கணக்கு. அதைப் பார்த்து நானும் கணக்கு வைத்துக்கொண்டுவிட்டேன்.

முதல் நாள் நான் பூ வாங்கிக்கொண்டு போனதும் கமலா ஆச்சரியத்துடன் என்னைப் பார்த்தாள். அப்பொழுது கல்யாணமாகி ஒரு வருஷம் ஆகி இருந்தது. நான் ஒருநாள்கூட பூ வாங்கிக்கொண்டு போனதில்லை.

"இன்னக்கி என்னங்க விசேஷம்."

"விசேஷமா? எதுக்கு கமலா."

"பூ வாங்கியாந்து இருக்கிறீங்களே."

"அதுவா, திருவேங்கடம் வாங்கினார். அப்படியே எனக்கும் வாங்கிக் கொடுத்தார்."

கமலா பதிலொன்றும் சொல்லாமல் பூவை வாங்கிக் கொண்டு புன்னகை பூத்தாள். அவளிடம் ஒரு சூட்சமமான அறிவு இருந்தது. அது எதையும் சீக்கரத்தில் கண்டுபிடிச்சி விடும். அது என்கிட்ட இல்லை. அதுல வேடிக்கை என்ன வென்றால் – எது என்னிடம் இல்லை என்கிறதே எனக்குத் தெரிந்து இருப்பது தான்.

திருவேங்கடம் என்னைப் பார்க்கிறபோதெல்லாம் "நீ லேசுப்பட்ட ஆளு இல்ல, சிவா" என்பார். வேடிக்கையாகத்தான் சொல்லுறார் என்று ரொம்ப நாளைக்கு நினைச்சிக்கிட்டு இருந்தேன். அப்புறந்தான் நிஜமாகவே சொல்லுறார் என்பது தெரிந்தது.

ஹௌசிங் போர்டிலே இருந்து, எனக்கு வீடு கிடைத்ததும் திருவேங்கடம், "உனக்கு கிடைக்குமென்னு எனக்கு அப்பவே தெரியும்!" என்றார்.

"எப்படி சொல்லுறீங்க."

"அதுவா –" திருவேங்கடம் வாயில் சீவலை அள்ளிப் போட்டுக்கொண்டார். நான் அவர் பக்கமாக நெருங்கி உட்கார்ந்துகொண்டேன். வெற்றிலை போட ஆரம்பித்தால் அவர் கவனமெல்லாம் அதில் தான் இருக்கும். வெற்றிலை போடுறதையே பெரிய வேலையாக மதித்துச் செய்வார். வெற்றிலை போட்டு முடிக்கற வரையில் அவர் முகத்தையே பார்த்துக்கொண்டிருந்தேன். பிடி புகையிலையை அள்ளி

வாயில் போட்டுக்கொண்டு சப்தமாக என்னவோ சொன்னார். எனக்குப் புரியவில்லை.

"என்ன சார், சொல்லுங்க" என்றேன்.

"வீட்டை என்ன பண்ணப்போற."

"வாடகைக்கு விடலாமென்று கமலா சொல்லுறாள்."

"அப்படியா?"

"அது தான் சரின்னு எனக்கும் படுது. வாடகைக்கு விட்டால் இருநூறு ரூபாய் வரும். அதுல ஹௌசிங் போர்டுக்கு நூறு ரூபாய் கட்டிடலாம். அதோடு இப்ப வீட்டுக்குத்தர்ற வாடகைக்கு மீதிப்பணம் வரும்."

திருவேங்கடம் வெற்றிலையை மென்றுகொண்டே என்னைப் பார்த்தார். அவர் பார்வை ஒரு மாதிரியாக இருந்தது. அவர் தன் மனைவி சொல்லுறதையெல்லாம் கேட்க மாட்டார். எல்லாம் அவர்தான் செய்வார்; கடைக்குப்போய் காய்கறிகூட அவர்தான் வாங்கி வருவார். அவர் மனைவி அவரை விட்டுவிட்டுப் போனதுக்கு அதுதான் காரணமா?

எதுக்கு இப்படி ஒன்னு ஒன்னையும் ஆராய்ந்து பார்க்கிறேன். அது அவசியம் இல்லாத வேலை. ஆனால் மூளை அதுலதான் ரொம்பத் தீவிரமாக வேலை செய்கிறது. அதைப் பற்றிக் கமலாவிடம் சொன்னால், சிரிப்பாள். அவளுக்கு அதெல்லாம் எப்ப பிடிக்கும் – எப்ப பிடிக்காது என்பது சரியா சொல்ல முடியாது. ஆனாலும், அதை வெளியே காட்ட மாட்டாள். தானாக அறிந்துகொள்ள வேண்டும். அதுதான் கமலாவையும் என்னையும் ஒன்னா பிணச்சி இருக்குது.

திருவேங்கடம் ஒரு நாள் "இரண்டு மூனு வருஷத்துக்கு அப்புறம், பெண்டாட்டிக்கு புருஷன் மேல வெறுப்பு வந்துடுது; பழைய மோகமெல்லாம் ஒரேயடியா வடிஞ்சி போயிடுது. ஆனால் அத ரொம்ப வெளியே சிலர் காட்டிக்கறது இல்ல. மனசில காட்டிக்கறாங்க!" என்றார். முதல்ல, அவர் சொல்லுறது தப்போன்னு நினைச்சேன். அப்புறம், தன்னைப்பத்திய நிஜத்தைச் சொல்றது நினைவுக்கு வந்தது. அவர் மனைவி வெறுப்பு காட்டவில்லை. ஒரேயடியாக விட்டு விட்டுப் போய் விட்டாள். அதைப் பற்றி கேள்விப்பட்டபோது எனக்கு ஒன்றும் பேசத் தோன்றவில்லை. ராமுவைப் பார்த்தேன். அவர் வழக்கத்துக்கு மாறாக, "ரொம்பக் கொடுமை" என்றார்.

எதைப் பற்றி சொல்கிறார் என்பது எனக்குத் தெரியவில்லை. அவர் முகத்தையே பார்த்துக்கொண்டிருந்தேன்.

5

திங்கள் கிழமை. ஆபீஸுக்குப் போனதும் முதல் வேலையாக லீவுலெட்டர் எழுதிக் கொடுத்தேன். ராகவன்னு ஒருத்தர். அவர்தான் லீவு எல்லாம் பார்க்கறது. என் லீவு லெட்டரைப் பார்த்து "என்னடா, திருவனந்தபுரம் போகிறீயா?" என்றார் என்னைப் பார்க்காமலேயே. நான் அவரையே பார்த்துக்கொண்டு இருந்தேன். அவருக்கு வயது ஐம்பது ஐம்பத்தைந்து இருக்கும். நான் வேலைக்கு வந்த அன்றைக்குப் பார்த்தது போலவே இருக்கிறார். மூப்பென்பதே மனிதனுக்கு இல்லையோ என்று அவரைப் பார்க்கும்போதெல்லாம் தோன்றும். எனக்கு முன் மயிரெல்லாம் உதிர ஆரம்பித்துவிட்டது. கமலா அதைக் கவனித்துவிட்டுத் தைலம் வாங்கிக்கொண்டு வந்து கொடுத்தாள். அதை இப்போது தினம் தேய்த்துக்கொண்டு வர்றேன். ஏதோ கொஞ்சம் பரவாயில்லை. உதிர்வது கொஞ்சம் குறைந்திருக்குது போல இருக்கிறது. இருந்தாலும் மயிர் உதிர்வதை ஒரேயடியாக நிற்க வைக்க முடியாது. ஏனெனில் எங்க அப்பாவுக்கு வழுக்கை. அது அவர் அப்பாவுக்கும் இருக்கலாம். எனக்குத் தெரியாது. வழுக்கையெல்லாம் பரம்பரையாக வர்றதுன்னு கேள்விப்பட்டு இருக்கேன்.

கமலாவுக்கு அதில் நம்பிக்கை இல்லைபோலும். நிறைய தைலம் வாங்கிக்கொண்டு வந்து தருகிறாள். பெண்களுக்குத் தன் புருஷன் சுந்தரபுருஷனாக இருக்கணுமென்று தான் ஆசையாக இருக்கிறது. அதுல கமலா விலக்கு இல்ல.

"சிவசண்முகம், உனக்கு போன்."

"போனா, எனக்கா – "

"சரி" போன் அருகே சென்றேன். அநேகமாக எனக்கு போனே வராது. யாருக்கும் நான் நம்பர் கொடுக்கறது இல்லை. அதனால், நான் போன் அது என்று யோசித்துக்கொண்டே போய் அதைக் கையில் எடுத்து. "ஹலோ சிவசண்முகம் பேசுறேன்" என்றேன்.

"நான், ராமு – ராமலிங்கம்."

"ராமுவா, சொல்லுங்க" நான் பரபரத்தேன். அவர் இது வரையில் எனக்குப் போன் பண்ணியதே இல்லை. நானும் நம்பர் கொடுத்தது இல்லை. என் ஆபீஸ் நம்பர் கூட எனக்கு சரியாகத் தெரியாது. ஏதோ ஏழெட்டு நம்பர். ஒரே மாதிரியாக இருக்கும். அப்புறம் அறுபத்தேழு எக்ஸ்டென்ஷன். எப்பப் பார்த்தாலும், யார் கையிலாவது போன் இருந்துகொண்டே இருக்கும்.

"சண்முகம்."

"சொல்லுங்க சார்."

"இன்னக்கி ராத்திரியே ஆபீஸ் விஷயமாக நான் கோயம்புத்தூருக்குப் போக வேண்டி இருக்கு. அங்க போயிட்டு அப்படியே திருவனந்தபுரம் வந்துடுறேன். நீ வந்துடு நம்ப திட்டப்படி – "

எனக்கு அதெல்லாம் சரியா விளங்கவில்லை. அவர் என்னோடு வரவில்லை. அது மட்டுந்தான் புரிந்தது.

"ஹலோ – "

"சொல்லுங்க ராமு."

"கோயம்புத்தூரில ஒரு நாள் வேலதான். அதுனால செவ்வாய்க் கிழமையே நான் திருவனந்தபுரம் வந்துடுவேன்."

"அப்படியா?"

"உன்ன ரிசீவ் பண்ண திருவனந்தபுரம் ஸ்டேஷனுக்கு வந்து நிற்பேன்."

அதெல்லாம் நிச்சயமாகச் சொல்லக் கூடியதில்லை. சரியாகவும் வரலாம். தவறியும் போகலாம்.

"அவ்வளவு சிரமம் எதுக்கு ராமு. டிக்கெட்டை கேன்சல் பண்ணி விடலாம் இல்ல."

"அதெல்லாம் வேணாம். நம்ப பழைய முடிவுப்படியே புதன்கிழமை வண்டியில வா. நான் ஸ்டேஷனுக்கு வந்து உன்னை அழைத்துக்கொண்டு போறேன்."

சா. கந்தசாமி

"முடியாம போயிட்டா."

"முடியாதுங்கற பேச்சே இல்ல. நான் கண்டிப்பா வந்துடுவேன்."

"நீ – எப்ப – எந்த வண்டிக்குப் போற – நான் ஸ்டேஷனுக்கு வர்றேன்."

"நான் ஒரு ஆபீசர்கூட போறேன். அதுனால எப்ப புறப்படுவேன் – எங்க இருப்பேன்னு சரியா சொல்ல முடியாது. டிக்கெட்டை உன் வீட்டுல கொடுத்திட்டுப் போறேன். நீ வந்துடு. நான் ஸ்டேஷனிலே வந்து உனக்காகக் காத்துக்கிட்டு இருக்கிறேன் –"

என்னால் மறுக்கமுடியவில்லை. சரி என்றேன். யாராவது ஏதாவது அழுத்திச் சொன்னால் என்னால் மறுக்க முடிவதில்லை. ஏற்றுக்கொண்டு பின்னால் – எதுக்கு ஏற்றுக்கொண்டோம் என்று கவலைப்படுவதே ஒரு வேலையாகிவிட்டது. அப்படியெல்லாம் இனி இருக்கக் கூடாது. முடியாததை அப்பொழுதே நிராகரித்துவிட வேண்டும் என்று தீர்மானித்துக்கொள்கிறேன். இருந்தாலும், ஒருபொழுதும் அப்படிச் செய்ய முடியறது இல்லை.

என்ன செய்வது. எனக்குக் குழப்பமாக இருந்தது. அன்று முழுவதும் வேலையே ஓடவில்லை. கேன்டீனில் ரொம்ப நேரத்தைப்போக்கினேன். ஆனால் ராமு சொன்னால் செய்வார். அவரை நம்பலாம். சாத்தியமில்லாததை அவர் ஏற்றுக்கொள்ள மாட்டார். அது அவரிடம் விசேஷம். என்னிடம் இல்லாதது. இருந்தாலும் தனியாக ஒரு நீண்ட பயணம் போவது பயமாக இருந்தது. யோசித்துப் பார்க்கப் பார்க்க கேன்ஸல் பண்ணிவிடுவதுதான் சரி என்று பட்டது.

கமலாவையும் கேட்டுக்கொள்ளலாம் என்று முடிவு பண்ணிக்கொண்டு வீட்டிற்கு வந்தேன். வீட்டிற்குள் காலடி எடுத்து வைத்ததுமே கமலா, "உங்க ஃபிரண்ட் வந்துட்டுப் போனார்" என்றாள்.

"சரி."

"என்ன சரி, உங்களைக் கண்டிப்பாக வரச் சொன்னார். அவர் ஸ்டேஷனில் வந்து காத்துக்கிட்டு இருக்காராம்."

"வராட்டால் –"

"அது எப்படி, நிச்சயமாக வரேன்னு சொன்னார்."

"இப்ப மாதிரி அப்பவும் வேல வரும். நின்னுடுவார். அப்ப அவஸ்தப்படுறது யார்?"

"அதெல்லாம் ஒன்னும் வராது. நீங்க போயிட்டு வாங்க – ."

"அப்படியா சொல்லுற."

"பாவம், உங்க ஃபிரண்ட் ரொம்ப வருத்தப்பட்டார். ஒண்ணாப்போக முடியாம போயிடுச்சேன்னு – ."

"போன்கூட பண்ணினார்."

எங்கள் பேச்சை கேட்டுக்கொண்டிருந்த என் பையன், "அப்பா, நீங்க திருவனந்தபுரம் போறதா பக்கத்து வீட்டு மைதிலி, பாபுகிட்ட எல்லாம் சொல்லிவிட்டேன் அப்பா. இப்ப நீங்க போகாட்டா அவுங்க என்ன ரொம்ப கேலி பண்ணுவாங்க அப்பா –" என்று சிணுங்கினான்.

"ஏன்டா, நீ சொல்லிட்டா நான் போகணுமா?"

"அவுங்க அப்பா, மாசம் மாசம் டூர் போறார் அப்பா. அதனாலே அவன் எங்கிட்ட வந்து, எங்க அப்பா பாம்பே போறார். டில்லி போறார், பெங்களூர் போறார் அப்படி இப்படியின்னு சொல்லுவான். நானும் கேட்டுக்கிட்டே இருந்தேன். அவன் நேத்தி வந்து சொல்லுற அப்ப, நான் போடா, எங்க அப்பா திருவனந்தபுரம் போறார்ன்னேன். பாருங்க அப்பா அவன் நம்பவே இல்லை. திருவனந்தபுரம் – உங்க அப்பாவான்னு திரும்பத் திரும்பக் கேட்டான் அப்பா. நான் அவனை அடிக்கப்போனேன். அப்ப மைதிலி, உங்கப்பா கூடுவாஞ்சேரிகூடத் தாண்ட மாட்டார்ன்னாள்.

மைதிலி நீ பாரு. புதன்கிழமை எங்க அப்பா திருவனந்த புரம் போகப் போறார். நான் போய் வண்டி ஏத்திவிட்டு வரப்போறேன்!" சொல்லி முடிப்பதற்குள் கண்களில் நீர் பெருகிவிட்டது.

கமலா அவனை இழுத்துத் தன்னோடு அணைத்துக் கொண்டு, "எதுக்குடா இப்ப அழற. உங்க அப்பா ஊருக்குப் போகத்தான் போறாங்க" என்றாள்.

அவன் சமாதானம் அடையவில்லை. தேம்பித் தேம்பி அழ ஆரம்பித்துவிட்டான். அவனுக்காகவே நான் திருவனந்தபுரம் போகவேண்டும் போல இருந்தது.

"சரி போறேன்டா."

"குழந்தைகிட்ட எதுக்கு இப்படிக் கோவிச்சிக்கிறீங்க –"

"ஊரெல்லாம் யாரு அவனை தம்பட்டம் அடிக்கச் சொன்னா?"

கமலா பையனை அழைத்துக்கொண்டு உள்ளே போனாள்.

என் பயணம் நிற்க வழியொன்றும் இல்லை. ஒவ்வொருவரும் என்னை வண்டியில் ஏற்றி அனுப்பத் தன்னால் முடிந்ததையெல்லாம் செய்துகொண்டிருக்கிறார்கள். அதில், இருந்து தப்பித்துக்கொள்ள வழியேதும் புலப்படவில்லை. சரியாக மாட்டிக்கொண்டு விட்டதுபோலத் தோன்றியது. வீணாக ஆசைப்பட்டதின் பலன். அனுபவித்து தான் தீர வேண்டும். நினைத்துப் பார்க்கப் பார்க்க மனசுக்கு ரொம்ப வருத்தமாக இருந்தது.

ராமு வேண்டுமென்றுதான் கழட்டிவிடுகிறாரோ என்ற ஒரு நினைப்பு வந்தது. ஆனால் ராமு அப்படிப்பட்ட ஆள் இல்லை. தப்பா அவரைப்பற்றி அப்படியெல்லாம் நினைக்கக் கூடாது. எனக்கு இப்ப ரொம்ப வேண்டிய ஆள் என்றால் அவர் தான். அவர் மேல் சந்தேகப்படுவது என் மேலேயே சந்தேகப் படுவது மாதிரிதான். ஒருவன் தன்மேலேயே சந்தேகப்பட்டுக் கொள்ள முடியுமா? தெரியவில்லை. ஒருவேளை உலகத்தில் இரண்டு ஒருத்தன் அப்படி இருக்கலாம். திருவேங்கடத்தைக் கேட்டால் தெரியும்.

திருவேங்கடத்தைப் பற்றி நினைப்பு இங்கு எதற்கு? விஷயமே ராமு பற்றிதான். இரண்டு பேரும் ஒண்ணா திருவனந்தபுரம் போறதா முடிவு பண்ணி இருந்தோம், ஆனால் அவர் என்கூட வர்ல. நான் மட்டுந்தான் போகப் போறேன்.

புதன்கிழமை. என் பையன் பள்ளிக்கூடம் போகவில்லை. என்னை வழியனுப்புவதற்காக மட்டம் போட்டுவிட்டான். அவனை விரட்டிவிட மனம் வரவில்லை. போகட்டும் போ என்று விட்டு விட்டேன்.

கமலா ராத்திரிக்கு, அடுத்த நாள் காலைக்கு என்று சாப்பாடு தயார் பண்ண ஆரம்பித்துவிட்டாள். நான் சொல்லிப் பார்த்தேன். அதெல்லாம் ஒன்றும் வேணாம் கமலா. நான் பார்த்துக்கிறேன் என்று, அவள் கேட்கவில்லை. பூரி இட்லி என்று தனித்தனியாகப் பொட்டணம் கட்டினாள். ரொம்ப அழகாக – பார்க்கும்படியாகத்தான் செய்கிறாள். கமலா எது செய்தாலும் பார்க்கும்படியாகத் தான் இருக்கிறது.

ஏழரை மணி ரயிலுக்கு, ஆறு மணிக்கே ஸ்டேஷனுக்கு வந்துவிட்டோம். ரயில் இன்னும் பிளாட்பாரத்திற்கே வரவில்லை. கூட்டமும் இல்லை. கிடைத்த ஒரு பெஞ்சு மேல் உட்கார்ந்துகொண்டு போறவர ஆள்களை வேடிக்கை பார்த்துக் கொண்டு இருந்தேன்.

நான் போகவேண்டிய வண்டி – முன்னாடியே போயிருந்தா எப்படி இருக்கும் – இப்படி ஒரு எண்ணம் வந்தது. இப்ப இப்ப நான் ரொம்பதான் யோசிக்கிறேன். அதைப் பற்றி ராமுவிடம் சொன்னால் அவர் தலையசைப்பார். ஆனால் திருவேங்கடம் நல்ல டாக்டரா பார்த்து உடம்பக் காட்டு. உனக்கு என்னவோ ஆயிகிட்டு வர்றது. இன்னக்கி இப்படி நினைப்ப – நாளைக்கு ரயில் தண்டவாளத்துக்குக் கீழே தலையைக் கொடுப்ப – என்பார்.

ரயில் சக்கரம் சுத்தற அப்ப எல்லாம் அதுக்குக் கீழ தலையை வச்சா எப்படி அரைபடும் என்று நினைப்பு வரும். அந்த நினைப்பு வந்ததும் பயம் வந்துடும். சக்கரத்தைப் பார்க்காமல் திரும்பிவிடுவேன்.

“அப்பா, அப்பா வண்டி வருகுது” என்று என் பையன் எழுந்தான்.

“– ஆமாங்க” கமலா பெட்டியைக் கையில் எடுத்தாள்.

“வந்துடுச்சா” சோம்பல் முறித்துக்கொண்டு எழுந்து, பேண்ட்டை மேலே தூக்கி விட்டுக்கொண்டேன். வண்டி நிற்பதற்குள்ளேயே இரண்டு மூன்று பேர்கள் தாவி ஏறினார்கள். நிற்கப் போற வண்டியில எதுக்கு தாவுகிறார்கள் என்று யோசித்துக்கொண்டே நின்றுகொண்டு இருந்தேன்.

டி – கோச் என்னுடையது. எப் என் முன்னால் இருந்தது. இன்னும் கொஞ்சம் முன்னால் போகவேண்டும். பையன் முன்னே ஓடிப் போய்ப் பெட்டியைக் கண்டுபிடித்தான்.

“கமலா, பெட்டியை இங்க கொடு –”

“பரவா இல்லீங்க –”

பெட்டி கனத்தது. அவள் தடுமாறினாள்.

“இங்க கொண்டா.”

கமலா பெட்டியைக் கீழே வைத்தாள். நான் அதை எடுத்துக் கொண்டு முன்னே நடந்தேன். கொஞ்சம் கனத்தது. அவளால் சுமக்க முடியாதுதான். ஆனால் ஆசை. சுமந்து கஷ்டப்படுகிறாள். தான் கஷ்டப்பட்டு – எனக்கு சந்தோஷம் தர விரும்புகிறாள். அதுதான் ஒரு மனைவியின் கடமை... கணவனை சுகமாக வைத்துக்கொள்கிறது. கூடவே ஒரு நினைவு வந்தது. கமலா அந்த மாதிரி ஆள் இல்லை. கொஞ்சம் சுயமா சிந்திப்பாள். செயல்படுவாள். ஆனால் அது தெரியக்கூடாது என்பதில் ரொம்ப கவனமாக இருப்பாள். எது செய்தாலும் என்னை முன்னே கூப்பிட்டு வைத்துக்கொள்ளுவாள்.

ஒரு பிளாஸ்டிக் பக்கெட் வாங்கணும். அதுக்கு நானும் கூடபோய் நிக்கணும். சிவப்பு கலரில் ஒரு பக்கெட் எடுத்துக் கொண்டு, “என்னங்க, இது அழகா இல்ல” என்பாள்.

“ஆமாம் நல்லா இருக்கு.”

“நீலத்தைவிட இது தாங்க நல்லா இருக்கும்.”

“ஆமாம். இருக்கும்.”

“அதுனால சிவப்பே வாங்கிடலாங்க –”

“வாங்கிடு.”

பில் போட்டு – அதை வாங்கிக்கொண்டு வந்து என்னிடம் கொடுப்பாள். நான் தான் பணம் கொடுப்பேன். மீதி சில்லறையை சரி பார்த்து வாங்கி, “ சரியா இருக்குதுங்க –” என்று என்னிடமே கொடுப்பாள். நான் அதை வாங்கி பையில் போட்டுக்கொண்டு விடுவேன்.

ரொம்ப நாள் வரைக்கும், நான் தான் முக்கியம். என்னால தான் எல்லாம் நடக்குதுன்னு நினைச்சிக்கிட்டு இருந்தேன். ஆனால், ஒரு நாள் திருவேங்கடந்தான் அந்த சூட்சமத்தை துடைத்துச் சொன்னார். அதைக் கேட்கற அப்ப, எனக்கு ரொம்ப சந்தோஷமாக இருந்துச்சு. அப்புறம் அப்புறம் கமலா மேலே எனக்கு ரொம்ப பிரியம் வந்துடுச்சு.

ஒன்றுமே தெரியாத நான் பெண்டாட்டியை சந்தோஷ மாக வச்சுக்கிட்டு இருக்கேன். அது தப்புன்னா அவள் என்னோட இருந்துக்கிட்டு இருக்கிறாள். எவ்வளவோ தெரிஞ்சி வச்சுக்கிட்டு இருக்கிற திருவேங்கடத்தால மனைவியை வைத்துக்கொள்ள முடியவில்லை. விட்டுட்டார்.

மனைவி போன மூன்றாம் நாள் ராமு வீட்டிற்கு வந்தார். வழக்கம்போல ராமு ஈஸிசேரில் சாய்ந்துகொண்டு புத்தகம் படித்துக்கொண்டு இருந்தார். நான் அவருக்கு எதிரே உட்கார்ந்திருந்தேன். திருவேங்கடம் மெதுவாக உள்ளே வந்தார். நாற்காலியில் உட்கார்ந்தார். எனக்கு ஒன்னும் விஷயம் முழுசா தெரியாது. அரச புரசலாகத் தெரியும். அவ்வளவுதான்.

“என்ன சார், உங்கள இரண்டு நாளா காணமே” என்றேன்.

அவர் ஒன்றும் பதில் சொல்லவில்லை. தலையசைத்தார்.

“சார் – உங்க ஒய்ப் –” என்று வாயைத் திறந்தேன். ராமு பெரிதாக இருமினார். அப்புறம் என் பக்கமாகத் திரும்பி, “சிவா, வெற்றிலைப் பெட்டியை எடு” என்றார்.

வெற்றிலைப் பெட்டியை எடுத்து முன்னே வைத்தேன். வெற்றிலையைக் கையில் எடுத்துக்கொண்டு தலையசைத்தார். அது பேசாதே என்று சொல்வதுபோல இருந்தது. நான் வாயை மூடிக்கொண்டேன். ஏதோ தப்பு நடந்து இருக்கு. அதுல மாட்டிக்கொள்ளக் கூடாது என்று தீர்மானித்துக்கொண்டேன்.

கால் மணி நேரம் யாரும் ஒன்னும் பேசவில்லை. அப்புறம் திருவேங்கடம் தான் பேசினார். கோபத்தைவிட வருத்தந்தான் அதிகம். கேட்க எனக்கே ரொம்பக் கஷ்டமாக இருந்தது.

ஒருநாள் சாயந்தரம் அப்பாவுக்கு உடம்புக்கு ரொம்ப முடியலன்னு ஒரு தந்தி வந்தது. திருவேங்கடம் அப்பா கிராமத்துல தனியா இருந்தார். தந்தியைப் பார்த்ததும் சாவித்திரி – திருவேங்கடம் மனைவி கூடப் புறப்பட்டாள். இல்ல சாவித்திரி – நீ இரு – நான் பார்த்துட்டு வர்றேன் என்று அவளை விட்டுவிட்டு இவர் மட்டும் ஊருக்குப் போனார்.

வீட்டில கால் வைத்தால், அப்பா, “என்னடா திடீரென்று வந்திருக்கே” என்றார். திருவேங்கடத்துக்கு ஒன்னும் புரியவில்லை. ஆனால் சமாளித்துக்கொண்டார்.

“என்னவோ அப்பா, உங்கள பார்க்கணுமென்னு தோனுச்சு. வந்துட்டேன்.”

“என்னடா, ஏதாவது விஷேசமா?”

“அதெல்லாம் ஒன்னும் இல்ல அப்பா.”

திருவேங்கடம் அன்றிரவே வண்டி பிடித்து ஊருக்கு வந்தார். வீடு பூட்டி இருந்தது. இவரிடம் ஒரு சாவி உண்டு. சாவித்திரி கோயிலுக்குப் போய் இருப்பாள் என்று நினைத்துக் கொண்டு உள்ளே போனார். மேசை மேல் இவர் கண்ணில் படும்படியாக ஒரு கடிதம்.

என்னைத் தேட வேண்டாம். கையெழுத்து இல்லை ஆனால் பழக்கமான எழுத்துக்கள். சாவித்திரி எழுதியது தான். திருவேங்கடத்திற்கு ஒன்றும் புரியவில்லை. மறுபடியும் அதைப் படிக்க ஆரம்பித்தார். அப்புறம் மெதுவாக ஏதோ கொஞ்சம் புரிவதுபோல இருந்தது. மாலைப் பொழுதில் வந்த தந்தி – அப்பா என்னடா திடீரென்று வந்திருக்கே என்றது – சாவித்திரி விட்டுவிட்டுப் போனதுகூட அவருக்கு இப்பொழுது வருத்தம் தரவில்லை. அவள் ஏமாற்றிவிட்டுப் போனது தான் அளவற்ற துயரத்தைத் தந்தது. பேச்சு வரும்போதெல்லாம், “அவ என்ன ஒரு நிமிஷத்துல அடிமுட்டாளாக்கிட்டாள்.” அதைச் சொல்லும் போது திருவேங்கடம் அழுவது போலவே இருக்கும்.

“பொம்மனாட்டிங்கள நம்பக்கூடாது சார்!”

அந்தக் காலத்துல ஒருத்தன் சொல்லி இருக்கான். பொம்பளங்கறவ யாருன்னா, “மனசுல ஒருத்தனை நெனச்சிக் கிட்டு இன்னொருத்தனோடு பேசிக்கிட்டு மூன்றாவது ஆளுக்கு ஜாடை காட்டுறவள்னு –”

“ரொம்ப ஆச்சரியமா இருக்கே.”

“ஆச்சரியமா, அனுபவத்திலே பேசுறாங்க.”

“ஆமாம் சார்.”

நாங்கள் இப்படிப் பேசிக்கொண்டு இருக்கிறபோது, ராமு மட்டும் அதிலெல்லாம் கலந்துகொள்ளமாட்டார். எங்கள் பேச்சே காதில் விழாதது மாதிரி படித்துக்கொண்டு இருப்பார். அவரையும் நாங்கள் இழுத்துக்கொள்வது இல்லை. ஏனெனில் அவருக்குக் கல்யாணம் இல்லை. கல்யாணம் பண்ணிக் கொள்ளாத ஆணுக்கு பொம்பளையை பத்திப் பேச தகுதி இல்லேன்னு தள்ளிவிட்டோம்.

“பெட்டியை இப்படிக் கொடுங்க” கமலா ரயில் பெட்டி யில் இருந்து கையை வெளியே நீட்டினாள்.

“அது தான் சீட்டா.”

“ஆமாங்க. கீழ் சீட்டுதான்.”

“நானே வந்துடுறேன்” நானே பெட்டியைத் தூக்கிக் கொண்டு மேலே போனேன். பக்கத்துல உட்கார ஆளெல்லாம் இன்னும் வரவில்லை. கமலா எனது படுக்கையை எடுத்து உதறி மடித்துப் பெஞ்சு முழுவதும் விரித்தாள். நான் ஜன்னல் பக்கத்தில் உட்கார்ந்தேன். நல்ல இடந்தான். வேடிக்கை பார்த்துக்கொண்டே போகலாம்.

கூட்டம் வர ஆரம்பித்தது. எதிரே உட்கார்ந்திருந்த கமலா பக்கத்தில் வந்தமர்ந்தாள். பையன் எங்களை மறந்ததுபோல வேடிக்கை பார்த்துக்கொண்டிருந்தான். அவனுக்கு அதெல்லாம் புது அனுபவம். சென்ட்ரலுக்கு வருவது அவனுக்கு முதல் முறையாகக்கூட இருக்கும். நான் கூட இரண்டொருமுறை தான் வந்திருக்கிறேன்.

“வண்டி புறப்படப்போகுது” என் கையில் இருக்கும் கடிகாரத்ஙைப் பார்த்துவிட்டு, பையனை அழைத்துக்கொண்டு கமலா கீழே இறங்கினாள். அப்புறம் ஜன்னல் கம்பியைப் பிடித்துக்கொண்டு, “கவனமாக இருங்க; ஒரேயடியா தூங்கிடா தீங்க” என்றாள்.

நான் தலையசைத்தேன்.

"உங்க ஃபிரண்ட் திருவனந்தபுரம் ஸ்டேஷனில் வந்து நிப்பார். அவரை விட்டுடாதீங்க."

கூட்டத்தில் ராமுவைத் தேடணும். ஆனால் தேடி என்னால கண்டுபிடிக்க முடியும் என்று படவில்லை. ஒருமுறை கமலாவை அழைத்துக்கொண்டு வர எழும்பூருக்குப் போயிருந்தேன். வண்டி வந்து நின்றது. இரண்டு முறை பிளாட்பாரத்தில் அப்படியும் இப்படியும் நடந்துட்டேன். கமலா தென்படவே இல்லை. அப்புறமாக அவள் தேடி என்னைக் கண்டுபிடித்தாள்.

"எங்க போயிட்ட, எத்தனை வாட்டி உன்ன தேடுறது."

"இறங்கினதுல இருந்து இங்கதானே நின்னுகிட்டு இருக்கேன்."

"அப்படியா?" அவளை அறைய வேண்டும் போல இருந்தது. ஆனால் ஒன்றும் பேசவில்லை. வேகமாக முன்னே நடந்தேன். கமலா பின்னே வந்துகொண்டிருந்தாள்.

கார்டு பச்சைக்கொடி ஆட்ட – பச்சை சிக்னல் விழ – ரயில் புறப்பட்டது. கமலா, பையனைத் தன்னோடு அணைத்துக் கொண்டு கை ஆட்டினாள்.

வெகுநேரம் வரையில் சென்ட்ரலில் அவர்கள் நிற்பது என் மனத்தில் உறைந்திருந்தது. பையன் வேகமாக கையை ஆட்டிக்கொண்டே இருந்தான். பெண் குழந்தை தூங்கி விட்டாள். எனவே அவளை அழைத்துக்கொண்டு வரவில்லை. அவள் வந்திருந்தால் என்னை விடவே மாட்டாள். கூடவே வருகிறேன் என்று கத்துவாள். சித்ரா அப்பாவின் பெண். எல்லாப் பெண்ணும் அப்பாவின் பெண் என்பார் திருவேங்கடம். அப்படியின்னா பையன் என்றேன் ஒரு நாள் நான்.

திருவேங்கடம் பெரிதாகச் சிரித்தார்.

"உனக்கு என்னதான் தெரியும், சொல்லு."

"நீங்க சொல்லுங்க சார்."

"உங்க அம்மாவை உனக்குப் பிடிக்குமா?"

"அவுங்க ரொம்ப சின்ன வயசிலேயே போயிட்டாங்க சார்."

"அடப் பாவமே! அப்புறம் –"

"நீங்க விஷயத்துக்கு வாங்க சார்."

“நான் எங்க அப்பாவைக் கல்ல எடுத்து அடிச்சி இருக்கேன்.”

“எனக்கு அடிக்கணுமென்னு தோனி இருக்கு சார். ஆனா அடிக்கல –”

“அதான் விஷயம்.”

“அப்படின்னா சார்.”

“உனக்குப் பையன் இருக்கான் இல்ல.”

“ஒரு பையன்.”

“அவனைக் கேளு.”

“சின்னப் பயல் சார் அவன்.”

“சின்னவன் – பெரியவன் எல்லாம் அதுல இல்ல. நாளைக்கு அவனைக் கூப்பிட்டுக் கேட்டுப்பார்.”

திருவேங்கடத்தை அதற்குத்தான் எனக்குப் பிடிக்கறது இல்லை. எதற்கும் நேரா பதில் சொல்லமாட்டார். சுத்தி வளச்சிக்கிட்டே போவார். சரி, அப்படித்தான் போய் கடைசியில் பதில் சொல்வாரா என்றால் அது தான் இல்லை. டக்கென்னு விட்டுட்டுப் போயிடுவார். ஒரோர் சமயம் திருவேங்கடத்துக் கிட்ட பேச்சே வைத்துக்கொள்ளக் கூடாதுன்னு தீர்மானித்துக் கொள்ளுவேன். ஆனால் முடியறது இல்லை. பேச்சு என்றால் டக்கென்று தொடங்கிவிடுகிறது.

கமலாவையும் குழந்தைகளையும் விட்டுவிட்டுப் போகிறோமே என்ற தாபம் எனக்குத் திடீரென்று தோன்றியது. அதுவரையில் அவர்களை நான் விட்டுப் போனதில்லை. கோடைவிடுமுறையில் என்னைத்தான் அவர்கள் விட்டுவிட்டுப் போவார்கள். இது எனக்குப் புது அனுபவமாக இருந்தது. சுற்றும் முற்றும் பார்த்தேன். எதிரே ஒரு பெரிய குடும்ப்ம். நான்கு குழந்தைகள். பெரிய குழந்தைக்கு என் பையன் வயது தான் இருக்கும். அப்புறம் அடுத்தடுத்து இரு பெண்கள். கடைசி பையன். அவன் அம்மா மடியில் உட்கார்ந்துகொண்டிருந்தான். அவனையே மறந்தது மாதிரி அம்மா அப்பாவோடு பேசிக் கொண்டிருந்தாள். அவள் மட்டுந்தான் பேசினாள்; அவன் கேட்டுக்கொண்டேதான் இருந்தான்.

அவர்களால் எப்படிப் பயணம் போகமுடிகிறது என நினைத்தேன். ஆச்சரியமாக இருந்தது. கமலாவை அழைத்துக் கொண்டு இரண்டு முறையோ மூன்று முறையோ அவள் அப்பா வீட்டிற்குப் போயிருக்கிறேன். இரவு ஒன்பது மணிக்கு வண்டியேறினால், விடியற்காலை ஐந்து ஐந்தரைக்கெல்லாம்

ஊர் வந்துவிடும். ஆனால் வண்டியில் ஏறிய சற்றைக்கெல்லாம் தூங்கிவிடுவேன். கமலா எழுப்புவாள்.

"ஸ்டேஷன் வந்துடுச்சா?"

"இல்ல, வந்துகிட்டு இருக்கு."

"அப்படியா?"

அவள் முகத்தைப் பார்த்தால் இரவெல்லாம் தூங்காமல் விழித்துக்கொண்டிருந்தது தெரியும். ஆனால், ரயில் ஏறிய சற்று நேரத்திற்கெல்லாம் எனக்குத் தூக்கம் வந்துவிடும். யாராவது எழுப்பிவிட்டால் தான். இல்லாவிட்டால் அப்படியே போய் விடுவேன்.

இப்ப அந்தப் பயமில்லை. இந்த வண்டி பகல்ல தான் போகும். அதுவும் இல்லாமல் திருவனந்தபுரந்தான் கடைசி ஸ்டேஷன். அதுக்கு அப்புறம் போகாது. தூங்கிடுவோமோ – ஸ்டேஷன் தவறிடுமோ என்ற பயமெல்லாம் இல்லை. ஆனால் வேறொரு பயம். ராமு வருவாரான்னு பயம். வராம போயிட்டா என்ன பண்ணுறதுன்னு பயம்.

கமலா புறப்படும்போது சொன்னது ஞாபகத்தில் இருக்கிறது:

"உங்க பிரண்ட் கண்டிப்பா வந்துடுவார். அப்படி ஒரு வேளை வர்லேன்னா தவிச்சிக்கிட்டு நிக்காதீங்க. நல்ல லாட்ஜில் ரூம் எடுத்துக்கிட்டு தங்கி – ஊரெல்லாம் சுத்திப் பார்த்துட்டு சுவாமி தரிசனம் பண்ணிட்டு வாங்க."

நான் அவள் வாயையே பார்த்துக்கொண்டிருந்தேன்.

"பணம் கொஞ்சம் கூடவே எடுத்துக்கிட்டுப் போங்க. செலவு இல்லாட்டாலும், கையில இருக்கட்டும்."

அவளுக்கு முன் யோசனை அதிகம். நாளைக்கு என்ன வரும் என்பதை தீர்மானித்துக்கொண்டு காரியம் பண்ணுவாள். ஆனால் என் விஷயமே வேற மாதிரி. எதிலும் ரொம்ப தூரம் நான் யோசித்துப் பார்க்கறது இல்லை. சட்டென்று ஒரு முடிவும் பண்ணுவது இல்லை. அது அதுக்கு ஒரு முடிவு இருக்கேன்னு பின்னால் தள்ளிப் போட்டுடுவேன். அதனால் என் காரியமெல்லாம் மெல்லதான் ஆகும்.

கமலா விஷயம் அப்படி இல்லை. டக்கென்னு முடிவு எடுத்துக் காரியம் பண்ணனும். அது ஏதோ கொஞ்சம் பிசகிப் போறது மாதிரி தோனுச்சின்னா – வேறொன்னு பண்ணி சரி

சா. கந்தசாமி

பண்ணிடனும். எனக்கு அந்த மாதிரி எல்லாம் காரியம் செய்யவே முடியறது இல்லை. விஷயத்தைப் புரிந்துகொள்ளவே ரொம்ப நாழி ஆகிறது. அப்புறம் தயங்கித் தயங்கி அது சரியா இது சரியான்னு யோசிக்கறதுக்குள்ள – நினைவில் இருந்து அந்தக் காரியமே நழுவிப் போயிடும்.

ராமுகிட்ட எனக்கு ரொம்ப பிடித்ததே அவரின் பொறுமை. பரபரக்காத போக்கு. ரொம்ப நிதானமா – சரியா தீர்மானித்து செய்வார், அவர் மாதிரி இன்னொருத்தரால் செய்ய முடியும் என்று என்னால் சொல்ல முடியாது. ஆனாலும் அதை அவர் கிட்டே இருந்து என்னால் கற்றுக்கொள்ள முடியவில்லை. ஒரு வேளை அதெல்லாம் கற்றுக்கொள்கிற விஷயம் இல்லையோ என்னவோ, எனக்குத் தெரியவில்லை.

ரயில் இரண்டு மணி நேரம் தாமதமாகச் சென்றது. அதுனாலேயே ராமு ஸ்டேஷனில் வந்து நிற்பாரா என்ற ஐயம் வந்துவிட்டது. சொன்னால் சொன்னது மாதிரி செய்யக் கூடிய ஆள் தான். ரயில் இப்படிப் போறதால் வந்து பார்த்துட்டு திரும்பிப்போற அப்ப போனால் – அவர் என்னைத் தேடிக் கொண்டு நிற்க – நான் அவரைத் தேடிக்கொண்டு நிற்க – மேல நினைக்க முடியவில்லை. நானும் அவர்கூடப் புறப்பட்டு இருக்கணும்; இல்லை, பயணத்தைக் கேன்ஸல் பண்ணி இருக்கணும். அதைப் பண்ணியிருந்தால் தவித்துக்கொண்டு ரயிலில் இருக்கவேண்டியதில்லை.

பார்க்கப் போனால் இந்தப் பயணத்திற்கு நான் பொறுப்பில்லை. அதில் வேடிக்கை என்னவென்றால் நான் தான் பயணம் செய்கிறேன். என் விருப்பம் இல்லாமலேயே நடைபெறுகிறது. அதை என்னவென்று சொல்வது.

ரயில் திருவனந்தபுரம் எல்லைக்குள் புகுந்தது. நான் எழுந்து நின்றுகொண்டேன். வண்டி மெதுவாக நகர ஆரம்பித்தது. பழைய வேகமெல்லாம் குறைந்துவிட்டது. நின்றுகொண்டே இருக்க முடியவில்லை. பெட்டியை எல்லாம் இழுத்து முன்னே வைத்துக் கொண்டு ஜன்னலில் முகத்தை அழுத்திக்கொண்டு பார்வையை வெகு தூரம் வரையில் செலுத்தினேன்.

திருவனந்தபுரம் ரயில்வே ஸ்டேஷன் அரசபுரசலாகத் தென்பட்டது. மனத்தில் கொஞ்சம் சந்தோஷம். இறங்க வேண்டிய இடத்திற்கு வந்துவிட்டோம். இறங்க வேண்டும் – ராமு வந்திருக்க வேண்டும்.

ராமு என்னைப் பார்த்துவிட்டுக் கையை ஆட்டினார். அவரைப் பார்த்ததும் – பயணத்தில் ஏற்பட்ட களைப்பெல்லாம்

அகன்று விட்டது போல இருந்தது. உள்ளே வந்து பெட்டியைக் கையில் எடுத்துக்கொண்டு, "என்ன உட்கார்ந்துட்ட" என்றார்.

"கூட்டம் கொஞ்சம் போகட்டுமே."

"போய்க் கொண்டுதான் இருக்கு. இறங்கு –" என்று கீழே இறங்கினார். நான் அவர்கூட படுக்கையை எடுத்துக்கொண்டு நடந்தேன்.

நடக்கையிலேயே, எங்க ஊர் ரயில் நிலையம் மாதிரிதான் திருவனந்தபுரமும் இருந்தது. பெரிசா மாற்றம் ஒன்னும் தெரியவில்லை. மக்கள் ஒரே மாதிரிதான் ஏறுறாங்க; இறங்குறாங்க. ஏறும்போது உள்ள போய் வசதியாக உட்கார்ந்துகொள்ள வேண்டும் என்று பரபரக்கிறாங்க; அப்புறம் ஊர் வந்ததும் கீழே இறங்கி சீக்கிரமாக வீட்டுக்குப் போக வேண்டும் என்று அவசரப்படுறாங்க. எல்லாத்திலும் ஒரே அவசரந்தான். இப்ப, எனக்கு ஒன்னும் அவசரம் இல்லை. எந்தக் காரியத்தையும் முடித்துக்கொண்டு போகணும் என்று தீர்மானத்தோடு வர்லே. அதனாலே, வேடிக்கை பார்த்துக்கொண்டே போவது சௌகரியமாக இருந்தது.

முன்னே சென்றுகொண்டிருந்த ராமு நின்று திரும்பிப் பார்த்தார்.

அவர் நிற்பது கஷ்டமாக இருந்தது.

"இதோ, வர்றேன் சார்" நானும் முன்னே சென்றேன்.

6

"இங்க நல்ல சாப்பாடு ஸ்டேஷனில் தான் கிடைக்கும். ரூமுக்குப்போயிட்டு குளிச்சிட்டு வந்து சாப்பிடலாம்" என்றார் ராமு – திருவனந்தபுரம் ரயில்வே ஸ்டேசனை விட்டு வெளியே வந்ததும்.

"சரி."

ஒரு ஆட்டோ பிடித்து ரூமுக்கு வந்தோம். நல்ல பெரிய ரூம். பெரிசு பெரிசா இரண்டு கட்டில். சுவரில் ஒரு பெரிய படம்; கேரள கடற்கரை. யாரோ புகழ் பெற்ற ஓவியன் வரைந்தது போலும். ஒரு முறைக்கு இன்னொரு முறை பார்க்கத் தூண்டியது. ஒருவேளை அசல் படமாக இல்லாமல் நகல் பிரதியாக இருக்கலாம். அது மாதிரி நிறைய நகல் படம் ராமு வச்சி இருக்கார். அவர் சொல்லித் தான் அசல் – நகல் என்ற விவகாரமே எனக்குத் தெரியும். இருந்தாலும், படம் போடுறதில எனக்குக் கொஞ்சம் ஈடுபாடு உண்டு. சின்ன வயசில நிறைய படம் போட்டுக்கிட்டு இருந்தேன். அப்புறம் அப்புறம் அதை விட்டுட்டேன். ஒரு முறை விட்டுட்டா – அப்புறமாக பிடிக்கற விஷயமே இல்லங்கறது எனக்குத் தெரியுது. எதையும் வரும்போது விட்டுவிடக் கூடாது– கெட்டியா பிடித்துக்கொள்ளணும். இப்ப தீர்மானித்து என்ன? இனிமேல் விட்டதை அடைய முடியாது; சாத்தியமும் இல்லை. அது நல்லா தெரிகிறது.

"சிவா, சீக்கரமாக குளிச்சிட்டுவா. லேட்டா போனால் சாப்பாடு கிடைக்காது."

“அப்படியா? ஒரு நிமிஷத்துல வந்துறேன்” என்று குளிக்கச் சென்றேன். தினமும் நான் குளித்துவிடுவேன். பச்சைத் தண்ணியில் தான். ரயிலில் வந்ததால் இரண்டு நாட்களாகக் குளிக்கவில்லை. அது பொறுக்க முடியாதது மாதிரி இருந்தது. சீக்கரமாகப் போகணும் என்பதைக் கூட மறந்துவிட்டு நன்றாகக் குளித்துவிட்டு வெளியே வந்தேன். ராமு எனக்காகக் காத்துக்கொண்டு இருந்தார். அவசரம் அவசரமாகப் பேண்டை எடுத்து மாட்டிக்கொண்டு அவர் கூட சாப்பிட நடந்தேன்.

சாப்பாட்டிற்கு ஒரு கூட்டம் – எங்கள் கேன்டீனில் காத்துக் கொண்டிருப்பது மாதிரி காத்துக்கொண்டிருந்தது.

“சார், கையில டோக்கன் இருக்கா. அத இங்க கொடுங்க” டோக்கன்களை வாங்கிக்கொண்டுபோய் சாப்பாட்டு மேசை மீது வைத்துக்கொண்டிருந்தான். எங்கள் டோக்கன் ஒரு பெண் மேசைமீது விழுந்தது. அவளைப் பார்த்துக்கொண்டு நின்றோம். அவள் அவசரமே இல்லாமல் – பதிமூன்று – பதினான்கு வயதிருக்கும் தன் பையனோடு பேசிக்கொண்டே மெதுவாக சாப்பிட்டுக்கொண்டு இருந்தாள். எங்களோடு நின்று கொண்டிருந்தவர்கள் எல்லாம் அமர்ந்துவிட்டார்கள். அவள் மோரை எதிர்பார்த்துக்கொண்டிருந்தாள். சர்வர்கள் அந்தப் பந்தியே முடிந்தது போல அடுத்த பந்திக்காகப் பரபரத்துக் கொண்டிருந்தார்கள்.

“நம்ப வேற இடத்தில டோக்கன் போட்டு இருக்கணும்.”

ராமு தலையசைத்தார்.

ஒரு சர்வர் மோர் கொண்டுவந்து ஊற்றினான். அது இலையெல்லாம் வழிந்தது. அவன் எரிச்சலோடு செய்வது போல இருந்தது. அது அவளுக்கும் தெரிந்தது போலும்.

“பாத்துப் போடு.”

“சீக்கரமா சாப்பிடுங்க. மத்தவங்க நிக்கல.”

அவள் கையை உதறிக்கொண்டு பையனை இழுத்துக் கொண்டு என்னவோ சொல்லிக்கொண்டே வெளியே போனாள். அவள் போவது பாவமாகத்தான் இருந்தது. கூட்டத்தோடு இணைந்து போகாவிட்டால் அதெல்லாம் சரிதான். நான் முன்னே நடந்து உட்காரப் போனேன்.

“இலை எடுக்கட்டும்” ராமு என் கையைப் பிடித்தார். எச்சில் இலைக்கு முன்னே உட்கார்ந்துகொண்டு இருப்பதை விட நிற்பது நல்லது தான்.

ஆனால் எச்சில் இலையின் முன்னால் உட்கார்ந்து உட்கார்ந்து எனக்கு மறந்து போய்விட்டது. அதுனால எச்சில் இலை இருப்பதையே கவனிக்கவில்லை. ஒரு பையன் வந்து இலையை எடுத்துக்கொண்டு போனான். இரண்டு பேரும் உள்ளே போய் உட்கார்ந்தோம். உட்கார்ந்த அப்புறம் – அந்த அம்மாவை அப்படி சர்வர் விரட்டி இருக்க வேண்டாமென்று பட்டது. அம்மாவை விரட்டியது மாதிரிதான் யாரையும் விரட்டுவான். அதில் ஒன்றும் பேதம் இருக்காது. அந்த அம்மாவுக்காக சர்வரோடு சண்டை போட்டு இருக்கணும். ஆனால் அந்த ஞானம் ரொம்பத் தாமதமாக வருகிறது. நான்—அதாவது சிவ சண்முகம் என்பதற்கு அதுதான் காரணம். எல்லாவற்றையும் பின்னாலதான் முடிவு பண்ணுறேன்.

“சாப்பிடு” என்றார் ராமு.

யோசித்துக்கொண்டே சாப்பாட்டில் பின்தங்கிவிட்டேன். ராமு சொன்னதும் பார்வை மற்ற இலைகளின் மீது சென்றது. பையன் ரசம் ஊற்றிக்கொண்டு வந்தான். நான் சாம்பாரில் இருக்கிறேன். சர்வர் அம்மா இலையில் மோரை வழிய வழிய ஊற்றியது நினைவுக்கு வந்தது. என் இலையிலும் அப்படித்தான் ஊற்றுவான்.

சாம்பார் சாதத்தைத் தள்ளி வைத்துவிட்டு அவசரம் அவசரமாக ரசத்தை வாங்கிக்கொள்ள ஏற்பாடு செய்தேன்: இலையின் முன்னே ஒரு டோக்கன் வந்தது. அடுத்த பந்திக்கு ரிஸர்வ் பண்ணப்படுகிறது. எனக்கு ஒரே எரிச்சலாக இருந்தது. திரும்பி ராமுவைப் பார்த்தேன். அவர் சாப்பிட்டுக் கொண்டிருந்தார். அவரை அதெல்லாம் ஒன்றும் பாதிக்க வில்லை. எனக்கு ஆச்சரியமாக இருந்தது. நாளையில் இருந்து கூட்டத்தில் மாட்டிக்கொள்ளக் கூடாது என்று தீர்மானித்துக்கொண்டேன்.

சாப்பிட்டுவிட்டு சாலைக்கு வந்தபோது தமிழ் பேச்சுக் கேட்டது. திரும்பிப் பார்த்தேன்.

கணவனும் மனைவியுமாக மூன்று வயது குழந்தையை நடக்கவிட்டு அழைத்துக்கொண்டு வந்தார்கள். ஊர் சுற்றிப் பார்க்க வந்து இருக்கிறார்கள் போலும். நாங்கள் தமிழில் பேசிக்கொண்டு போவதைப் பார்த்துவிட்டு, “சார் பத்மநாபசுவாமி தரிசனம் எப்ப –” என்றான். அவனுக்குத் தெத்துவாய். வார்த்தையை இழுத்து இழுத்துப் பேசினான். நான் ராமுவை திரும்பிப் பார்த்தேன்.

வழி கேட்கறவன்; தகவல் கேட்கறவன் எல்லாம் புது ஆளைத்தான் தேடிப் பிடித்துக் கேட்கறான். அதுக்கு நானும்

விலக்கல்ல. அது எனக்கு எப்படி நேருது? ரொம்ப விஷயம் தெரியாதது மாதிரி அதுவும் தெரியவில்லை. திருவேங்கடத்தைக் கேட்டால் ஏதாவது சொல்லுவார். அவரைக் கூட்டிக்கொண்டு வந்திருக்கலாம். வாங்க, திருவேங்கடம் என்றால் வந்திருப்பார். என்னமோ தெரியவில்லை. அவரை விட்டுவிட்டோம்.

"சார், எப்ப சுவாமி தரிசனம் என்று கேட்கறாங்க" என்றேன் முன்னே போன ராமுவிடம்.

அவர் நின்று திரும்பி, "காலையில எட்டு மணிக்கு மகாராஜா வந்துட்டுப் போன அப்புறம் –" என்றார்.

"காலையில – எட்டு மணிக்கா" என்றான் தெத்து வாயன் தன் குழந்தையைக் கையில் பிடித்துக்கொண்டு.

நான் திரும்பி அவன் மனைவியைப் பார்த்தேன். அவளை எங்கோ பார்த்திருப்பது போல் தோன்றியது. ஆனால் எங்கே என்று நினைவு இல்லை. ஒரு வேளை ஆபீசில் வேலையாக இருப்பாளா? இருக்கலாம். அவள்கூடக் கொஞ்சம் சிரித்தாள். ஆனால் என்னால் உறுதிப்படுத்திக்கொள்ள முடியவில்லை. என் ஞாபக சத்தியில் நம்பிக்கை இல்லை. அது என்னை அடிக்கடி ஏமாத்திவிடும்.

வீட்டில் மணி பர்ஸை வச்சுட்டு வைச்ச இடம் தெரியாமல் தேடிக்கிட்டே இருப்பேன். கொஞ்ச நேரத்துக்கெல்லாம் எரிச்சல் வந்துடும். சட்டையை எல்லாம் இழுத்துப் போட்டுட்டு, "கமலா, கமலா மணி பர்ஸ் எங்க போச்சு. இங்கதானே வச்சேன்" என்று கத்துவேன். குரல் நாலு வீடு தாண்டி கேட்பது போல இருக்கும். கமலாவும் என்கூட சேர்ந்துகொண்டு தேடுவாள்.

"இந்த வீட்டுல வச்சா ஒரு சாமானை மறுபடியும் எடுக்க முடியாது."

"எங்க வச்சிங்க."

"தலையில வச்சிக்கிட்டேன்."

கமலா அப்புறம் ஒரு வார்த்தையும் பேசாமல் மணி பர்ஸை தேடிக்கொண்டே இருப்பாள். அப்புறமாக ரேடியோ வுக்குக் கீழே வைத்தது நினைவுக்கு வரும். பர்ஸை எடுத்துக் கிட்டு, "கமலா! பர்ஸ் கிடச்சிப் போச்சு" என்பேன்.

"சரி" அவள் கீழே இறைந்து கிடக்கும் பழைய கடிதம் மின்சார போர்டு அட்டை எல்லாவற்றையும் எடுத்து அடுக்கிக் கொண்டு இருப்பாள்.

நான் அவள் பக்கத்தில் போய், "என்ன சரி" என்றால், "கிடச்சது" என்பாள்.

கமலாவையும் குழந்தைகளையும் அழைத்துக்கொண்டு வந்திருக்கலாம் என்று தோன்றியது. புது இடம் குழந்தைகளுக்குச் சந்தோஷம் கொடுத்திருக்கும். அடுத்த வருஷம் கண்டிப்பாக கமலாவையும் குழந்தைகளையும் அழைத்துக்கொண்டு வருவது என்று தீர்மானித்துக்கொண்டேன். தீர்மானம் பண்ணியபிறகு அது நடைமுறையில் சாத்தியமா என்ற ஐயம் வந்தது.

கமலாவிடம், "கமலா! அடுத்த வருஷம் நாம்ப திருவனந்தபுரம் போறோம்" என்றால், அதை ரொம்ப கவனமாகக் காதிலே வாங்கிக்கொண்டு பதிலொன்றும் சொல்லாமல் உள்ளே போய்விடுவாள். ஆரம்ப காலத்தில் – அதாவது எனக்குக் கல்யாணமான புதிதில் – அவளுக்கு என்னிடத்தில் அபாரமான பிரியம் இருந்தது. நான் என்ன சொன்னாலும் பக்கத்தில் உட்கார்ந்து, 'உம். சொல்லுங்க' என்று கேட்பாள். அவள் ஆர்வமும் வியப்பும் கேட்கும் தோரணையும் மேலும் மேலும் என்னைப் பேச வைக்கும். அவள் மூஞ்சை பார்த்துக்கொண்டே பேசிக்கொண்டிருப்பேன். அங்க போகலாம் – இங்க போகலாம் என்று ஆசை மூட்டுவேன்.

நாட்கள் போகப் போக நான் வெறும் பேச்சாளி, செயலில் ஒன்னும் காட்ட மாட்டேன் என்கிறது புரிந்துவிட்டதோ – என்னவோ – முன்ன மாதிரி ரொம்ப ஆர்வம் காட்டவில்லை. ஆனால் நான் என்ன சொன்னாலும் கேட்டுக்கொண்டாள். வாயைத் திறந்து ஒன்னு வேணுமென்று கேட்கறது இல்லை. அது ஒரு பொண்ணுகிட்ட பெரிய விஷயந்தான்னு படுது.

கல்யாணம் பண்ணி ஏழு வருஷத்துக்கு அப்புறம்கூட சண்டையெல்லாம் போட்டுக்கொள்ளாமல் குடும்பம் நடத்தறதே அபூர்வந்தான்னு, அப்பாவை நினைக்கையில் தெரிகிறது. அப்பா கல்யாணமான சீக்கிரத்திலேயே அம்மாவோடு சண்டை போட ஆரம்பித்துவிட்டார். அப்பாதான் அதற்கெல்லாம் காரணம்; சண்டை போடுவதிலே அவருக்கு ஏதோ ஒரு ஆனந்தம். தினமும் சண்டை. அப்பா மாதிரி ஒரு ஆளோடு வாழறது ஒரு பொண்ணுக்கு துர்பாக்கியந்தான். இன்னொரு பொண்ண வச்சுக்கிட்டு குடிச்சிட்டு வந்து கதவைத் தட்டி அடித்து நொறுக்குகிற ஆளோடு வாழறதவிட, உயிர விடுறது நல்லதுதான்னு அம்மா நினைத்ததில தப்பொன்னும் இல்ல. வாழறது சந்தோஷமாக இல்லாத அப்ப எதுக்கு வாழ்ந்துக்கிட்டு இருக்கணும்.

அம்மா செத்ததும் அப்பா ஒரேயடியாகப் பயந்து போய்விட்டார். சுபாவத்தில் அப்பா பயப்படுற ஆள் இல்லை. எதையும் மனத்தில் தாங்கிக்கொண்டு நிக்கற அசாத்திய தைரியம் அவருக்கு உண்டு. அந்த விஷயத்தில – அவர் பிள்ளையென்று என்ன சொல்லிக்கொள்ள முடியாது. எனக்கு

அவர் மாதிரி தைரியமெல்லாம் ஒன்னும் இல்ல. ஏதாவது ஒன்னு கொஞ்சம் தவறிப் போய்விட்டால் பயம் வந்துடுது. அப்படித்தான் அப்பா பயந்து எங்கோ ஓடிப் போய்விட்டார். ஜெயில் – தூக்கு எல்லாம் அவரை பயமூட்டி இருக்கணும். சென்னையில் ஒரு சிநேகிதன் கிட்ட ஒரு வருஷம்போல இருந்திருக்கார். அவன் அப்பாவை எம்பளாய்மெண்ட்ல பதிவு பண்ணவச்சி வேல வாங்கிக் கொடுத்துட்டான். வேல கிடச்சுதும் அப்பா போக்கே மாறிவிட்டது. ஊருக்கு வந்து, என்ன பார்த்துட்டு – யாரையோ பிடித்து சித்தியைக் கல்யாணம் பண்ணிக் கொண்டு வந்துட்டார்.

இங்க வந்த அப்புறம் அப்பா சுபாவம் கொஞ்சம் மாறி தான் இருந்தது. ஆனால் குடிக்கறதை ஒரேயடியாக விட்டுடுல. தனியா, ராத்திரியில மட்டும் குடித்தார். குடிக்கற அப்ப யாரும் பக்கத்தில இருக்கக்கூடாது. சித்தி நின்னாகூட அவரால் தாளமுடியாது. கத்துவார். தான் பண்ணுற தப்புக் காரியத்தை யாரும் பார்க்கக்கூடாது என்ற நினைப்பு போலும்.

சித்தி கண்ணில பட்டதும், “எதுக்கு இங்க நிக்கற” என்பார். குரலே மாறி இருக்கும்.

“வேற என்ன வேணும்.”

“ஒன்னும் வேணாம். நீ போய் படு. சிவா முளிச்சிக்கிட்டு இருக்கப்போறான்.”

“அவன் தூங்கறான்.”

“சரி, நீ போ” அப்பா மெதுவாக சிரிப்பார்.

எவ்வளவு குடித்தாலும் அப்பா நிதானமாக இருப்பார். நிலைமை தவர்றது தெரிந்ததும் உள்ளே போய் படுத்துக் கொண்டு விடுவார். அத இப்ப நினைச்சிப் பார்க்கிற அப்ப, அப்பா ஒரு உன்னதமான ஆளுன்னு தான் சொல்லத் தோனுகிறது. தன் பிள்ளைக்கு முன்னே குடிக்கக்கூடாது – குடித்துவிட்டு ஆடக்கூடாது என்பதை ஒரு விரதம் மாதிரி வைத்துக்கொண்டிருந்தார். அதைக் கடைசி வரையில் கைக்கொண்டு இருந்தார். அப்பாவை அடிக்கடி நினைத்துக் கொள்ள அதுதான் காரணம் என்று இப்ப இப்ப படுகிறது. அது இல்லாம வேற காரணம்கூட இருக்கலாம். ஆனால் என்னால் கண்டுபிடித்துக்கொள்ள முடியவில்லை. ஒன்னு நிச்சயமாகத் தெரியாத வரைக்கும், கையில் இருக்கறதுதான் நிஜம். அதை வச்சுக்கிட்டுத்தான் காரியம் பண்ணணும். அது எனக்கு அப்பா சொல்லிக் கொடுத்தது தான். அப்பாவைப் பற்றி நினைக்கற அப்ப எல்லாம் அதுவும் நினைவுக்கு வருகிறது.

அப்பா கதையெல்லாம் சொல்லுவார். வாய் கொஞ்சம் தெத்தும். ஆரம்பத்தில் தான். இரண்டு வார்த்தை தாண்டி விட்டால் பேச்சு ரொம்ப ஜோரா வரும். கதைகூட நல்லா சொல்லுவார். கதை சொல்றதுன்னா அவருக்கு ரொம்ப இஷ்டம். சப்தத்தோடு ஏற்ற இறக்கத்தோடு தானே நேரில் கண்டது போல சொல்லுவார். ஆனால் பக்கத்தில் ஒரு ஆளு இருந்து உம் கொட்டணும். எனக்கு சரியா உம் கொட்ட வராது. இரண்டு தடவை உம் – உம் என்பேன். அப்புறம் அதை விட்டுட்டு அவர் வாயையே பார்த்துக்கிட்டு இருப்பேன். அப்பா கதை பட்டுன்னு நின்னு போயிடும்.

“சந்திரா . . . சந்திரா” என்று சித்தியைக் கூப்பிடுவார். கூப்பிட்டா சித்தி உடனே வந்துவிட வேண்டும். இல்லா விட்டால் சிடுசிடுப்பார்.

“என்ன அங்க பண்ணிக்கிட்டு இருக்க. இங்க வந்து பாரு, உன் புள்ள கதைக்கு அலையறத.”

“அவன் எங்க அலையறான் . நீங்கதான் கத கேட்க ஆளுக்கு அலையா அலையிறீங்க –”

“பெரிசா கண்டுபிடிச்சிட்ட. மெடல் தர்றேன்.”

பதில் ஒன்றும் சொல்லாமல் பக்கத்தில் உட்காருவாங்க. உட்கார்ந்ததும், சித்தி மடியில தலையும் – அப்பா மேலகாலும் போட்டுக்கொண்டு “சொல்லுங்க அப்பா –” என்று விரட்டுவேன்.

“நேத்தி என்ன கத சொன்னேன்.”

அப்பா ஒருமுறை சொன்ன கதையை மறுமுறை சொல்ல மாட்டார். அவர் ஒரு கதைக் களஞ்சியம். அந்தக் கதையை எல்லாம் எங்க கத்துக்கிட்டார் என்பது தெரியவில்லை. ஒவ்வொரு நாளும் புதுசு புதுசா கதை இருக்கும். அதோடு காரணம் இல்லாம கதை இருக்காது. ஏதாவது ஒரு காரணம் அதோடு ஒட்டிக்கொண்டே இருக்கும். அப்பா சொன்ன கதையில ஒன்னு இப்பக்கூட நல்லா நினைவுல இருக்குது.

ஒருநாள் பள்ளிக்கூடம் விட்டு வீட்டுக்கு வரப்ப ஒரு பையன் என்ன அடிச்சிட்டான். கொஞ்சம் பெரிய பையன்; என்னவிட வளர்த்தியா இருந்தான். அதுதான் நான் அவனைத் திருப்பி அடிக்காததுக்குக் காரணம் இல்ல. அவன் அடிச்சதும், நான் பயந்து போயிட்டேன். அழுதுகிட்டே கிழிஞ்ச சட்டையோடு வீட்டுக்கு வந்தேன். வீட்டில அப்பா இருந்தார். எனக்கு இன்னும் பயம் வந்துடுச்சி. ஏன்டா சண்டை போட்டுகிட்ட என்று கேட்டு அடிப்பாரோ என்று பயந்தேன். அப்ப சித்திகூட

கண்ணில படல. என்ன பண்ணுறது. தெரியாம அப்பாவையே பார்த்துக் கொண்டிருந்தேன்.

“என்னடா” என்றார் அப்பா.

“தங்கவேலு அடிச்சுட்டான்.”

“நீ என்ன பண்ணின.”

“ஒண்ணும் பண்ணுல அப்பா –”

“திருப்பி அடிக்கல்ல.”

“இல்ல அப்பா.”

அப்பா என்னையே கொஞ்ச நேரம் பார்த்துக் கொண்டிருந்தார். அப்புறம் சலிப்புற்றது போல, “சரி, போ” என்றார். எனக்கு அது ரொம்ப ஆச்சரியமாக இருந்தது. அப்பா மனசில என்ன இருந்தது எனக்குத் தெரியவில்லை.

இரண்டு நாள் கழிச்சி அப்பா ஒரு கதை சொன்னார். அது இப்ப ரொம்ப நல்லா ஞாபகத்தில இருக்குது. அது மட்டுமல்ல. அப்பா குரல் மனசுக்குள்ள ஒலிக்குது. அப்பா சொன்ன கதை இது தான்.

ஒரு சின்ன ஊரு. ஆத்துப் பக்கத்து ஊரு. ஆத்தக் கடக்க ஒரு சின்னப் பாலம். மூங்கில் பாலம். ஓட்டை உடைசலாக இருக்கும். அதைக் கடந்து தான் நகரத்துக்குப் போகணும்; சந்தைக்குப் போகணும். இல்லாட்டா ரெண்டு மூணு மைல் சுத்திக்கிட்டுப் போகணும். அதுனால ஜனங்க எல்லாம் பாலத்து வழியாத்தான் போவாங்க; வருவாங்க.

அப்படி இருக்கறப்ப, மூங்கில் பாலத்துக்கிட்ட ஒரு பாம்பு வந்துடுச்சு. எங்க இருந்து வந்துச்சு என்று யாருக்கும் தெரியல. ஆனால் பெரிய பாம்பு. நல்ல பாம்பு. படத்தை விரிச்சிக்கிட்டு – பாலத்துப் பக்கம் யாரு போனாலும் கடிக்க ஆரம்பிச்சிடுச்சு. அது கடிச்சு நாலஞ்சு பேரு செத்துப் போயிட்டாங்க. அப்பவும் பாம்பு அடங்கல. ராவும் பகலுமா பாலத்தையே சுத்திக்கிட்டு இருந்துச்சு. அதுனால, ஜனங்க எல்லாம் ஒரேயடியா பயந்து போய் மூங்கில் பாலத்து பக்கம் போறதையே விட்டுட்டாங்க. அதுனால பாம்பு பேசாமல் பாலத்தில் தலையை வச்சிக்கிட்டுக் கிடந்தது.

வேணுன்னு ஒருத்தன். ரொம்ப தைரியசாலி. அவனுக்கு அக்கரையில் ஏதோ வேலை. பாம்பைப் பார்த்துக் கொள்ளலாம் என்று கையில தடியை எடுத்துக்கொண்டு போனான். படுத்துக்கிடந்த பாம்பு அவனைக் கண்டதும்,

சீறிக்கொண்டு முன்னே வந்தது. கம்பை வீசினான்; அது அதுக்கு மேல சீறிக்கொண்டு வந்தது. அக்கரைக்குப் போறது இருக்கட்டும் – உயிர் தப்பினால் போதுமென்று வேர்த்து விறுவிறுக்க ஓடி வந்துவிட்டான்.

ஊர் ஒண்ணாக் கூடியது. என்ன பண்ணறது அதுதான் ஒருத்தருக்கும் தெரியல. அதோட, பாம்ப அடிச்சிக் கொல்ல முடியுமென்று தோணுல. திகைச்சி திகைச்சி நின்னுகிட்டு இருந்தாங்க.

அப்ப வேணு, “வாங்க. சுவாமிகிட்ட சொல்லலாம்!” என்றான். அதுதான் சரியாகப் பட்டது. கூட்டமாகப் போய் கடவுளிடம் முறையிட்டுக்கொண்டார்கள் . அவர்கள் முறையீடு சரிதான்னு கடவுளுக்குப் பட்டது.

“சரி, நான் பார்த்துக்கறேன். நீங்க போங்க” என்று அவர்களை அனுப்பிவிட்டு, பாம்பைக் கூப்பிட்டார்.

அது வந்து கால்லே விழுந்து வணங்கியது.

“ஊரையே, ஒரேயடியா பயமூறுத்திட்டீயே?” என்றார் கடவுள்.

பாம்பு கர்வத்தோடு தலையசைத்தது.

“போதும், இன்னும் யாரையும் கடிக்காதே” கடவுள் கட்டளை இட்டார். பாம்பு கடவுளையே கொஞ்ச நேரம் பார்த்துக்கொண்டு இருந்தது. அப்புறம் வேகமாக ஊர்ந்து வந்து மூங்கில் பாலத்தின் பக்கத்தில் படுத்துக்கொண்டது. ஆனால், ஜனங்க பயம் தெளியல. அந்தப் பக்கம் வர பயந்துக்கிட்டே இருந்தாங்க.

வேணு ரெண்டு பேரை துணைக்குக் கூட்டிக்கொண்டு அந்தப் பக்கமாக வந்தான். பாம்பு தலைநிமிர்ந்துகூடப் பார்க்கவில்லை. அப்படியே கிடந்தது. அவர்கள் மெதுவாக பயந்து பயந்துகொண்டே அக்கரைக்குப் போனார்கள். செத்த நேரத்துல ஊர் முழுவதும் பாம்பு கடிக்கல என்ற செய்தி பரவிப் போயிடுச்சு.

அடங்கிக்கிடந்த கூட்டமெல்லாம் திரண்டு வந்தது. வேகம் வேகமாக பாலத்தைத் தாண்டிப் போனாங்க. ஒரு பையன் பாம்பு மேல ஒரு கல்ல எடுத்துப் போட்டான். அப்பவும் பாம்பு கடிக்க வர்ல. தலையை தூக்கிப் பார்த்துட்டு கீழே போட்டுக்கிச்சு. அதுனால பள்ளிக்கூடம் போற பசங்க யெல்லாம் பாம்பை அடிக்க ஆரம்பிச்சிட்டாங்க. குச்சியால குத்தி புரட்டிப் புரட்டிப் போட்டாங்க. பாம்புக்கு மேலெல்லாம் ஒரே ரணமா ஆயிடுச்சு. அதுனால நகரவே முடியல. இப்ப என்ன

பண்ணுறது என்று தெரியாமல், கடவுள்கிட்ட போய் உடம்பைக் காட்டி, "சுவாமி பார்த்தீங்களா? நீங்க யாரையும் கடிக்காதீங்க என்று கட்டளை போட்டீங்க. நானும் அதை கேட்டுக்கிட்டு சும்மா இருந்தேன். ஆனா, ஜனங்க சும்மா இருக்கல. என்ன அடிச்சே கொன்னுடப் பாக்கறாங்க –" என்று முறையிட்டுக் கொண்டது.

கடவுள் ஒ.ரு கணம் பாம்பை ஏறிட்டுப் பார்த்தார். அப்புறம் ஒரு சின்ன சிரிப்புச் சிரித்து, "அட, மூடப்பாம்பே. உனக்கு அறிவு இருக்கா. உன்னை நான் கடிக்காதேன்னு தானே சொன்னேன். அடிக்க ஆளு வந்தா சீறாதேன்னு சொன்னேனா" என்றார்.

பாம்பு ஒரு வாட்டி தலையைத் தூக்கி வேகமாக கீழே இறங்கிச்சு.

அப்பா கதையை நிறுத்திவிட்டு, "என்ன சிவா, நான் சொல்றது புரியுதா" என்று கேட்டார். நான் தலையசைத்தேன்.

"என்ன புரிந்தது. எருமை மாதிரி தலையாட்டுற."

"எதுக்கு அவன திட்டுறீங்க" என்று எனக்காகப் பரிந்து கொண்டு சித்தி வந்தது.

"பின்ன, என்ன? ஒரு கதை சொன்னா அது எதுக்கு – ஏன் சொல்லுறேன்னு தெரிய வேண்டாம். வாயில ஈ போறதுகூட தெரியாம கேட்டுகிட்டு இருந்துட்டு, தலையை ஆட்டினா."

"– இருந்தாலும், உங்களுக்கு இந்தக் கோபம் ஆகாது" என்று என்னை அழைத்துக்கொண்டு உள்ளே போயிட்டாங்க. நானும் அதை அப்பவே மறந்துட்டேன். நினைவுல இல்ல. பின்னால் ஒருநாள் அந்தோனி சொன்னார். அப்பா மாதிரி தெளிவா சொல்லுல. ஏதோ ஒரு கதைமாதிரி சொன்னார். அது அப்பா கதையை ஞாபகப்படுத்தி விட்டுவிட்டது. அப்புறம் அப்பா சொன்ன கதை மனசிலே தங்கிப் போயிடுச்சு.

"பணிவு, மேலும் பணிவு –" என்று சொல்லிக் கொடுத்த அந்தோனி சாரே, என் பணிவைப் பார்த்து சலித்துப் போய் விட்டார் போலும். ஒருநாள் என்னைத் தனியா கூப்பிட்டு, "நீ இப்படி இருந்தால் அவ்வளவுதான். ஒவ்வொருத்தனும் உன் தலையில ஏறி மிதிப்பான். நீயே இல்லாம போற வரைக்கும் மிதிச்சிக் கழிச்சிடுவான். அதுனால, அப்ப அப்ப எதிர்த்து நில்லு; நாய் மாதிரி கொஞ்சம் நின்று குலச்சிக் காட்டு. ஒரேமட்டா ஓடிக் கிட்டே இருக்காத –" என்றார்.

தலையசைத்து கேட்டுக்கொண்டேன். ஆனால் எப்ப கடிக்கறது; எப்ப குலைக்கறது என்பதிலே தான் தடுமாற்றம்

வந்துடுது. கடிக்க வேண்டிய இடத்துல குலைச்சிடுறேன்; குலைக்கவேண்டிய சமயத்தில கடிச்சிடுறேன். அதை திருத்திக் கொள்ளணுமென்னு அடிக்கடி தீர்மானித்துக்கொள்ளுறேன். ஆனால் முடியறது இல்லை. என் காரியமே தவறாகப் போயிடுது. சிக்கல்ல மாட்டிக்கிட்டு தவிக்க ஆரம்பிச்சுடுறேன். அதுனால பின்னால் குலைக்கறதே தப்புன்னுதோனது. அந்த மாதிரியான விஷயத்துல ராமுதான் சரியின்னு படுது. அவர் என்ன மாதிரி தப்பா பேசி – காரியம் பண்ணி மாட்டிக்கமாட்டார். ரொம்ப யோசித்து – பார்க்கற அப்ப யோசிக்கறது மாதிரி தோனாது – பேசுவார். அவர் பேச்சு நறுக்கென்று – மாத்த முடியாதுபோல இருக்கும். அதுக்கு மேல யாரும் பேச முடியாது. பேசினால் அப்படித்தான் இருக்கணும்.

அதெல்லாம் தானே வர்றது. அடையிற விஷயமில்லை. அந்தப் பாக்கியம் எனக்கு இல்லை.

"நீங்களும் சுவாமி பார்க்கத்தான் வந்தீங்களா சார் –" என்றான் கோயிலைப் பற்றிக் கேட்டவன்.

"இல்ல, சும்மா ஊர்சுத்த வந்தோம்."

"சும்மாவா சார் தமிழ்நாட்டில இருந்து வந்தீங்க."

நான் தலையசைத்தேன்.

"எங்க சார் வீடு. வேல பார்க்கிறீங்களா?"

அவன் மனைவி முன்னே வந்து, "பாப்பா அழறா" என்றாள்.

குழந்தையைக் குனிந்து தூக்கிக்கொண்டு "அழாத, அழாத" என்று முதுகில் தட்டினான்.

ராமு முன்னே நடக்க ஆரம்பித்தார்.

"நாங்க வர்றோம்" என்று ராமுவின் பின்னால் நானும் நடந்தேன்.

ராமு அவனைப் பற்றி ஏதாவது சொல்லுவார் என்று எதிர்பார்த்தேன். ஆனால் அவர் ஒன்றும் பேசாமல் நடந்து கொண்டே இருந்தார்.

லேசாக வானம் கருக்க – காற்று வீசியது. மழை வருமோ என்று நினைத்தேன். ஆனால் மழை வரவில்லை.

7

பஸ் ஸ்டாண்டில் நிறைய புத்தகக் கடைகள். பத்திரிகைகள் தோரணம் போலத் தொங்கிக் கொண்டிருந்தன. ராமு ஒவ்வொரு கடையாகப் பார்த்துக்கொண்டே வந்தார். என்னால் முடிய வில்லை. புத்தகத்தையும் – பத்திரிகைகளையும் பார்த்துக்கொண்டு முன்னால் நிற்க முடியாது. எனவே பின்னால் நகர்ந்து சென்றேன்.

வந்து இரண்டு நாளாகிறது: ஊர் ஒன்னும் புதுசாத் தெரியலே. ஜனங்க இடிச்சிக்கிட்டு கூட்டமா ஏறுது; இறங்குது. சினிமா கொட்டகை வாசலில் பெரிய பெரிய பானர் இருக்குது. அதையெல்லாம் பார்த்த எனக்கு – எல்லா ஊர் போல திருவனந்தபுரமும் ஒரு ஊர்தான், அதுக்கு மேல ஒன்னும் இல்லென்னு தோனுச்சி. இருந்தாலும், ஒன்னு எனக்கு ரொம்ப புதுமையா இருந்துச்சி. அதை சொல்லாவிட்டால் சரியா இருக்காது. அது இதுதான்.

காலையில குளிச்சிட்டு ஈரத் தலையோடு தலை மயிரைத் தொங்கப் போட்டுக்கிட்டு – கையில் குடையுமா எப்பவும் மழை வருமோன்னு சொல்லாம சொல்லிக்கிட்டுப் போற பெண்கள். பெரியவங்க – பள்ளிக்கூடத்துக்குப் போற சின்னப் பசங்கன்னு வித்தியாசம் இல்லாம எல்லாரும் ஒரே மாதிரி தான் போறாங்க. அதைப் பார்க்க மனசுக்கு ரொம்ப சந்தோஷமா இருந்துச்சி.

ரோஸ்மேரிகூட காலைப் பொழுதில் தலை மயிரை லேசாகக் கட்டிக்கிட்டு இப்படித்தான் நிற்பாள் என்பது நினைவுக்கு வந்தது. சிவப்பு உடம்பில கருத்த மயிரே ஒரு அழகாகத்தான் இருக்கும். அவள் மலையாளக்காரி என்பதே எனக்கு அப்புறமாகத்தான் தெரிந்தது. அவள் அம்மா மலையாளம். நெய்யாற்றங்கரைப் பக்கத்தில் ஒரு சின்ன ஊர். ஊரைச் சுத்தி ஓடைகள் – தென்னை, பாக்கு மரங்கள். அவளுக்கு தன் ஊரைப் பற்றிப் பேசுவதில் ரொம்ப சந்தோஷம். அவள் பேசுறதக் கேட்க எனக்கு வேடிக்கையாக இருக்கும். அவள் பிறந்தது, வளர்ந்தது எல்லாம் சென்னையில தான். இருந்தாலும், ஊர் என்றால் எங்க ஊர் என்று நெய்யாற்றங்கரையைப் பத்தி தான் சொல்லுவாள்.

ஒவ்வொரு மனுஷனுக்கும் பிறந்த ஊர்மேல் தனியா ஒரு பற்று தான் இருக்குது. பெற்ற அம்மா மேல இருக்குதோ இல்லியோ – அப்பா மேல இருக்குதோ இல்லீயோ – ஊர் மேல கண்டிப்பா இருக்குது. அந்த விஷயம் எனக்கும் தெரியுது. வந்த இரண்டு நாளிலே எப்ப ஊருக்குப் போகலாம் என்று துடிக்குது மனசு. தன்னுடைய வீடு இருக்கிற ஊரைத்தவிர மற்றதெல்லாம் அன்னிய ஊர் மாதிரிதான் படுது. அது இங்க வந்த ரெண்டு நாள்ள நல்லா தெரியுது.

ரோஸ்மேரி ஊரைப்பற்றிச் சொல்லும்போதெல்லாம் சிரித்து, “ஊர்ல என்ன இருக்கு?” என்று அவளைப் பரிகாசம் பண்ணுவேன்.

உட்கார்ந்திருந்த ரோஸ்மேரி எழுந்து நின்றுகொண்டு விடுவாள். கையை முன்ன நீட்டி, “உங்க ஊர்லே ஒன்னும் இல்ல போல இருக்கு. ஆனா, எங்க ஊருக்கு வா; வந்து பார்த்துட்டு அப்புறம் சொல்லு –” என்பாள்.

“சரி.”

“என்ன சரி.”

“நீ சொல்லுறது.”

“அடுத்த மாசம் போகச்ச அப்பாகிட்ட சொல்லி உன்னியும் கூட்டிக்கிட்டுப் போறேன்.”

அவளுக்கு என்னை தன்னூருக்கு அழைத்துக்கொண்டு போய் அதன் அழகையெல்லாம் காட்டவேண்டும் என்ற ஆசை. ஒவ்வொரு முறையும் புறப்படும் போதெல்லாம், “வர்றீயா போகலாம்” என்பாள்.

“லீவு கிடைக்காதுபோல இருக்கே.”

“பெரிய ஆபீசர். நீ இல்லாமதான் ஆபீஸ் நின்னுடப் போகுது.”

அவள் சொல்லுறது சரிதான். ஆபீசில நான் ஒரு தூசி. அதுகூட சரி இல்ல. அதுக்கும் இன்னும் கீழ. ஆபீசில நான் இருந்தாலும் ஒண்ணுதான் – இல்லாவிட்டாலும் ஒண்ணு தான். அது பாட்டிற்குப் போய்க்கொண்டே இருக்கும்.

அந்தோனி சார்கூட ஒரு நாள், “வாயேன் போகலாம்” என்றார். அவரும் மகளைப் போலத்தான். அவர் ஊர் பிடிக்கும். ஆனால் அந்தோனி கேரளா இல்ல. தஞ்சாவூர்ப் பக்கம். கூத்தாநல்லூர். மிலிட்டரியில் இருந்தப்ப – சிநேகிதன்கூட கேரளாவுக்குப் போனார். பத்து நாள் போல அவன் வீட்டிலே தங்கி இருந்தார். சிநேகிதனுக்கு ஒரு தங்கை. அது தான் ரோஸ்மேரி அம்மா. அவள் விதவிதமாக மீன் ஆக்கிப் போட்டாள். அந்தோனிக்கு அவளைப் பிடித்திருந்தது போல அவள் வைக்கிற மீன் குழம்பும் பிடித்திருந்தது. இரண்டு நாளு தங்கறதா போனவர் பத்து நாள் தங்கிட்டார். அதுக்கு மேலவும் இருக்கலாம் போலத் தோன்றியது. ஆனால் சரி இல்லை என்பதைத் தானே தீர்மானித்துக்கொண்டார். பெட்டி படுக்கையைத் தூக்கிக்கொண்டார். வண்டியேற்றி விட வர்க்கீஸ் கூடவந்தான். பாதி தூரம் வந்ததும் பெட்டியை கீழே வச்சிட்டு, “வர்க்கீஸ்! உன் தங்கச்சியை எனக்குக் கல்யாணம் பண்ணித் தர்றீயா?” என்றார்.

அதைக் கேட்ட அப்புறம், ரொம்பவும் வெட்கமுற்றது போல வேறு பக்கமாகத் திரும்பிக்கொண்டார். தான் கேட்டது சரியோ – தப்போ என்ற பயம் வந்துவிட்டது. வர்க்கீஸ் கொஞ்ச நேரம் யோசித்தான். இரண்டு பேரும் மூணு வருஷமாக ஒன்றாக இணைந்து பணிபுரிகிறார்கள்.

அந்தோனியை நிராகரிக்கக்கூடிய காரணம் ஒன்று மில்லை. அவனைவிட ஒரு நல்ல மாப்பிள்ளையைத் தன்னால் கண்டுபிடிக்க முடியும் என்றுகூட அவனால் நினைக்க இயலாது இருந்தது.

“அத வீட்டிலேயே சொல்லி இருக்கலாமே!” என்றான் வர்க்கீஸ்.

அந்தோனி பதிலொன்றும் சொல்லவில்லை.

“திரும்பு வீட்டிற்கு –”

அந்தோனி பெட்டியைக் கையில் எடுத்தான்.

“நான் கேட்டதுக்கு நீ ஒன்னும் பதில் சொல்லலீயே –”

அவன் சிரித்தான்.

"அதெல்லாம் தெருவில பேசுறதா."

அந்தோனி அவன் பின்னே – அவனுக்கு இணையாக நடந்தான். அவன் நடை கொஞ்சம் வேகமாகத்தான் இருந்தது. அத்தனை வேகமாக எதற்குப் போகிறான் என்று நினைத்துக்கொண்டான்.

வாசலில் வர்க்கீஸ் தங்கை தெரசம்மா எதிர்ப்பட்டாள். இவர்களைக் கண்டதும் அவளுக்கு ஒன்றும் புரியவில்லை.

"வண்டி போயிடுச்சா."

"இல்ல –"

"பின்ன."

"அந்தோனி இப்ப போகல."

தெரசம்மா பார்வை அந்தோனி பக்கம் திரும்பியது. அவன் எங்கோ பார்த்துக்கொண்டு இருந்தான். அவள் அவசரம் அவசரமாக உள்ளே சென்றாள். படுக்கையில் கிடந்த தன் அம்மாவை எழுப்பினாள். அவளுக்கு பக்கவாதம். ஒன்பது மாதங்களாகப் படுக்கையிலேயே கிடக்கிறாள்.

"என்ன தெரசா."

"அம்மா, அண்ணனும் அந்த ஆளும் திரும்பி வந்திருக்கு."

"சரி" அந்தோனியை ஒரு முறைதான் விளக்கு வெளிச்சத்தில் பார்த்திருக்கிறாள். அவன் முகம் இப்பொழுது நினைவில் இல்லை. எனவே மகள் சொல்வதைப் புரிந்துகொள்ள முடியாமல் கூரையையே பார்த்துக்கொண்டிருந்தாள்.

தெரசாவால் சும்மா நின்றுகொண்டிருக்க முடியவில்லை. திரும்பி வாசலுக்கு வந்தாள்,

"அம்மா தூங்குதா?" என்று கேட்டான் வர்க்கீஸ்.

"இல்ல."

"அந்தோனி இரு, இதோ வந்துடுறேன்" வர்க்கீஸ் உள்ளே சென்றான்.

வர்க்கீஸ் தலை மறைந்ததும் தெரசா அந்தோனி பக்கமாக வந்து நின்றாள். அவன் திரும்பி உட்கார்ந்தான்.

"அண்ணன் கிட்ட எல்லாத்தியும் சொல்லீட்டியா?"

"இல்ல, நான் ஒண்ணும் சொல்லுல."

"பின்ன."

“தெரசாவைக் கல்யாணம் பண்ணித் தர்றீயான்னு கேட்டேன்.”

“அப்படியா?”

“உம்.”

“இப்ப பேச்சே காணோமே.”

அந்தோனி தலையசைத்தான். அவன் வந்த அன்று மாலையே தெரசா அவன் பார்வையில் விழுந்தாள். அவள் பேச்சும் செயலும் அவனுக்குப் பிடித்திருந்தது. வர்க்கீஸ் தாய்க்கு வைத்தியம் என்றும் – குடும்பக் கடன் விவகாரம் என்றும் அலைந்துகொண்டிருந்தான். கூட இரண்டு நாட்கள் அவனும் போனான். மூன்றாம் நாள் அந்தோனி புறப்படத் தயாராகிக்கொண்டு இருந்தபோது, “எதுக்கு அண்ணன் கூடவே சுத்திக்கிட்டு இருக்கணும்” என்றாள். அவள் என்ன சொல்கிறாள் என்பது ஏதோ கொஞ்சம் புரிவதுபோல இருந்தது. நிமிர்ந்து பார்த்தான். அவள் முறுவலித்தாள்.

அடுத்த நாள், அந்தோனி நொண்டிக்கொண்டே வந்தான்.

“என்ன அந்தோனி, என்ன ஆச்சு.”

“தோட்டத்துல, கால்ல முள்ளு குத்திடுச்சு.”

“எப்பவும் செருப்புதானே போட்டுக்கிட்டு இருப்ப.”

“இளநீர் பறிக்கப் போனப்ப செருப்பக் கழட்டிப் போட்டுப் போனேன். அப்பத்தான் குத்திடுச்சு.”

“அப்ப என்ன பண்ணுறது.”

“இப்ப கொஞ்சம் பரவா இல்ல.”

“சரி. நொண்டி நொண்டிக்கிட்டு என்னோட அலைய வேண்டாம். வீட்டுலயே இரு. நான் சீக்கரத்துல வந்துடுறேன்” என்றவன் உட்பக்கம் திரும்பி தெரசாவை அழைத்து, “காலில் முள்ளு குத்திடுச்சுன்னு நொண்டுறான். மருந்து இருந்தா கொடு” என்றான்.

தெரசா தலையசைத்தாள்.

“இரண்டு நாள்ள அவன் ஊருக்குப் போகணும்.”

தெரசா உள்ளே திரும்பிச் சென்றாள்.

“நான் சீக்கரமா வந்துடுறேன். அங்க இங்க அலையாம வீட்டுலேயே இரு” என்றான் வர்க்கீஸ்.

அந்தோனி புன்னகை பூத்தான்.

அண்ணன் போனதும் மருந்தை எடுத்துக்கொண்டு தெரசா வெளியே வந்தாள். அவன் போகட்டும் என்று காத்துக்கொண்டு இருந்தது போல இவனுக்கு இருந்தது. கால் வலிப்பது மாதிரி பல்லைக் கடித்துக்கொண்டு கண்களை மூடிக்கொண்டு உட்கார்ந்திருந்தான் அந்தோனி.

"ரொம்ப வலிக்குதா" தெரசா அவன் பக்கத்தில் உட்கார்ந்தாள்.

கண்களைத் திறந்து அவளை ஏறிட்டுப் பார்த்தான்.

அவள் சிரித்துக்கொண்டே இருந்தாள்.

அவளைப் பார்க்கப் பார்க்க – தான் சொன்னதை வர்க்கீஸ் நம்பவில்லை என்பது அவனுக்கு நன்றாகத் தெரிந்தது. அவனுக்குத் தெரியுமோ என்னவோ யார் கண்டது.

தெரசா அவன் பக்கமாக நெருங்கி உட்கார்ந்தாள்.

"வர்க்கீஸ் அப்படியே நம்பிட்டான்; சொன்னதை" –

அந்தோனி தலையசைத்தான். அவனுக்கு விஷயம் தெரிந்துதான் இருக்கிறது என நினைத்தான். ஒன்றும் சொல்ல மாட்டான் என்றும் தோன்றியது. அவன் வீடும் தென்னந் தோப்பும் அப்புக்குட்டனிடம் அடமானமாக இருந்தது; இரண்டாயிரம் ரூபாய்க்கு. அதற்கு அவன் ஆயிரத்து ஐநூறு ரூபாய் கொடுத்தான். தங்கையைப் பார்த்து இல்லை. இங்கு வருவதற்கு முன்னே தேம்பிலேயே பணத்தைக் கொடுத்தான். அதைக்கூட வர்க்கீஸ் கேட்கவில்லை. ஒருநாள் பேச்சுவாக்கில் தன் குடும்பத்தின் கதையைச் சொன்னான். முதல் தங்கை கல்யாணத்திற்கென அப்புக்குட்டனிடம் வாங்கிய பணம் இரண்டாயிரம். மூனு வருஷம் ஆகிவிட்டது. ஆனால் கடனைத் திருப்பித்தர முடியவில்லை. இந்த வருஷம் எப்படியும் கடனைத் திருப்பித் தந்துவிடவேண்டும். இல்லாவிட்டால் ஒரு மனிதனாக ஊருக்குள் நுழைய முடியாது. வர்க்கீஸ் அதைச் சொல்லி முடிப்பதற்குள் கிட்டத்தட்ட அழுதுவிட்டான். பராக்கிரமத்திற்கென பரிசு பெற்ற வர்க்கீஸ் கடனுக்காக அழுவது அந்தோனி மனத்தை நெகிழ வைத்துவிட்டது.

அந்தோனி பெட்டியில் லீவு சம்பளம் இருந்தது. அப்புறம் கொஞ்சம் சேமிப்பு. எல்லாவற்றையும் எண்ணிப் பார்த்தபோது ரூபாய் இரண்டு ஆயிரத்தொன்று இருந்தது. அதில் ஆயிரத்து ஐநூறை வர்க்கீஸிடம் கொடுத்தான்.

வர்க்கீஸ் அவன் கையைப் பற்றிக்கொண்டான் "நான் நினைக்கவே இல்ல."

"எதை?"

"நீ பணம் தருவேன்னு –"

"அதுக்கென்ன."

அவனுக்குப் பேசவே முடியவில்லை. பணத்தை வாங்கிக் கொண்டு, "மேனனிடம் சொல்லி உனக்கு ஒரு நோட்டு எழுதித் தர்றேன்" என்றான்.

"எதுக்கு?"

"எதுக்கா. பணத்துக்குத்தான்."

"இந்தப் பணத்தை உன்னை நம்பித்தான் தர்றேன். நீ திருப்பித் தருவேன்னு எனக்கு நம்பிக்கை இருக்கு."

"நான் கொடுக்காட்டா."

அந்தோனி சிரித்தான்.

"எனக்கு வாங்கறதுக்கு வழி தெரியும்."

"அப்படியா?"

"ஆமாம்."

"நீ ரொம்பதான் நம்பிக்கை வைக்கிற."

"அதெல்லாம் இல்ல."

"நான் கம்பெனி மாறிட்டா என்ன பண்ணுவ."

"ஆயிரத்தைந்நூறு ரூபாய்க்கு பீர் வாங்கி அடிச்சிட்டதா நினைச்சுக்கிட்டு இருந்துடுவேன்."

"பரவா இல்ல – இருந்தாலும் இப்ப ஒரு பீர் அடிச்சி வைத்துக்கொள்ளுவோம்."

இரண்டு பேரும் தோளில் கைபோட்டுக்கொண்டுபோய் ரம் அடித்தார்கள். வர்க்கீஸ் வழக்கத்தைவிட அதிகமாகவே குடித்தான். சந்தோஷம் அவனைக்குடிக்க வைத்தது போலும். அவன் குடிக்கும் வேகத்தையே அந்தோனி பார்த்துக்கொண் டிருந்தான். திடீரென்று எழுந்து அவன் கையைப் பிடித்துக் கொண்டு, "இந்த உபகாரத்த நான் மறக்கவே மாட்டேன்; என் உயிர் உள்ளவரைக்கும்" என்றான்.

அந்தோனி தலையசைத்தான்.

"நீ ஒரு அபூர்வமான மனுஷன் –"

"அதெல்லாம் ஒண்ணும் இல்ல. கையில காசு இருக்குது. கொடுக்கறேன். அதுவும் சும்மாவா. கடன் தான் –"

"கடன் தான். அதைத்தான் இப்ப யார் தர்றா?"

"அதை விடு."

வர்க்கீஸ் லீவில் ஊருக்குப் போகும்போது அந்தோனியை யும் கூப்பிட்டான். ஆரம்பத்தில் அதில் அவனுக்கு ஈடுபாடு ஒன்றுமில்லை. பார்க்கலாம் என்று நழுவிக்கொள்ளவே பார்த்தான். ஆனால் வர்க்கீஸ் விடுவதாக இல்லை. அவனை அழைத்துக்கொண்டு போவதில் குறியாக இருந்தான். தப்பித்துக் கொள்ள முடியாததுபோல் இருந்தது. என்ன பண்ணுவது என்று யோசித்தான். தான் இதுவரையில் கேரளா பக்கம் போனதில்லை என்பதும் நினைவுக்கு, வந்தது. வர்க்கீஸ் கூடப்போய் இரண்டு நாட்கள் இருந்து விட்டு அப்படியே ஊருக்குப் போகலாம் என்று பட்டது. அதுதான் சரியான யோசனை. அவன் கூட வர சம்மதித்தது வர்க்கீசுக்கு அளவற்ற மகிழ்ச்சியை அளித்தது.

"எங்க தென்னந்தோப்பையும் வீட்டைச் சுற்றி இருக்கும் ஓடைகளையும் பார்த்தா நீ ரொம்ப சந்தோஷப்படுவ" என்றான்.

தெரசாவை பார்த்தது எல்லாவற்றையும் விட சந்தோஷ மாக இருந்தது. வர்க்கீஸ் கட்டாயப்படுத்தி அழைத்துக் கொண்டு வந்ததற்காக அந்தோனி நன்றி தெரிவித்துக் கொண்டான். அவன் அவ்வளவு தூரம் வற்புறுத்தி இருக்கா விட்டால் அவளைப் பார்த்தே இருக்க முடியாது. கடவுள் மீது நம்பிக்கை இருக்கிறதோ என்னவோ தெரியவில்லை. ஆனால் விதிக்கப்பட்ட முறையில் தான் எல்லாம் நடக்கிறது. தஞ்சாவூரில் பிறந்த அந்தோனிக்கு மனைவி கேரளாவில் இருக்கிறாள். அதெற்கெல்லாம் யார் பொறுப்பு.

அந்தோனிக்கு யோசிக்கத் தோன்றவில்லை. யோசிப்பது சரி என்றுகூட அவனுக்குத் தோன்றவில்லை. அடுத்த விடுமுறை யில் தெரசாவை சர்ச்சில் மணம் புரிந்துகொண்டான். அவனுக்கு அம்மா இல்லை. அப்பா மட்டுந்தான் . பள்ளிக்கூடத்து ஆசிரியர். அவருக்கு ஒரு கடிதம் எழுதினான். மூன்றாம் நாள் பதில் வந்தது.

'கர்த்தர் உன்னை ஆசீர்வதிப்பார்' என்று எழுதியிருந்தார். அதை வர்க்கீஸிடம் காட்டினான். கடிதத்தைப் படித்துவிட்டு இவனிடம் திருப்பித் தந்தான். அப்பா என்ன சொல்கிறார் என்பது அவனுக்குப் புரிவது போலத்தான் இருந்தது.

கல்யாணம் முடிந்ததும், தெரசாவை அழைத்துக்கொண்டு ஊருக்குப் போனான். வருவதைப் பற்றி ஒரு கடிதம் போட்டிருந் தான். அப்பா ரயிலடியில் வந்து காத்துக்கொண்டிருந்தார். உதயகாலத்து வண்டி. இறங்கியதுமே, "வா அந்தோனி" என்று வரவேற்றார்.

அவரை அந்தோனி எதிர்பார்க்கவில்லை. ஆச்சரியமுற்று, "அப்பாவா" என்றான்.

"இப்படி அதை கொடு அம்மா" தெரசா கையில் இருந்த பெட்டிக்குக் கையை நீட்டினார். அவளோ, "இருக்கட்டும் மாமா" என்றாள்.

தெரசா ஒரு நிமிஷத்திற்குள் அப்பாவிடம் உறவு கொண்டாடியது அவனுக்குத் திருப்தி அளித்தது. அப்பா மனத்தில் – தனது திருமணம் ஒரு முள்ளாக இருக்காது என்பது அவனுக்கு மகிழ்ச்சி அளித்தது.

அப்பா வண்டியில் உட்கார்ந்ததும், தெரசாவிடம் தான் அதிகமாகப் பேசினார். அவளின் கொச்சையான தமிழ், ஆங்கிலம் அவரை ஆட்கொண்டது போலும். அவளைப் பேசவிட்டுக் கொண்டே கேட்டுக்கொண்டு வந்தார். அந்தோனி இருவரையும் வேடிக்கை பார்த்துக்கொண்டே வந்தான்.

கல்யாணத்திற்கு அப்புறம் அந்தோனி இரண்டு வருஷம் ராணுவத்தில் இருந்தான். தெரசா அங்கும் இங்குமாக இருந்தாள். இரண்டு வீடும் அவளுக்குப் பிடித்து தான் இருந்தது. முதல் குழந்தை – பெண் பிறந்ததும் அந்தோனி ராணுவத்தில் இருந்து ஓய்வு பெற்றுக்கொண்டான். அதற்கு வழி காட்டியவர்கூட அப்பா தான். அப்பா ஆலோசனை இல்லாவிட்டால் அவன் சிவிலியன் வாழ்க்கையைப் பற்றி நினைத்தே பார்த்திருக்க மாட்டான். அப்பா காட்டிய வழியை தெரசா நன்றாகப் பிடித்துக்கொண்டாள்.

அந்தோனி வேலையை விட்டு விட்டு வந்தான். மூன்று நான்கு மாதம் போல் கூத்தாநல்லூரில் இருந்தான். ஆனால் மனசு தரிக்கவில்லை. அது தனக்குப் பிடித்தமான – மேலே வர உகந்த ஊர் இல்லை என்பதுபோல பட்டது. அப்பாவிடம் சொன்னான்.

"நானே உன்ன சென்னைக்குப் போன்னு சொல்லணு மென்று இருந்தேன். இங்க நீ என்ன பண்ணமுடியும் –"

"ஆமாம் அப்பா –"

மனைவியையும் குழந்தையையும் அழைத்துக்கொண்டு இரவில் ரயிலேறி பகலில் வந்து இறங்கினான்.

அந்தோனி சென்னைக்கு வந்த ஐந்தாறு ஆண்டுகள் கழித்து தான் ரோஸ்மேரி பிறந்தாள் ஆனாலும் அவளுக்கு ஊர் என்பது நெய்யாற்றங்கரை தான். மனத்தளவில் அங்கேயே வாழ்ந்து கொண்டு இருந்தாள். அவள் அம்மாவின் பெண். உடல்வாகுகூட அப்படித்தான். ஆனால் தமிழ் நன்றாக இருக்கும். எப்பொழுதாவது, பேச்சில் மலையாளம் கலக்கும். பலருக்கு அவள் நாகர்கோவில் பக்கமோ என்று நினைக்க வைக்கும்.

நான்கூட முதலில் அப்படித்தான் நினைத்தேன். அப்புறந் தான் எனக்கு அந்தோனி சார் கதைபோல சொன்னதில் இருந்து தெரிந்துகொண்டேன். ஒரு நாள்ளே அவர் அதைச் சொல்லவில்லை. குடித்துக்கொண்டே கொஞ்சம் கொஞ்சமாகச் சொன்னார். நான் ஒன்றா இனைச்சி எனக்குத் தெரிந்த வரைக்கும் சொல்லிட்டேன்.

யோசித்துப் பார்க்கையில் – அந்தோனி சார் கதையை கொஞ்சம் நல்லா சொல்லிட்டேன் போல இருக்குது. அதுக்குக் காரணம் இருக்கிறது. எங்க மனசு நிறைஞ்சி இருக்கிறதோ – அங்க கதை நல்லா வருது. அது தான் காரணம். இல்லாட்டா – ரொம்ப சிக்கல்ல மனசில விஷயமே பிடிபடாமல் போயிடுது. எனக்குப் பிடித்தமான விஷயத்தைச் சொல்ல வந்த நான் எங்கோ போய்க்கிட்டு இருக்கேன். இப்ப இப்ப தத்துவ ஆராய்ச்சி எல்லாம் கூடிக்கொண்டு வருகிறது. அதற்குக் காரணம் – நல்லா யோசித்துப் பார்க்கையில் ராமு பழக்கந்தான். அது இல்லாவிட்டால் முன்ன மாதிரிதான் இருந்துகிட்டு இருப்பேன். அந்தப் பழக்கம் ஒண்ணு ஒண்ணா யோசிக்க வைக்குது. யோசிக்கறதுல ஒரு புண்ணியமும் இல்ல என்பது – யோசிக்கற அப்பவே தெரியுது. ஆனால் யோசிக்காமல் இருக்க முடியல.

சர்க்கஸ் வித்தை மாதிரி கரகரன்னு சுத்திக்கிட்டு இருக்குது. அப்ப யோசிக்கறதுல சுத்திக்கிட்டு இருக்கேன். முன்ன ரோஸ்மேரியை சுத்திக்கிட்டு இருந்தேன். இரண்டும் ஒன்றும் பெரிசா வித்தியாசம் இல்ல. இரண்டுகிட்டேயும் பேய்க்குணம் இருக்குது. வதைக்குது. உயிரை வாங்குது. சுபாவமே மாறிக்கிட்டு வர்றது போல சில சமயத்துல தோணுது.

ரோஸ்மேரியைப் பத்தி சொல்ல வந்த நான் வேற எங்கோ போறேன்; ஆத்ம விசாரத்துல மனசு ஈடுபாடு கொள்ளுது. இந்த வார்த்தையெல்லாம் முன்ன தெரியாது. திருவேங்கடம் அடிக்கடி ராமுகிட்டே சொல்லுவார். ராமு வழக்கமா தலையை ஆட்டுவார். அதற்குப் பதில் அதுதான்னு நினைத்தார்போலும்.

நான் ரோஸ்மேரிகிட்ட அப்படித்தான் தலையாட்டுவேன். அவளிடம் பேசுறதைவிட பேசாமல் இருக்கிறது தான் எனக்கு

ரொம்பப் பிடிக்கும். ஏனெனில் அவள் பேசிக்கோண்டே இருப்பாள்.

"சிவா, நாளைக்கு டிக்கெட் புக் பண்ணப்போறேன்" ரோஸ்மேரி ஊருக்குப் புறப்பட்டுக்கொண்டு இருக்கிறாள். ஒரு வாரமாக வீட்டில் அது தான் பேச்சு. அப்புறம் கடைக்குப் போய் ஒன்று ஒன்றாக சாமான்கள் வாங்கிவந்து சேர்த்துக் கொண்டிருந்தாள். நான் பதில் ஒன்றும் சொல்லாமல் அவள் முகத்தையே பார்த்துக்கொண்டு இருந்தேன்.

"என்ன சொல்லுற."

நான் சிரித்தேன்

"சிரிக்காதே. வர்றீயா இல்லீயா."

"ஊரில எத்தனை நாள் இருப்ப."

"ஒரு மாசம் இருப்பேன்."

"ஒரு மாசமா?"

"உம்."

"ஒரு மாசம் அங்க வந்து என்ன பண்ணப்போறேன்."

"என்ன பார்த்துக்கிட்டே இரு."

நான் மெதுவாகச் சிரித்தேன். ரோஸ்மேரியை ஊரில் தான் போய் பார்க்கணுமென்று இல்ல. அவளை எங்கும் பார்க்கலாம். எப்படியும் பார்த்துக்கொள்ளலாம். திருவேங்கடம் சொல்லுவார். பெண் என்றால் பகல்ல பார்த்தாலும் அழகா இருக்கணும்; ராத்திரியில பார்த்தாலும் அழகா இருக்கணும். அழகுக்கு அது தான் லட்சணமென்று. அந்த லட்சணம் ரோஸ்மேரிக்கு ரொம்ப உண்டு. ஒரு ராத்திரி என்னால பொறுக்க முடியாம போகவே – அதை அவளிடம் சொல்லிட்டேன்.

"அப்படியா...நிஜமா" என்று கேட்டுக்கொண்டே கன்னத்திலே நல்லா அடிச்சிட்டாள். ரொம்ப வலிக்க ஆரம்பிச்சிடுச்சி. அதுனால இரண்டு நாளைக்கு அந்தப்பக்கமே தலைகாட்ட வில்லை.

அந்தோனி, "என்னடா உன்ன காணலே. பாப்பாகூட கேட்டா. சாய்ந்தரம் வா" என்றார். அவருக்கு எங்கள் விஷய மெல்லாம் தெரியாது. ஏதோ சின்னப் பையன்; வீட்டுக்கு வந்துட்டுப் போறான்; சொன்னா எடுபிடி வேல பார்க்கறான்னு நெனச்சிக்கிட்டு இருந்தார். அதுவும் நல்லா தான் இருந்தது. அப்படியே இருக்கட்டும் என்று நானும் விட்டுக்கிட்டுத்தான் இருந்தேன்.

அந்தோனி சார் வீட்டுக்கு வா என்றால் விஷேசம் இருக்கும். அதாவது நல்ல சாப்பாடு. பெரும்பாலும் கோழி. அப்புறம் முட்டை. அவருக்குக் கோழிதான் ரொம்பப் பிடிக்கும். ஒரு சாப்பாட்டுக்கு இரண்டு கோழி அடிப்பார். எனக்குத் தெரிந்து, அந்தோனி சார் மாதிரி சாப்பிடுற ஆளைப் பார்த்தது இல்லை. நல்லா சாப்பிடுவார். அவர் சாப்பிடுவது மாதிரி, மற்றவர்களும் சாப்பிடணும். அப்பத் தான் அவருக்குத் திருப்தியாக இருக்கும். என்ன எதுக்க உட்கார வச்சிக்கிட்டு ரோஸ்மேரியைக் கூப்பிட்டு, “கறி வை. முட்டை இன்ன ஒண்ணு வை” என்று சொல்லிக்கிட்டே இருப்பார். ஆனால் விஸ்கி மட்டும் கொடுக்க மாட்டார். அதை தானே சின்ன கிளாஸில் ஊற்றி ஊற்றி குடிப்பார். அவர் குடிக்கற அழகைப் பார்க்கும்போதெல்லாம் – கொஞ்சம் உள்ளே இறக்கிப் பார்க்க லாமே என்று தோன்றும். ஆனால் கேட்கப் பயம்; என்ன சொல்லுவாரோ என்ற நினைப்பு.

ஒருநாள், குடிக்கற அப்ப அவர் மூஞ்சியையே பார்த்துக் கிட்டு இருந்தேன். முதல்ல என்னை அவர் கவனிக்கவில்லை. அப்புறமா பார்த்துட்டு, “என்ன கொஞ்சம் போடுறீயா ?” என்றார்.

நான் பதிலொன்றும் சொல்லவில்லை.

“இப்ப வேணாம். இன்னும் கொஞ்ச நாளு போகட்டும்” என்றார். அப்புறம், ஐந்தாறு மாசத்திற்கு அப்புறம் ஒருநாள் என்னைக் கூப்பிட்டு உட்கார வைத்துக்கொண்டு குடிக்கக் கற்றுக் கொடுத்தார். ஆனால் அதில் நான் தேறவில்லை. மற்ற விஷயத்துல மடையனா இருக்கறது மாதிரியே, குடிக்கறதுலி யும் இருந்தேன். அது தான் பொருத்தம்; சரியின்னு இருந்துச்சு. ஒன்னுல இருக்கறது மாதிரிதானே இன்னொண்ணுலியும் இருக்க முடியும். அதுல மட்டும் எப்படித் தனியா இருக்க முடியும்.

விஸ்கியின் கரகரப்பே எனக்குப் பிடிக்கல; அதோடு அடுத்த நாள் காலையில் தலைவலி. எழுந்திரிக்கும்போதே, பின்னால தலை வலிக்க ஆரம்பிச்சிடுச்சு. அதுனால, குடி ஒத்துவராதுன்னு விட்டுட்டேன்; ஒரே அடியா விட்டுட்டேன்னு சொல்ல முடியாது.

எப்பாவது கிடைத்தால் கொஞ்சம் ஊற்றிக்கொள்ளுவேன். அப்புறம் விட்டுடுவேன். என்ன மாதிரிதான் ராமு. குடிக்கணும் என்பதில் தீவிரமான ஆசையொன்றும் கிடையாது. ஏதோ கூட்டம் – வேண்டியவர்கள் ஒன்று சேர்ந்தால் குடிப்பார். யோசித்து, கொஞ்சமாகக் குடித்துவிட்டு நிதானமாக இருப்பார். அதுனால அவரை குடிக்கற ஆசாமின்னு சொல்ல முடியாதுன்னு எனக்கே படுது. ஏன்னா, இங்கே வந்து இரண்டுநாளு ஆகுது.

ஒருநாள்கூட குடிக்கல்லே. அதோட குடிக்கணுமென்று ஒரு ஆசையே வர்ல .

ஆனால், ஓர் இரவு சினிமா பார்த்தோம். மலையாளப் படம். இரண்டாவது ஆட்டம். படம் பார்க்கும்போதே எனக்குத் தூக்கம் வந்துவிட்டது. தூங்கிக்கிட்டே படம் பார்த்தேன். தூக்கத்துல தலை ராமு மேலே மோதிடுச்சி போல

“என்ன நல்ல தூக்கமா” என்றார்.

“லேசா கண்ண இழுத்துடுச்சி.”

“வேனுமன்னா போகலாம்.”

“கொஞ்சம் பார்த்துட்டுப் போவோம்.”

ராமு பதில் சொல்லவில்லை. நிமிர்ந்து உட்கார்ந்தார். சோரம் போற ஒரு பொண்ண பத்திய கதை. ஒரு பணக்காரன் வீட்டுப்பொண்ணு நாலு கை மாறிப்போறா. அது அதுக்கு காரணம் சொல்லுறார் டைரக்டர். அதுமாதிரி படம் ரோஸ்மேரிக்கு ரொம்ப பிடிக்கும். அவள் தான் என்ன மலையாளப் படத்துக்கு அறிமுகப்படுத்தி வைத்தாள்.

“சிவா, சினிமாவுக்கு ரெண்டு டிக்கெட் இருக்கு. சிநேகிதி ஒருத்தி வர்றதா இருந்தா, இப்ப திடீரென்று வர முடிலேங்கறா. டிக்கெட்டை என்ன பண்ணுறது” என்றாள் ஒரு நாள்.

நான் அவளையே பார்த்துக்கொண்டு இருந்தேன். என்ன பதில் சொல்வது என்பது தெரியவில்லை.

“ரொம்ப நல்ல படம்.”

“அப்படியா.”

“இன்னயோட கடைசி.”

“அடப் பாவமே.”

என்னை ஒரு முறை ஏறிட்டுப் பார்த்தாள்.

“வேல இருக்கா உனக்கு.”

“எனக்கென்ன வேல. உங்க அப்பாவைத்தான் பார்க்கணும்.”

“அப்பா இன்னக்கி லேட்டாதான் வருவாங்க.”

“அப்படியா ?”

“காலயில சொன்னாங்க.”

நான் தலையசைத்தேன்.

"இப்ப நீ என்ன பண்ணப்போறே."

"என்ன பண்ணனும்."

"வா, நம்ப ரெண்டு பேரும் சினிமாவுக்குப் போகலாம்."

"நாம்பளே."

"ஏன், ஒன்னா போனா என்ன?"

நான் யோசித்தேன்.

"உங்க அப்பா –"

"அப்பா ஒண்ணும் சொல்ல மாட்டாங்க. நான் சொல்லிக்கிறேன்."

அந்தோனி சாருக்கு ரோஸ்மேரிகிட்ட ரொம்பப் பிரியம். அவள் கேட்கறத அவர் தட்டுவதே இல்லை. கடைசிப் பெண் என்கிறது ஒரு காரணம்; இன்னொரு காரணம், குடும்பத்துல அவள் மட்டுந்தான் அவர்கூட இருந்தாள். பெரிய பெண் கல்யாணம் பண்ணிக்கொண்டு கணவனுடன் போபாலில் இருந்தாள்.

தெரசா அம்மாவை நான் பார்த்தது இல்லை. போட்டோவில தான் பார்த்து இருக்கிறேன். அந்தோனி சார் வெள்ளிக்கிழமை தோறும் பூ வாங்கி வந்து தெரசம்மா படத்திற்குப் போடுவார். அப்ப, பார்க்க புதுமாதிரியாக இருக்கும். ஒரு மனுஷனுள்ளேகூட பல மனுஷன் இருக்கிறான் என்பதை அப்பத்தான் நான் புரிஞ்சிக்கிட்டேன்.

ராமுவிடம் சொன்னதும், "சரி, நீ கதை எழுதலாம்" என்றார்.

எனக்குச் சிரிப்பு வந்தது.

"சார், நீங்க ரொம்ப பெரிய ஆளு" என்றேன்.

"நானா, எதுக்கு?"

"என்னப்போய் கதை எழுதச் சொல்லுறீங்களே."

"நான் நிஜமாகத்தான் சொல்லுறேன் –" ராமுவால் சிரிக்காமல் எதையும் பேசமுடியும். அதுதான் அவர் திறமை. அது எல்லோருக்கும் – எதுக்கு துணை சேர்க்கறது – எனக்கு வரவே வராது.

"என்ன போகலாமா, நேரமாகுது" என்று பறந்தாள் ரோஸ்மேரி.

அவளுக்கு முழுப்படமும் பார்க்க வேண்டும். நான் தயங்கிக்கொண்டே "சரி" என்றேன்.

"அப்பாடா" என்று உள்ளே போனவள் சிறிது நேரங் கழித்து வெளியே வந்தாள். அவள் முன்னே செல்ல, நான் பின்னேயே நடந்தேன். பஸ் ஸ்டாண்டில் கொஞ்சநேரம் நின்று கொண்டிருந்தோம். ஒரு ஆட்டோ வந்தது. கையைக் காட்டி நிறுத்தினாள். அப்புறம் திரும்பி என்னைப் பார்த்தாள். அவள் பக்கத்தில் ஏறி அமர்ந்துகொண்டேன்.

என்மீது நன்றாகச் சாய்ந்துகொண்டு, "நீ வரமாட்டேன்னு நெனச்சேன்" என்றாள்.

"ஏன்?"

"தெரியல" சப்தமாகச் சிரித்தாள். ஆட்டோ டிரைவர்கூட திரும்பிப் பார்த்தான். ஆனால் அவள் தன் சிரிப்பை நிறுத்த வில்லை. அப்புறம் படம் பார்க்கும்போதெல்லாம் ஒரே சிரிப்பு. அநேகமாக நாங்கள் படமே பார்க்கவில்லை. கையோடு கை கோர்த்துக்கொண்டும் – கிள்ளிக்கொண்டும் – காதில் கிசுகிசுத்துக் கொண்டும் இருந்தோம்.

படம்விட்டு வீட்டிற்குத் திரும்பி வந்த அப்ப, அந்தோனி சார் வாசல்ல எங்களுக்காகக் காத்துக்கொண்டிருந்தார். அவரைப் பார்த்ததும், ஒரு மாதிரி – திடீரென்று பயம் வந்துடுச்சி.

"படம் எப்படி, தேவலாமா?" என்றார் என்னைப் பார்த்து. எனக்குப் பகீரென்றது. எங்க பார்த்தார் இரண்டுபேரையும் என்று நினைத்துக்கொண்டேன்.

"இவர் வரவேமாட்டேன்னார் அப்பா. நான் தான் ரொம்ப கட்டாயப்படுத்தி அழச்சிக்கிட்டுப் போனேன்" என்று சொல்லிக்கொண்டே போய் ரோஸ்மேரி தன் தகப்பனார் பக்கத்தில் அமர்ந்தாள்.

"மலையாளப் படமா?"

"சினிமாவில என்னப்பா தமிழ், மலையாளம்."

"சரி.'

"உங்களுக்குப் பசிக்கும். சாப்பிட்டிட்டீங்களா?"

"எங்க, உன் சீட்டைப் பார்த்தேன். சிவா கூட சினிமா வுக்குப் போறேன்னு எழுதி வச்சி இருந்த! ரெண்டு பேரும் வரட்டுமென்று காத்துக்கிட்டு இருக்கேன்."

"மாலதி வரேன்னு சொல்லி இருந்தவ கடைசில வர்லேன்னுட்டா. அப்பத்தான் இவர் வந்தார்."

"படம் பரவாயில்லையா?"

"வெரிகுட் அப்பா. ஒரு ஏழைப் பெண்ணைப் பத்திய படம். ரொம்ப உருக்கமாக எடுத்து இருக்காங்க."

"சாப்பாடு போடு. சாப்பிட்டுக்கொண்டே பேசுவோம்."

"சாரி அப்பா. பேச்சு வந்துட்டா உங்களகூட மறந்து போயிடுறேன்" ரோஸ்மேரி திரும்பி என்னை ஒரு பார்வை பார்த்துவிட்டு உள்ளே சென்றாள்.

"அப்ப நான் வர்றேன் சார்."

"இரு, சாப்பிட்டுவிட்டு போகலாம்."

"இல்ல சார். நான் வர்றேன்."

"மணி இப்பவே ஒன்பதரைக்கு மேலே ஆகப்போகுது. இனிமேல் நீ வீட்டிற்குப் போய் எப்ப சாப்பிடப்போற..." என்ற அந்தோனிசார் உட்பக்கம் திரும்பி, "மேரி! சிவாவுக்கும் சேத்துப் போடு" என்றார்.

"வேணாம் சார். நான் வர்றேன்."

"வேணாம்னா போகட்டுமே அப்பா" என்றாள் ரோஸ் மேரி என்னைப் பார்த்துக்கொண்டே.

"போறன்னா விட்டுடறதா. நல்லா இருக்கே, நீ வா சிவா –" என் கையைப் பிடித்து உள்ளே அழைத்துக்கொண்டு போனார். இரண்டும் பேரும் சாப்பாட்டுத் தட்டு முன்னே உட்கார்ந்தோம்.

"பத்து வரைக்கும் பஸ் உண்டு இல்ல."

"இருக்கு சார்."

"சீக்கரம் சாப்பிடு. அதுக்குப் போயிடலாம்."

மேரி முதலில் தன் தகப்பனாருக்குப் பரிமாறினாள். அவர் தடுத்து, "உனக்கு எவ்வளவு சொன்னாலும் தெரியலே. எப்பவும் முதல்ல கெஸ்டைத்தான் கவனிக்கணும்; அப்புறந்தான் மத்தவங்களுக்கு –" என்றார்.

"இவரை ஒரு கெஸ்ட் என்று நினைக்கவே முடியல அப்பா."

"அதுதான் சரி."

அவள் என்னைப் பார்த்து புன்னகை பூத்தாள். தந்தைக்கும் மகளுக்கும் அடிக்கடி விவாதம் நடைபெறும். அதில் ஒவ்வொன்றிலும் மேரிதான் ஜெயிப்பாள்.

அவள் பேசும் தோரணையைப் பார்த்துக்கொண்டே உட்கார்ந்திருப்பேன். கூடவே நம்மால் அப்படியெல்லாம் பேசி வெல்லமுடியாது என்று தோன்றும். எனக்கு சமர்த்தாகப் பேச வராது. ஒரு விஷயத்தைக் கோர்வையா விவரமா சொல்லத் தெரியாது. அங்க இங்க வெட்டி துண்டு துண்டா சொல்லுவேன். அதுனால – நான் சொல்லுற விஷயத்துல மேல யாருக்கும் கேட்கணுமென்று ஆசை வர்றது இல்ல. அது ரொம்ப நாள் வரைக்கும் எனக்குத் தெரியாம இருந்துச்சி, குறுக்க புகுந்து புகுந்து நான் பேசுவேன். அப்புறம் வயசு ஆக ஆக பேசறது சரியில்லேன்னு தீர்மானிச்சுக்கிட்டு கொஞ்சம் குறச்சிக்கிட்டேன். ஆனாலும் ஒரே அடியா பேசாமல் இருக்க முடியறது இல்ல. திடீரென்று புகுந்து பேச ஆரம்பிச்சிடுவேன். அப்ப, என்னையும் மீறி எழுந்து நின்று கொண்டு விடுவேன். மத்தவங்க எல்லாம் என்னையே பார்த்துக்கொண்டு நிற்பாங்க, எல்லாரும் நான் சொல்லுறதைத் தான் கேட்டுக்கிட்டு இருக்கிறாங்கன்னு நினைத்துக்கொள்ளுவேன், அப்புறம் அப்புறந்தான் விஷயம் புரிய ஆரம்பித்தது.

அந்தோனி சார் தான் என்னைக் கூப்பிட்டு உட்கார வைத்துக் கொண்டு பழக்க வழக்கத்தையெல்லாம் கற்றுக் கொடுத்தார். அவருக்கு சமூகப் பழக்கந்தான் முக்கியம். அதைத் தான் திரும்பத் திரும்பச் சொல்லுவார். நம்ப பேச்சை வச்சிக்கிட்டு யாரும் நம்ம மதிப்பிடுறது இல்ல. செயல வச்சிக்கிட்டுத்தான் மதிப்பிடுறாங்க என்றார்.

அதெல்லாம் ரொம்ப பெரிய விஷயமா அப்ப பட்டது; இன்னைக்கும் அப்படித்தான் படுது. நான் ஒரே மாதிரிதான் இருக்கறது அதுக்குக் காரணமா? யோசித்து யோசித்துப் பார்க்கறேன். சொல்லத் தெரியவில்லை.

8

ஒரு பஸ் என்னை மோதிக் கீழே தள்ளுவது போல வந்தது. பயந்து போய் நடைபாதை மேல் ஏறிக் கொண்டேன். பஸ் முன்னே போனதும், கீழே இறங்கி, "கொன்னுடுவான் போல இருக்கான்" என்றேன் ராமுவிடம். அவர் நான் சொன்னதைக் காதில் வாங்கிக்கொள்ளவில்லை. பஸ் நம்பரையே பார்த்துக்கொண்டிருந்தார். அப்புறம் என் பக்கம் திரும்பி, "அடெட, பஸ் கோவளந்தான் போகுது" என்றார்.

நான் பதிலொன்றும் சொல்லவில்லை.

"இங்கதான் பஸ் ஸ்டாண்ட் இருக்கு. வா" என்று ராமு அவசரம் அவசரமாக நடந்தார். நானும் கூட சென்றேன். சாலை வளைந்து திரும்பியது. பெரிய கூட்டம். ஆண்களும் பெண்களும் குழந்தைகளும் ஒன்றாக நின்றுகொண்டு இருந்தார்கள். எதுக்கு அந்தக் கூட்டம் நிற்குதுன்னு தெரியவில்லை. நடந்து கொண்டே ராமுவைக் கேட்டேன்.

"அநேகமாக கோவளம் போற கூட்டமாகத் தான் இருக்கும்" என்றார்.

"இவ்வளவு பேருமா?"

"ஏன்?"

"இல்ல, இந்தக் கூட்டத்துல எப்ப நாம் பஸ் பிடித்துப் போறதுன்னு கேட்டேன்."

"நிறைய பஸ் வரும்."

“அப்படியா?” கூட்டத்தோடு போய் நாங்களும் நின்று கொண்டோம்.

ஒரு பஸ் வேகமாக ஹாரன் அடித்துக்கொண்டு வந்து நின்றது. கூட்டம் உள்ளே ஏற முண்டியடித்துக்கொண்டு முன்னே சென்றது. ஒரு சப்தம். சின்னக் குழந்தையின் அழுகுரல். பரிதாபமாகக் கேட்டது. ஒரு பெண் கூடவே கத்தினாள். அப்புறம் ஒரே சப்தம். என்ன நடக்கிறது என்பதே தெரியவில்லை. கூட்டம் பின்னால் நகர்ந்து வந்தது. பஸ் புறப்பட்டுச் சென்றது. அந்தக் கூட்டத்தில் பஸ் பிடித்துக் கோவளத்திற்குச் செல்ல முடியும் என்று எனக்குத் தோன்ற வில்லை. திரும்பிப் பார்த்தேன். ராமு கொஞ்ச தூரத்தில் தனியா நின்றுகொண்டு இருந்தார். அவர் புத்திசாலி தான். எங்க என்ன நடக்கிறது என்பதை அவரால் தீர்மானிக்க முடியும். அதுல மாட்டிக்கொள்ளாமல் தனியா போய் நிற்கவும் முடியும். அது தான் அவர்கிட்ட இருக்கிற விசேஷம்.

எனக்கு அதெல்லாம் தெரியறது இல்ல. கூட்டமென்னா ஒரு ஆசை; வேடிக்கை பார்க்க ஆசை. முன்ன தலைய நீட்டிக்கிட்டு ஒண்ணாச் சேர்ந்துடுவேன். பள்ளிக்கூடம் படிக்கற அப்ப தொடங்கியது; இன்னமும் விடமாட்டேன்ங்கறது. அதுல என்ன வேடிக்கை என்றால், ராமுவைப் பார்த்தும் கத்துக்கொள்ள முடியல. ஒரு வேளை, அதெல்லாம் கத்துக்கொள்ளுற விஷயம் இல்லையோ என்னவோ – சரியா தெரியல.

திருவேங்கடம் அதெல்லாம் பரம்பரை குணம்; சம்பத் என்று சொல்லுவார். பரம்பரை பரம்பரையா ஒரு குணத்தைக் கொண்டுகிட்டு வர்றதுங்கறது எனக்குக் கேட்க ரொம்ப ஆச்சரியமாகத்தான் இருந்தது. நம்பக்கூட முடியல.

“ராமு, நீங்க சொல்லுங்க” என்றேன்.

ராமு, வெற்றிலை பாக்கைப் போட்டுக்கொண்டு “நாளைக்கு புகையிலை வாங்கணும்” என்றார்.

“சிவாவுக்கு நீங்கதான் சொல்லணுமாமே.”

ராமு சிரித்தார். அப்புறம் என் பக்கம் திரும்பி, “காபி சாப்பிடுவோமா?” என்றார். அந்தப் பேச்சு இனிமேல் வராது. அதுனால பேசாமல் நான்கூடவே நடந்தேன். காபி சாப்பிடும் போது, “பையன் யார் மாதிரி” என்றார்.

“தாத்தா மாதிரின்னு சித்தி சொன்னாங்க –”

“அப்படியா.”

"ஆனா, தாத்தாவை நான் பார்த்தது இல்ல. அவருக்கு முன் மண்டையெல்லாம் வழுக்கையாம். அது இவனுக்கு அப்படியே இருக்கு. அதோடு அவன் கோபத்துல கத்தறப்ப எல்லாம், தாத்தா மாதிரியே கோவிச்சிக்கறியேன்னு சொல்லுறாங்க –"

"எல்லாருக்கும் உங்க தாத்தா உருவம் தெரியுது; ஆனா, மனசு மட்டும் நல்லா தெரியல. அது தான் பிரச்சனை" என்றார் திருவேங்கடம். அவர் சொல்லுறது சரி மாதிரியும் – தப்பு மாதிரியும் இருந்தது. அப்ப, ஏற்றுக்கொள்ள தோணுல.

"அதெ மட்டும் வச்சிக்கிட்டு சொல்லிவிட முடியாதுங்க" என்றேன் திருவேங்கடத்திடம். அவர் காபியைக் குடித்துக் கொண்டே தலையசைத்தார். ஒன்றையும் உடனே அவர் ஏற்றுக்கொள்ளுற ஆள் இல்லை. நான் சொன்னதை ஏற்றுக் கொண்டதும் ரொம்ப ஆச்சரியமாக இருந்தது.

"நீங்க என்ன சொல்லுறீங்க" என்றேன் மறுபடியும் திருவேங்கடத்திடம். அவர் காபி கப்பை கீழே வைத்துவிட்டு, எழுந்து, "போகலாமா?" என்றார். ராமு நாற்காலியைத் தள்ளிக் கொண்டு எழுந்தார். அவர்கள் கூடவே நானும் வெளியே வந்தேன். அப்புறம் பேச்சு வேற ஒண்ணுக்குப் போயிடுச்சி. அது என்னனென்னு இப்பத் தெரியல; ஆனால் நான் கேட்டதுக்கு யாரும் பதில் சொல்லலே. அடிக்கடி என்ன இப்படித் தள்ளி விட்டுடறது உண்டு. ஆரம்பத்தில் அதுக்கெல்லாம் கொஞ்சம் கோவிச்சிக் கிட்டேன். அப்புறம் இப்ப வேணுமென்னு இல்ல. பழக்கமே அதுதான் என்பதில் கோபத்தை விட்டுவிட்டேன்.

கூட்டத்துல இடிச்சிக்கிட்டு ராமுகிட்டப் போய், "போகலாமா?" என்றேன்.

"பஸ் வரவேணாம்."

"மெதுவா இப்படியே நடக்கலாம்."

"கோவளத்துக்கு நடக்கறதா... உம்..." ராமு தலையசைத்து சிரித்தார்.

"இரு, பஸ் வரும்."

"இந்தக் கூட்டத்துல இடிச்சிக்கிட்டுப் போய் இன்னொரு கூட்டத்தைத்தானே பார்க்கப் போறோம்."

ராமு ஒருமுறை தலை நிமிர்ந்து என்னைப் பார்த்தார். அப்புறம் என் கையைப் பிடித்துக்கொண்டு, "இல்ல. இல்ல. இவ்வளவு தூரம் வந்துவிட்டு கோவளத்தைப் பார்க்காமல் போகக்கூடாது" என்றார்.

பஸ் வருவதும் போவதுமாக இருந்தது. ஆனால் கூட்டம் குறையவில்லை. எங்களுக்குப் பின்னால் நின்றுகொண்டிருந்த ஒரு குடும்பம் பஸ் வரும் போதெல்லாம் முன்னே போய் – அதில் ஏற முடியாமல் பஸ் போனதும் திரும்பிவந்து நின்று கொண்டு இருந்தது. அவர்களைப் பார்க்க ரொம்ப நேரமாக நிற்பது போல இருந்தது. முகமெல்லாம் வாடிவிட்டது.

“பஸ் கிடைக்கறதுக்குள்ள, இருட்டிடும் போல இருக்கு. ராவுல போய் கடற்கரையில் என்ன பார்க்கப் போறோம்.”

“பகல்ல எதைப் பார்க்கிறோமோ அதைத்தான் –”

“அப்ப, அத காலையிலேயே வந்து பார்த்துக்கொள்ள லாமே. காலையில் கூட்டம் கூடக் கொஞ்சம் குறைச்சலாக இருக்கும்.”

நான் சொல்வதின் தர்ம நியாயம் ராமுவுக்குப் புரிந்தது போலும். ஒரு பஸ் வந்து போனதும் – ஒன்றும் பேசாமல் முன்னே நடக்க ஆரம்பித்தார். நானும் அவர் கூடவே சென்றேன். சிறிது தூரம் சென்றதும் – எனக்குத் திடீரென்று பத்மநாபன் நினைவு வந்தது. எதுக்கு அப்ப வர்றது என்று தெரியல. திடீரென்று ஏதோ இருட்டுல விளக்குப் போடுறது போல வந்தது.

பத்மநாபன் ராமுவுக்கு ரொம்ப வேண்டியவர். ரொம்ப என்பதுகூட முழுசாப் பொருந்தாது என்றுதான் சொல்லணும். அப்படி வேண்டியவர். பத்மநாபன் கொஞ்ச நாட்கள் ராமு வீட்டுல தான் இருந்தார். அவரைப் பார்க்கவே சந்தோஷமாக இருக்கும். உயரமாக – சிவப்பாக குறுந்தாடி வைத்துக்கொண்டு இருப்பார். அவரைப்பற்றி நினைக்கையில் – அவர் கருமை யான குறுந்தாடிதான் முதல்ல நினைவுல வர்றது. தாடியைத் தினமும் கத்தரித்துவிட்டுக் கொள்ளுவார். தாடி வச்சுக்கறது லேசு பட்ட வேலை இல்ல என்கிறத அப்பத்தான் நானும் தெரிஞ்சிக்கிட்டேன்.

ராமு வீட்டில இரண்டு மாசம் போல இருந்த பத்மநாபன் அப்புறமாக ஒரு அறை பார்த்துக்கொண்டு தனியாகப் போனார். அவரைப் பார்க்க ராமு அடிக்கடி போவார். அப்படிப் போகும் போதெல்லாம் நானும் கூடவே செல்லுவேன். பத்மநாபன் அறையில் நிறைய போட்டோ மாட்டி இருக்கும். எல்லாம் பெரிய பெரிய ஆளுங்க போட்டோ. அதோடு பொன்மொழிகள் எல்லாம் எழுதி வைத்திருப்பார். நான் அதையெல்லாம் அப்பத் தான் புதுசா பார்க்கறது போல பார்த்துக்கிட்டே இருப்பேன்.

பத்மநாபன் குரல் சப்தமாக ஒலிக்கும். ராமு அவருக்கு எதிரே உட்கார்ந்து தலையசைத்துக்கொண்டிருப்பார். அதைக்

கேட்கறதுக்காகத்தான் ராமு வராரோ என்று நினைத்துக் கொள்வேன். பத்மநாபன் பேச்சு பெரும்பாலும் அரசியல் பேச்சாகத்தான் இருக்கும். சில சமயத்துல நடப்பு நிலை பற்றி யும் – அரிசி சர்க்கரை விலை – பத்திரிகைகள் பற்றியெல்லாம் கூடப் பேசுவார். அவர் பேச்சில் இருக்கிற நுட்பமெல்லாம் எனக்குத் தெரியாது. எனவே, போட்டோவை விட்டுவிட்டு அவர் வாயையே பார்த்துக்கொண்டு உட்கார்ந்திருப்பேன்.

பக்கத்து அறைக்கெல்லாம் கேட்கும்படியாகத்தான் பத்மநாபன் பேசுவார். முதல்ல – வேண்டுமென்று தான் அப்படிப் பேசுகிறாரோ என்று நினைத்தேன். ஆனால் பின்னால தான் தெரிந்தது. அவர் சுபாவமே அப்படித்தான்னு. பத்மநாபன் குரலைக் கேட்கும்போதெல்லாம் – எனக்கு ராமு குரல் தான் நினைவுக்கு வரும். அது ரொம்ப ஆச்சரியமான குரல். மெதுவாகப் பேசுங்குரல்; காது கொடுத்து பேச்சை கேட்க வைக்கும் குரல். கொஞ்சம் கவனம் பிசகினாலும் அவர் சொன்னதை இழக்க நேரிடும்.

எப்ப ராமு பேச ஆரம்பித்தாலும், நான் நெருங்கி உட்கார்ந்துகொண்டு உன்னிப்பாக் கேட்க ஆரம்பித்துவிடுவேன்.

பேசுற பத்மநாபனும் பேசாத ராமுவும் எப்படி சிநேகிதமாக இருக்கிறார்கள் என்று ஓரோர் சமயம் தோன்றும். நட்புக்கு வேற என்னவோ ஒன்னு இருக்கனும் என்றுபடும். நானும் ராமுவும் ஒண்ணா இல்லையா? இப்ப பத்மநாபன் கூட இல்லையா? அது மாதிரிதான்.

பேசிக்கிட்டே இருக்கிற பத்மநாபன் கொஞ்ச நேரம் ஆனதும் எழுந்து நின்றுகொண்டு, வாயில் இருந்து எச்சில் தெறிக்கக் கடகடன்னு பேசுவார். அதைப் பார்க்கையில் எல்லாம் – பத்மநாபன் எதுக்கு இப்படி பரபரக்கிறார்ன்னு தோணும். ஆனால் எதுத்து கேட்கத் தோணாது. அவர் வாயையே பார்த்துக்கிட்டு இருப்பேன். பேசற அப்ப அவருக்குப் பேச்சு தான் முக்கியம். மற்றதெல்லாம் ஒன்னும் இல்ல – என்கிற மாதிரி பேசிக்கிட்டே இருப்பார்.

டீ ஆறிக்கொண்டிருக்கும். ஆனால் குடிக்க மாட்டார். பேச்சில் அத்தனை ஈடுபாடு உள்ள ஆளை நான் பார்த்ததே இல்ல. அது தான் முதல் ஆள். ஒரு நாள், எனக்கே பொறுக்காமல் போய், “சார், டீ ரொம்ப ஆறுது” என்றேன்.

“அப்படியா?” என் பக்கம் திரும்பாமல் டீயைக் கையில் எடுத்துக்கொண்டு, “ராமு தினம் தினம் புத்தகம் படிக்கிறீயே. அதுக்கு என்ன லாபம்” என்றார்.

ராமு குனிந்து தண்ணீரைக் குடித்தார். அப்புறம் வாயைத் துடைத்துக்கொண்டார்: "நாளைக்கு ஆபீஸ் வருவே இல்ல –"

"நீ சரியான பூர்ஷ்வா."

"அதுக்கென்ன இப்ப."

"உங்கள எல்லாம் ஒழிக்காம இந்த நாட்டில புரட்சியை உண்டுபண்ண முடியாது."

"சரி."

"என்ன சரி."

"என்ன மாதிரி ஆளுங்கள ஒழிக்கறது."

அப்புறம் என்னவோ சொல்ல பத்மநாபன் வாய் எடுத்தார். அதற்குள் போன் என்று பக்கத்து அறையில் இருப்பவன் வந்து சொன்னான்.

"யாரு."

"தெரியலே சார். பெண் குரலா இருக்கு."

"இரு. இதோ வந்துடுறேன்" என்று ராமுவிடம் சொல்லி விட்டுப் போன் இருக்கும் மானேஜர் அறைக்குப் போனார்.

பத்மநாபன் ஒரு தனியார் நிறுவனத்தில் மின்சாரத் துறையில் பணியாற்றிக்கொண்டிருந்தார். நல்ல சம்பளம். பத்து நாளு ஆபீஸ். இருபது நாள் டூர். டூருக்கெல்லாம் துளியும் சளைக்காத ஆசாமி. சுறுசுறுப்பு. செத்த நேரங் கூட நிற்கமாட்டார். எங்க கூட்டத்திலேயே ரொம்ப வித்தியாசமான ஆள். ஒரோர் சமயம் இந்தக் கூட்டத்தில் எப்படி மாட்டிக்கிட்டார் என்று நினைத்துப் பார்க்கறது உண்டு. அப்புறம் பஸ் ஸ்டாண்ட் வரைக்கும் வந்து வழி அனுப்பி வைப்பார். அதைப் பார்க்கும்போதெல்லாம் அந்தோனி சார் நினைவு வரும். அவர் இல்லேன்னா – நான் இந்தக் கூட்டத்தில் எல்லாம் கலந்துகொண்டு ஏதோ இப்ப வச்சிக்கிட்டு இருக்கற பழக்கம் கூட வச்சிக்கிட்டு இருக்க முடியாது. அதை நான் எப்பவும் நினைவில வச்சிக்கிறேன். அந்தோனி சார் போய் மூணு வருஷம் ஆகுது. ஆனாலும் அவர் சொல்லிக் கொடுத்ததெல்லாம் அப்படியே இருக்குது. அதையெல்லாம் வச்சிக்கிட்டுப் பார்க்கற அப்ப மனிதன் சாகிறான் என்று சொல்லுறது சரியா என்று கேட்கத் தோணுது. அதைப் பற்றி பத்மநாபனிடம் ஒரு நாள் கேட்டேன்.

அவர் என்னை விசித்திரமாகப் பார்த்தார். பிறகு, என் கையைப் பிடித்துக்கொண்டு, அதில உனக்கு என்ன சந்தேகம்.

மனுஷன் செத்தா அவ்வளவு தான். அவனைப் பொறுத்த வரையில் எல்லாம் முடிஞ்சி போயிடுச்சி" என்றார்.

"அப்படியா?"

"நான் செத்துட்டா – என்னப் பத்தியவரையில் ஒன்றும் இல்லை; இல்லையா?" அவர் கேட்கும் தொனியே தலையை ஆட்ட வைத்தது.

இப்ப என்னிடம் இவ்வளவு சிநேகிதமாகப் பேசும் பத்மநாபன் ஆரம்பத்தில் பேசினதே இல்லை. நான் தனியா போட்டோவைப் பார்த்துக்கொண்டு உட்கார்ந்திருப்பேன். ராமுவும் அவருந்தான் பேசிக்கொண்டே இருப்பார்கள். ஒருவேளை பத்மநாபனுக்கு என்னைப் பிடிக்கவில்லையோ என்று நினைத்துக்கொண்டேன். ஒருநாள் பேச்சு வாக்கில் அது ராமு காதில் விழுந்தது. அவர் அதை மறுத்தார். அதெல்லாம் இல்ல. புதுசா ஆளுங்களைக் கண்டா கொஞ்சம் கூச்சப்படுவான். அப்புறம் பழகிட்டா விடமாட்டான் என்று சமாதானம் சொன்னார்.

எனக்கு அது சரியாப்படுலே. அதனால இரண்டு மூணு முறை ராமு கூப்பிட்ட அப்பகூட நான் பத்மநாபன் அறைக்குப் போகல. மதிப்பு இல்லாத இடத்துக்குப் போக வேண்டாம் என்றுதான் இருந்துவிட்டேன். அப்புறமா ராமு வந்து,"பத்மநாபன் உன்ன ரொம்ப விசாரித்தார்" என்றார். நான் பதில் சொல்ல வில்லை. அவரையே பார்த்துக்கொண்டிருந்தேன்.

"என்னத் தனியா பார்த்ததும் ஏங்க நம்ப பிரண்ட் சிவா ரெண்டு நாளா ஆளையே காணோம். உடம்பு சரி இல்லையா" என்றார். நான் கொஞ்சம் தயங்கி, நீ சொன்னதைச் சொன்னேன் – "அப்படியா? அப்படியா விஷயம்" என்று கொஞ்சம் தடுமாறிப் போய்விட்டான். அப்புறம் நான் வேணுமென்னா அவர் வீட்டுல வந்து பார்க்கிறேன் என்றான். நான்தான் அதெல்லாம் வேணாம். நாளைக்குக் கூப்பிட்டுவறேன் என்றேன்."

அதையெல்லாம் கேட்க எனக்கு ரொம்ப வருத்தமாக இருந்தது. ராமுவிடம் சொல்லியே இருக்கக்கூடாது என்று நினைத்தேன். காரணம் இல்லாம பத்மநாபன் மனசைப் புண் படுத்திவிட்டதுபோல இருந்தது. அதுனால, ராமு போகும் போது, நானே சேர்ந்துகொண்டேன்.

பத்மநாபன் என்னைப் பார்த்ததும் எழுந்து வந்து கையைப் பிடித்துக்கொண்டு, "சாரி சிவா, என்ன நீங்க மன்னிச்சிடணும்" என்றார்.

அவர் குரலே மாறிப் போயிருந்தது. நான் ரொம்பக் குன்றிப் போய்விட்டேன். என்ன சொல்வது என்று தெரியவில்லை. வருத்தமாகவும் சோகமாகவும் இருந்தது.

“அதெல்லாம் ஒன்னும் இல்ல சார்.”

“வாங்க. நீங்க இங்க உட்காருங்க” என்று தன் பக்கத்தில் அழைத்து உட்கார வைத்துக்கொண்டார். அதிலிருந்து இரண்டு பேரும் சிநேகிதமாகி விட்டோம். என்னால பத்மநாபனைச் சந்திக்காமல் இருக்க முடியாது. ராமு வராவிட்டால்கூட, நான் தனியாக அவரைத் தேடிக்கொண்டு போவேன்; நான் போகாவிட்டால் அவர் தேடிக்கொண்டு வந்துவிடுவார்.

பத்மநாபனுக்கு சினிமா பார்க்கறது பிடிக்கும், அதுக்குத் துணை நான் தான், ஏனெனில் ராமு கண்ட படமெல்லாம் பார்க்க மாட்டார். அப்படி வந்தாலும், கொஞ்ச நேரத்துக்கு அப்புறம் கண்ண மூடிக்கிட்டுத் தூங்க ஆரம்பிச்சிடுவார்.

ராமுகூட ஒரு சினிமாவுக்கு நான் போய் இருக்கிறேன். அது இப்ப நினைவில் இருக்கு. பேருதான் நினைவு இல்ல. படம் மெதுவா – ரொம்ப மெதுவா ஆமை போறதுமாதிரி போய்க்கிட்டு இருக்கு. என்னால் உட்கார்ந்திருக்க முடியுல. காலு கையெல்லாம் மறத்துப் போறது மாதிரி இருந்துச்சி. ஒருமுறை எழுந்து பாத்ரூம் போயிட்டு வந்தேன்.

புத்தகம் படிக்கறது மாதிரி ராமு படம் பார்த்துக்கொண்டு இருந்தார். படம் அவருக்குப் பிடித்திருக்கிறது போலும். ஆனால் என்னால் உட்கார்ந்து பார்க்க முடியும் என்று பட வில்லை. பின்னால் திரும்பிப் பார்த்தேன் . இரண்டு பேர் எழுந்து வெளியே போவது தெரிந்தது. ராமுவிடம் சொல்லிவிட்டு வெளியே வந்தேன். வெளியே வந்ததும் – மனசுக்குச் சுகமாக இருந்தது. அன்றைய தினத் திலிருந்து ராமு என்னை சினிமா வுக்குக் கூப்பிடுறது இல்லை; நானும் அவர்கூட போறது இல்லை.

எனக்கு சினிமாவுக்குப் போகப் பிடிச்ச ஆளு ரோஸ் மேரி. அவள் எல்லா படமும் பார்ப்பாள். மொழி வித்தியாசம் எல்லாம் கிடையாது. படம் பார்க்கணும். அவ்வளவு தான் அவளுக்கு. மாசத்துக்கு ஐந்தாறு படம் அவள்கூட பார்ப்பேன். கல்யாணம் பண்ணிக்கொண்டு பெங்களூர் போறவரைக்கும் சினிமா பார்க்க அவள் தான் கூட்டாளி. டிக்கெட் அவள் தான் எடுப்பாள். ஒரு பொம்பள கூட உட்கார்ந்துக்கிட்டு சினிமா பாக்கறது என்பதில இருக்கற சுகம் – சினிமாவிலே இல்லை. அதை ரோஸ்மேரி கிட்டத்தான் கண்டேன். அவள் கல்யாணம் பண்ணிக் கொண்டு போனதும் சினிமா பார்க்கணும் என்ற ஆசையே வர்ல.

அப்பத்தான் பத்மநாபன் வந்து சேர்ந்தார். அவருக்கு, சினிமா பிடிக்கும். வாரத்துல ஒரு சினிமா. அதெல்லாம் திட்ட மிட்டு நடக்கறது இல்ல. சாலையில் நடந்துகொண்டே இருக்கிற அப்ப, சினிமா தியேட்டர் கண்ணில் பட்டால் "என்ன சிவா, உள்ளே நுழையலாமா?" என்பார்.

நான் தலையசைப்பேன். இரண்டு டிக்கெட் வாங்கிக் கொண்டு வருவார். பழகப் பழகத்தான் பத்மநாபன் அருமை தெரிய ஆரம்பித்தது. ஆரம்பத்தில் தப்பாக நினைத்துக்கொண்ட தற்காக அவரிடம் மன்னிப்புக் கேட்டுக்கொண்டேன். – ஒரு புன்சிரிப்புடன் அதையெல்லாம் தள்ளிவிட்டு என்னைப் பத்மநாபன் தோழனாக ஏற்றுக்கொண்டுவிட்டார். அப்புறம் அப்புறம் தன்னைப் பற்றி – தன் குடும்பத்தைப் பற்றி – எல்லாம் எனக்குச் சொன்னார். எப்பொழுதும் கலகலப்பாக இருக்கின்றவன் வாழ்க்கையில் இவ்வளவு கஷ்டம் இருக்குமோ என்று நினைக்கத் தோன்றும். ஆனால் பத்மநாபன் வாழ்க்கையில் இருந்தது.

அவர் குடும்பம் – அதாவது அம்மாவும் தங்கையும் திருவனந்தபுரத்தில் இருந்தார்கள். அப்பா – கொச்சியில் இன்னொரு குடும்பம் வைத்துக்கொண்டு – மூன்று குழந்தை களைப் பராமரித்துக்கொண்டு இருந்தார்.

வெகு நாட்களாகவே வேலை செய்யும் இடத்தில் இன்னொரு பெண்ணுடன் தொடர்பு வைத்துக்கொண்டு – இந்த வீட்டையும் பார்த்துக்கொண்டிருந்தார். பத்மநாபன் வீடு பெரிய வீடு. அதன் பெரும்பகுதி வாடகைக்கு இருந்தது. அதில் இருந்து வந்த வாடகைதான் குடும்பத்தைக் காப்பாற்றிக் கொண்டு வந்தது. வீடு – தாத்தா வீடு அம்மாவைப் பெற்ற அப்பாவின் வீடு. அம்மா அப்பாவை கணவன் என்பதற்காகத் தான் பொறுத்துக்கொண்டாள். இல்லாவிட்டாலும் என்னதான் செய்ய முடியும். தன் துயரத்தை எல்லாம் அவள் வெளியே காட்டிக்கொள்ளவில்லை. ஞாற்றுக்கிழமையிலோ – விடுமுறை நாளிலோ நினைத்துக்கொண்டால் வரும் கணவனுக்காக அவள் காத்துக்கொண்டிருந்தாள். அவள் வாழ்க்கையே காத்திருத்தல் தான்: ஆனால் கணவனைக் கண்டதும் அவள் துயரமெல்லாம் கரைந்து அகன்றுவிடும். சிரித்துக்கொண்டு சந்தோஷத்தில் ஆழ்ந்திருப்பது போல காரியங்கள் செய்வாள்.

பத்மநாபன் படித்து வேலைக்குப் போனதும் காத்துக் கொண்டு இருந்ததுபோல – பணம் அனுப்புவதை நிறுத்தினார். அப்புறம் வருவதை குறைத்துக்கொண்டார். அம்மாவுக்குத் தாளமுடியவில்லை. ஒரு நாள் பத்மநாபன் கையைப் பிடித்துக்கொண்டு, "வாடா, கொச்சிக்கு" என்றாள்.

“எதுக்கு அம்மா.”

“உங்க அப்பா மூணு மாசமா வர்லேயே.”

“அவர் வராட்டா என்ன, நான் இல்லே அம்மா.”

சுவரில் சாய்ந்துகொண்டிருக்கும் மகள் பானுமதியையும் – மகனையும் மாறி மாறிப் பார்த்தாள். எதற்கு இரண்டும் ஒன்றாகச் சேர்ந்துகொண்டு அவரை எதிரிபோல பாவித்துப் பேசுகின்றன என்பது அவளுக்குப் புலப்படவில்லை.

“இன்ன இந்த வீட்டுல அவரைப்பத்தி ஒன்னும் பேசக் கூடாது” பத்மநாபன் அம்மாவையும் பெண்ணையும் பார்த்து சொன்னான். பானுமதி அப்பாவின் பெண். அவர் எப்போது வந்தாலும் ஒட்டிக்கொண்டு இருப்பாள்.

“பானு.”

அவள் தயங்கித் தயங்கிக்கொண்டு பத்மநாபன் முன்னே போய் நின்றாள்.

“உன் அப்பன் செத்துட்டான் –”

“என்னடா அதெல்லாம்.”

“நீ உள்ளே போ அம்மா” என்று அம்மாவை அதட்டியவன், பானுமதியைப் பார்த்து, “– அதை நல்லா நெனவுல வச்சிக்கோ –” என்றான். அவன் குரலில் தொனித்த அழுத்தம் அவளை அச்சமுற வைத்தது. பேசாமல் அவனையே பார்த்துக் கொண்டிருந்தாள்.

“என்ன நான் சொல்லுறது.”

“உம் –”

“அம்மாவை அங்க கூட்டிக்கிட்டுப் போன உம் . . . ஜாக்கரதை –”

“இல்ல அண்ணா.”

பானுமதி அப்பாவை நினைவில் வைத்துக்கொண்டு தான் படித்தாள். அவருக்குப் படிப்பு நன்றாக வந்தது போலவே பெண்ணுக்கு வந்தது. மாநிலத்திலேயே இரண்டாவதாகத் தேர்ச்சி பெற்றாள். அது காரணமாக உடனே வேலை கிடைத்தது. ஆனால் கொஞ்ச தூரத்தில் – பம்பாயில். போக வேண்டுமா என்று அவள் யோசித்தாள். பத்மநாபன் போ ... உடனே போய் வேலையில் சேர்ந்துகொள் என்று விரட்டி அடித்தான். அவள் போனால் தான் – அம்மா தனது வீட்டைவிட்டு வெளியே வருவாள் என நினைத்தான்.

பானுமதி போனதும் அம்மா அவன் நினைத்தது மாதிரி வீட்டைவிட்டு அவனோடு இருக்கவோ – மகள்கூட போகவோ முன்வரவில்லை. இது என் வீடு. இங்கதான் இருப்பேன் என்று உட்கார்ந்துவிட்டாள். அது தான் அவனுக்கு அளவற்ற துயரத்தையும் வருத்தத்தையும் தந்தது. அறியாமை… அறியாமை என்று சலித்துக்கொண்டான்.

பானுமதி போன பிறகு அம்மாவுக்கு வீடு வெறுமை தட்டியது போலும். பையன் ஒரு பக்கம்; பெண் இன்னொரு பக்கம். கட்டிய கணவனோ – அவளுக்குத் தாள முடியவில்லை. வீட்டை விட்டு எங்காவது போனால் தான் மனசு ஆறும்போல இருந்தது. எங்கே போகலாம். மகளின் நினைவுதான் வந்தது. அவளுக்குக் கடிதம் எழுதினாள். அடுத்த தபாலிலேயே பதில் வந்தது. 'அம்மா! உனக்காக ஸ்டேஷனில் காத்துக்கொண் டிருப்பேன்'. அம்மா பம்பாயில் பத்து நாட்கள் இருந்தாள். பிடிக்கவில்லை. சலித்து விட்டது. பையனிடம் போயிட்டு – அப்படியே ஊருக்குப் போகிறேன் என்று வண்டியேறி வந்தாள்.

அப்ப பத்மநாபன் லாரிக்காரர் வீட்டில் குடியிருந்தார். நானும் அவருந்தான் ரயிலடிக்கு வந்து அம்மாவை அழைத்துக் கொண்டு போனோம். வந்து இரண்டு நாள் இருந்தாங்க. மூலைக்கு ஒன்றாக இறைந்து கிடந்த சாமான்களையெல்லாம் எடுத்து அடுக்கி சீர்படுத்தினாங்க. வீடே செத்த நேரத்துல மாறிப்போனது போல எனக்கு இருந்தது.

"அம்மா! பையனுக்கு எப்பக் கல்யாணம்" என்றேன்.

"பொண்ணும் இருக்காளே."

"இரண்டுக்கும் ஒண்ணா பண்ணிட வேண்டியது தானே."

"அப்படித்தான் முடியும்போல இருக்குது."

அம்மா மனசுல என்னவோ ஒரு முடிவு பண்ணிக்கிட்டு இருக்கிறாங்க. அதற்குத்தான் இந்தப் பயணம் என்று எனக்குத் தெரிந்தது போலவே, பத்மநாபனுக்கும் தெரிந்தது.

"முதல்ல பானுமதிக்கு ஆகட்டும்."

"சரி. நான் நாளைக்குப் புறப்படுறேன்."

நானும் பத்மநாபனும் ஊர் சுற்றிவிட்டு எட்டு மணி சுமாருக்குத் திரும்பி வந்தோம். அம்மா நெஞ்சைப் பிடித்துக் கொண்டு படுத்து இருந்தாங்க. பேச்சு வர்ல. எனக்கு என்னவோ பயமாக இருந்தது. டாக்டரைப் போய்க் கூட்டிக்கொண்டு வந்தேன். அவர் கையைப் பிடித்துப் பார்த்துவிட்டு தலையசைத் தார். அப்புறம் சன்னக் குரலில், "ஐந்து நிமிஷம் ஆகுது" என்று புறப்பட்டார்.

பத்மநாபன் தாயின் முகத்தையே பார்த்துக்கொண்டு இருந்தார். அவர் கண்களில் இருந்து கண்ணீர் திரண்டு உருண்டது. சாவு என்கறது அம்மாவுக்கு ஒரு நிமிஷத்துல வந்துடுச்சு. ஒரு மணி நேரத்துக்கு முன்னாடி கல்யாணம் என்கிற சந்தோஷமான விஷயத்தைப் பற்றி பேசிக்கொண்டு இருந்தோம். இப்ப, கண்ணுக்கு முன்னே ஆள் இல்லை. அதையெல்லாம் என்னவென்று சொல்வது. எனக்குத் தெரியல. ராமுவைப் போய் அழைத்துக்கொண்டு வந்தேன். பத்மநாபன் ஒரு துண்டுச் சீட்டில் பானுமதி முகவரியை எழுதிக் கொடுத்தார்:

"அப்பாவுக்குத் தந்தி கொடுக்க வேணாம்?"

பத்மநாபன் திடீரென்று என் பக்கம் திரும்பினார்.

"எதுக்கு?"

நான் பதிலொன்றும் சொல்லாமல் அவர் முகத்தையே பார்த்துக்கொண்டிருந்தேன்: அப்பாவை அவர் மன்னிக்கத் தயாராக இல்லை. அது ரொம்ப அதிக பட்சம் மாதிரி எனக்குத் தோன்றியது.

"ராமு, நேரமாகுது. நீ போ –" என்றார் பத்மநாபன்.

அவர் அப்பாவை ஒரேடியாகத் தள்ளிவிட்டார். அது எவ்வாறு சாத்தியம் என்று எனக்குப் படவில்லை. ஏனெனில் நான் அப்பாவின் பிள்ளை. என் அப்பா எவ்வளவோ தப்புக் காரியம் பண்ணி இருக்கார். அம்மாவைக் கொன்னார்: அப்புறம் ஊர்ஊரா சுத்திட்டு வந்து, பயமுறுத்தி சித்தியைக் கல்யாணம் பண்ணிக்கிட்டார். இருந்தாலும் எனக்கு ஒரேயடியா வெறுக்க முடியுல. அவரைத் தண்டிக்க நான் யாருன்னுதான் கேட்டுக்கிறேன். சமயத்துல ரொம்ப வேடிக்கையா இருக்குது. உயிர் வாழறதே வேடிக்கையா இருக்குது. அதுக்கெல்லாம் என்ன அர்த்தம். எனக்குப் பிடிபடவில்லை.

சின்ன வயசில, கொலைகாரன்னுதான் அப்பாவைப் பத்தி மனசுக்குள்ள சொல்லிக்கிட்டு இருந்தேன். ஆனால், நாட்கள் போகப் போக – அது கலைஞ்சி போச்சு. அப்பா ரெண்டு வருஷத்துக்கு முன்னாடிதான், வாயில் புற்று நோய் வந்து செத்தார். சாகிற வரையில் அவரிடம் பிரியம் வச்சிருந்தேன்; அவரும் என்னிடம் பிரியமாகத்தான் இருந்தார்.

நானும் கமலாவும் ஆஸ்பத்திரிக்குப் போனால் "எதுக்கு சும்மா சும்மா வர்றீங்க" என்று கடிந்துகொள்ளுவார். என்னை விட, கமலாவிடந்தான் அதிகமாகப் பேசுவார். ஆனால் பேச்சு என்னைப் பற்றியதாகத்தான் இருக்கும். நல்லா இருந்த அப்பா மூனே மாசத்தில் ஒரேயடியாக உருக்குலைந்து போய்விட்டார்.

உடம்பு சிதையச்சிதைய அவரின் நற்பண்புகளே எனக்கு நினைவுக்கு வரும். பள்ளிக்கூடத்துக்கு புத்தகப் பையைத் தூக்கிக் கொண்டு வரும் அப்பா – கால் ஒடிந்தபோது – என்னைத் தூக்கிக்கொண்டு இரண்டு மைல் நடந்த அப்பா – சம்பளம் வாங்கியதும் அல்வா வாங்கிக்கொண்டு வரும் அப்பா – அப்படி எனக்கு விதவிதமான அப்பாவின் தோற்றம் நினைவுக்கு வருகிறது.

ஆனால், பத்மநாபன் வேறு மாதிரியாக இருந்தார். அதற்குக் காரணம் அவர் அப்பா இன்னொரு பெண்ணுடன் வாழறது தான் என்று சொல்ல முடியுல. வேறு என்னவோ ஆழமான காரணங்கள் இருக்கலாம். எனக்குத் தெரியல. பழக்க மான மனுஷன் எப்பவும் ஒரே மாதிரியாக இல்ல. அடிக்கடி மாறிக்கிட்டே இருக்கிறான்; ரொம்ப வேகமாக கண்ணுக்குப் புலப்படாத விதத்தில் மாறிக்கிட்டு இருக்கிறான்னு நினைக்கிறேன்.

பத்மநாபன் மேலே எனக்குக் கொஞ்சம் வருத்தந்தான். இரண்டு மூனு நாளைக்கு அந்தப் பக்கம் போகவில்லை.

கமலா கூட, "என்ன உங்க பிரண்ட பார்க்கப் போகலீயா?" என்றாள்.

"போகணும்."

"பார்த்தா போகறது மாதிரி தெரியலியே."

"உனக்குத்தான் எல்லாம் தெரியும் –"

"அப்புறம், அப்பாவுக்குத் தகவல் சொல்லவே இல்ல – இல்லீயா?"

"காபி போடு. வெளியே போகணும்." கமலா என்னை ஒருமுறை ஏறிட்டுப் பார்த்துவிட்டு உள்ளே சென்றாள்.

"சிவா... சிவா..." என்று குரல் கேட்டது. பத்மநாபன் குரல் மாதிரியே இருந்தது. வெளியே வந்து பார்த்தேன். அவர்தான் நின்றுகொண்டிருந்தார்.

"வேல இருக்கா" என்றார் என்னைப் பார்த்து.

"இல்ல."

"அப்ப வா, வெளியே போகலாம்."

"உள்ளே வா. ஒரு காபி சாப்பிட்டுவிட்டுப் போகலாம்."

"நான் இன்னும் டிபனே சாப்பிடல."

"அப்ப இரு. இதோ வந்துடுறேன்" என்று உள்ளே போய் ஒரு சட்டையை எடுத்து மாட்டிக்கொண்டு அவசரம் அவசரமாக வெளியே வந்தேன். கமலா காபி என்று கூடவே வந்தாள்.

அவன் ஆனது

“இருக்கட்டும். நாங்க வெளியே சாப்பிட்டுக்கொள்ளுறோம்.”

இரண்டு பேரும் ஒன்றும் பேசிக்கொள்ளாமல் நடந்தோம். ஓட்டல் வந்தது. உள்ளே நுழைந்தோம்.

“என்ன சாப்பிடுற.”

“இல்ல. எனக்கு ஒன்னும் வேணாம்.”

“இட்லி சாப்பிடு” என்று ஆடர் கொடுத்தார். அவர் கூட வந்தால் சாப்பிடாமல் போக முடியாது. எனவே நான் பேசாமல் இருந்தேன்.

“நேத்தி உன்ன ரொம்ப எதிர்பார்த்துகிட்டே இருந்தேன்” என்றார். குரல் ஒரு மாதிரியாக இருந்தது. என்னுடைய செயல் அவரைப் பாதித்துவிட்டது போலும்.

“நானும் வர்ணுமென்று தான் நெனச்சிக்கிட்டே இருந்தேன்.”

“பின்ன ஏன் வர்ல.”

“ஆபீசில கொஞ்சம் வேல. வந்து படுத்ததும் ரொம்ப களைப்பா இருந்துச்சு. அப்படியே தூங்கிட்டேன்” பத்மநாபனை பார்க்கப் போகாததற்கு அது முழுக் காரணம் இல்லை. களைப்பா இருந்தது வாஸ்தவந்தான். இருந்தாலும் போயிருக்கலாம். மனசு கேட்கல. அதுனால தான் போகல.

மனசுக்குள்ள விதவிதமான யோசனைகள் வந்து வந்து போய்க்கொண்டு இருக்குது. அதெல்லாம் இல்லாம – அதாவது ஒரு நெனப்பும் இல்லாம இருந்தால் எப்படி இருக்கும் என்று நினைச்சிப் பார்க்கிறேன். நல்லாதான் இருக்கும் போல இருக்குது. ஆனால் மனசு சும்மா இருக்க மாட்டேன்ங்கறது. ஏதாவது நல்லதோ கெட்டதோ – மனசுக்குள்ள வந்து வந்து போய்க் கொண்டே இருக்குது.

திருவனந்தபுரத்திற்கு ஊர் சுற்றிப் பார்க்க வந்த எனக்கு அதெல்லாம் எதற்கு? மூன்று நாட்கள் போயிடுச்சு; எங்கேயும் போறதுபோல. நாளைக்கு ஒரு பகல் – இன்றைக்கு ஓர் இரவு. இரண்டும் போயிட்டா – ஊர் போய்ச் சேர்ந்துடலாம்.

“என்ன வேடிக்கை? நடக்காம” என்றார் ராமு.

நான் ஒரு பெரிய சினிமா பானரைப் பார்த்துக் கொண்டிருந்தேன். ஒரு விதமான கோணத்தில் பெண்கள். மறுபடியும் மறுபடியும் பார்க்கவைக்கும் பெண்கள். அதைப் பார்க்கையில் ரோஸ்மேரியின் நினைவு வந்தது.

மேரிக்கு வட்டமான முகம். ஏதோ வளையம் வைத்து வரைந்தது மாதிரி இருக்கும். அதில் பெரிய கண்ணு. வெளியே வர்றது மாதிரி.

ஒருநாள் நான் விளையாட்டா, "மேரி! உனக்கு முண்டக்கண்ணு" என்று சொன்னேன். என்னை ரொம்பக் கோபமாகப் பார்த்தாள். அப்புறம் கிட்ட வந்து நின்னுகிட்டு, "எங்க, இப்பச் சொல்லு –" என்றாள்.

"உனக்கு முண்டக்கண்ணு தான் –" என்றேன். சொல்லி இருக்கக் கூடாது போலும். எனக்குத் தெரியவில்லை. நிஜத்தைக் கேட்டதும் அவள் பொங்கிப் பொங்கி அழ ஆரம்பிச்சிட்டாள். ரொம்ப பாவமாகப் போய்விட்டது. என்ன என்னவோ சமாதானம் சொன்னேன். அவள் திருப்தி அடையவில்லை. நிலைக்கண்ணாடிக்கு முன்னே போய் நின்று தன்னையே பார்த்துக்கொண்டிருந்தாள்.

நான் அவள் பக்கமாகப் போய், "நிஜமா நீ ரொம்ப அழகு. அதுக்கு கண்ணுதான் காரணம்" என்றேன்.

"உன் சர்ட்டிபிக்கெட் ஒன்னும் வேணாம்."

"அப்படியா?"

"ஆமாம்."

நான் திடீரென்று பாய்ந்து அவளைக் கட்டியணைத்து முத்தமிட்டேன். அவள் என்னை உதறித் தள்ளிவிட்டு –

"அதுக்கு மட்டும் வந்துடு" என்றாள்.

"அப்படியா" அவள் கையைப் பிடித்து பரபரவென்று உள்ளே இழுத்துக்கொண்டு போனேன். சற்று நேரத்திற் கெல்லாம் அவள் இணங்கிப் போய்விடுவாள் சந்தோஷமாக. அது பழக்கத்துல நான் தெரிஞ்சிகொண்டது.

"என்ன, இன்னைக்கும் சினிமாவுக்குப் போகணுமா?" என்றார் ராமு – என்னையும் பானரையும் பார்த்துக்கொண்டே.

"அடேட, யாரு கண்ணு முழிக்கறது. இன்னக்கி நல்லா தூங்கணும். நாளைக்கு வண்டி ஏறணுமில்ல –"

ராமு ஒன்றும் சொல்லாமல் நடந்தார். நானும் கூடவே சென்றேன்.

9

பஸ்களும் கார்களும் விரைந்து சென்றன. நான் ராமுவின் பின்னேயே நடந்தேன். நடக்கையில் ஒரு நினைப்பு பத்மநாபனைப் பற்றிக்கொண்டது.

“ராமு, பத்மநாபனைப் பார்க்கலாமா?” என்றேன்.

முன்னே நடந்துகொண்டிருந்த ராமு சற்றே நின்று திரும்பிப் பார்த்தார். அப்புறம், “எந்த பத்மநாபன்” என்றார்.

“மறந்துட்டீயா. நம்ப பத்மநாபன் தான்.”

ராமு சிரித்தார். நினைவு வந்துவிட்டது போலும். பத்மநாபன் மறக்கக் கூடிய ஆள் இல்லை. ரொம்ப நாட்களுக்கு அவன் முகம் மனசிலே அப்படியே இருக்கும். அந்த மாதிரி ஆள். மூன்று வருஷம் ஒன்றாகப் பழகினோம். கடைசி ஒரு வருஷத்துல ராமுவுக்கும் பத்மநாபனுக்கும் என்ன நடந்ததோ தெரியவில்லை. ராமு மெதுவாக ஒதுங்கிவிட்டார். எப்பொழுதாவது சாலையில் சந்திக்க நேர்ந்தால் பேசிக்கொள்வார்கள். அந்தப் பேச்சில் வித்தியாசம் ஒன்றும் காண முடியாது. ஆனால் கூட இருந்த எனக்கு வித்தியாசம் தெரிந்தது.

“பத்மநாபனுக்கும் உங்களுக்கும் என்ன சண்டை” என்று கேட்டேன்.

ராமு என்னை திரும்பிப் பார்த்து “சண்டையா! என்ன அது?” என்று எதிர்க் கேள்வி கேட்டார்.

எனக்கு திடீரென்று அப்படிக் கேட்டு இருக்கக் கூடாதோ என்று தோன்றியது. பல சந்தர்ப்பங்களில் கேட்கக் கூடாதவைகளைக் கேட்டு ரொம்பப் பேரை சங்கடத்தில் ஆழ்த்திவிடுகிறேன். அதெல்லாம் வேண்டுமென்று செய்யறதுல்ல. சுபாவமாகவே இருக்கிறது.

அது ஆபீஸில் நடந்தது. என்னென்னு இப்ப சொல்ல முடியவில்லை. ஏதோ தப்பு. என் சம்பந்தப்பட்டதுதான். நான் இன்னும் கொஞ்சம் கவனமாக இருந்தால் அதைத் தவிர்த்து இருக்கலாம். வழக்கம் போல விட்டுட்டேன். சின்னதப்பு– எப்படியோ பெரிய தப்பா போயிடுச்சி. எஞ்சினீயர்கூட மாட்டிக் கிட்டார். அவருக்கு ரொம்பக் கோபம். அது யார் வேலன்னு கேட்டு இருக்கார். யாரோ என்னை அவர்கிட்டத் தள்ளி விட்டாங்க. நான் போய் அவர் முன்னே நின்றேன்.

“இங்க சரியா வேலை நடக்கில்லே இன்னா யாருக்கையா கெட்ட பேரு?”

“உங்களுக்குத்தான் சார்.”

“அந்த அறிவு இருக்கில்லே. அதுக்குத்தான் அப்படி வேலை செய்தீயா?”

நான் அவர் முகத்தையே பார்த்துக்கொண்டிருந்தேன்.

“இதுதான் கடைசி முறை. இனிமே இப்படிப் பண்ணினே, வீட்டுக்குத்தான் போவே.”

தலை குனிந்துகொண்டு நின்றேன்.

“எதுக்கு எருமை மாடு மாதிரி நிக்கற. போ. போய் வேலையப் பாரு.”

நான் திரும்பிச் சென்றேன். என் புத்தியில விஷயமே அப்பொழுது தான் உறைக்க ஆரம்பித்தது. நான் அப்படிச் சொல்லி இருக்கக்கூடாது. ’ஆபீசில சரியா வேலை நடக்காட்டா – நம்ப எல்லோருக்கும் தான் சார் கெட்ட பெயர்’ என்று சொல்லியிருக்க வேண்டும். தப்போடு என்னை யும் ஒன்னா சேர்த்துக்கொண்டிருந்தால் அவருக்கும் சந்தோஷ மாக இருந்திருக்கும். தப்புல அவரை மட்டும் மாட்டிக்க விட்டது போல ஆகிவிட்டது. அது மட்டுமல்ல. எதைச் சொன்னால் அவருக்குக் கோபம் வருமோ அதைச் சொல்லி தீராத அவர் பகையை சம்பாதித்துக் கொண்டு விட்டேன்.

மனுஷனுக்குப் பகைவன் நாக்கில தான் இருக்கிறான் என்று திருவேங்கடம் அடிக்கடி சொல்லுறது எனக்குச் சரியாகி விட்டது.

பேச்சு வாக்கிலே நான் சொன்னதை அவர் கெட்டியாகப் பற்றிக்கொண்டு – என்னை இரண்டு வருஷம் போல நல்லா ஆட்டிவைத்தார். அந்தோனி சார்கூட இல்லாமல் போனது தான் என் கஷ்டத்துக்குக் காரணம். அவர் இருந்தால் விஷயமே வேறு மாதிரியா போயிருக்கும். குறைந்த பட்சம் நான் எஞ்சினீயர் கிட்ட மாட்டியே இருக்கமாட்டேன். அப்பத்தான் எனக்குத் தெரிந்தது. கீழ இருக்கறவன் மேல இருக்கறவன் கிட்ட மாட்டிக்கிட்டா தப்பவே முடியாதுன்னு. எஞ்சினீயருக்குப் பிரமோஷன் வந்து, மாற்றலாகிப் போறவரைக்கும் கிடுக்கியில் மாட்டிக்கிட்ட புழு மாதிரி தவிச்சேன். அப்ப எல்லாம், திருவேங்கடம் கதை – பொன் மொழிதான் ஊக்கம் தரும்.

நிமிர்ந்து நிற்க – தாழ்ந்து கிடக்கும்போது ஏதாவது தேவைப் படுது. பத்மநாபன் கதையைச் சொல்ல வந்த நான் – என் கதையை சொல்லிக்கிட்டுப் போறேன் . என்னைப் பற்றி சொல்லிக் கொள்ளணும் என்று ஆசை எனக்கு இல்லை. ஏனென்றால் என்ன பத்தி நல்லா எனக்குத் தெரியும். என் நிறை குறை எல்லாம் தெரியும். ஆனால் யாரைப் பற்றியாவது சொல்ல ஆரம்பித்தால் கொஞ்ச நேரத்துல சொல்ல வேண்டியவர் கதை மறந்துபோக என் கதையே முன்னே வருகிறது. எதுக்குன்னு தெரியலே.

ஆனால் ராமு தனி; ரொம்ப அபூர்வமான ஆள்: அவர் தன்னபப்பத்தி ஒரு நாளும் பேச மாட்டார். எனக்கும் அவருக்கும் சிநேகிதம் ஏற்பட்டு கிட்டத்தட்ட எட்டு வருஷத்துக்கு மேல ஆகப் போகுது. எப்பவும் அவர் ஒரு பேச்சை முறித்து, தன்னைப் பற்றிச் சொன்னதில்லை. அந்தக் குணத்தை என்னவென்று சொல்லுறது. பெயர் ஒன்றும் அதுக்கு இருக்கறதாச் சொல்ல முடியலே.

உலகத்திலுள்ள ஒவ்வொரு மனுஷன்கிட்டேயும் தனியா – ஒரு குணம் இருக்குதுன்னு பொதுவாக சொல்றாங்க. ஆனா – ஒரு மனுஷனைக் காட்ட அவன் குணம் என்னன்னு கேட்டா உடனே பதில் சொல்ல முடியல: அவ்வளவு எதுக்கு. என்கிட்டே உள்ள அபூர்வ குணம் சொல்லத் தெரியலே. தலைய சொறிஞ்சிக்கிட்டு என்னன்னு யோசிக்கத் தோணுது. மனுஷனுக்கு உள்ள கஷ்டமான காரியமே தன்னைப்பற்றித் தெரிந்துகொள்ளறதுதான்னு சொல்லலாம்:

புத்திசாலிக்கு இல்லேன்னு திருவேங்கடம் மாதிரி ஆளுங்க சொல்லலாம். அது சரியாகவும் இருக்கும். ஆனால் என்னை மாதிரி ஆளுங்களுக்கு அது பெரிய விஷயந்தான்: ரெண்டு மூனுநாளா இங்க வந்ததில் இருந்து புத்தி இப்படித்

தான் சம்பந்தா சம்பந்தம் இல்லாம யோசனை பண்ணிக்கிட்டு இருக்குது. திருவேங்கடத்தைக் கூட்டிக்கிட்டு வந்திருந்தா – ஒரு விளக்கம் சொல்லுவார். அது மன அலைச்சல கொஞ்சம் குறைக்கும்.

அவர் இல்லை; புத்தி தன்பாட்டிற்குத் தாவிக் குதிக்குது. அது எதுக்கு? நல்லதுக்கு இல்லேன்னு படுது.

ஊர் சுற்றிப் பார்க்க வந்த நான், கூட்டமா இருக்குதுன்னு கோவளத்துக்குப் போகாம – என்னவோ பெரிசா யோசித்துக் கொண்டு போறேன் : அதெல்லாம் சரி இல்ல. சீக்கிரமாக ஊருக்கு வண்டி ஏறணும். அதற்கு முன் பத்மநாபனைப் பார்த்துவிட்டுப் போக வேணும். இனிமேல் பார்க்க முடியுமோ முடியாதோ – யார் கண்டது.

ஊர்லே நானும் பத்மநாபனும் ரொம்ப சிநேகிதமாக இருந்தோம். அதுக்கு அவர் குடி இருந்த வீடு ஒரு காரணம். ஒரு வீட்டுல மாடி மேல இருந்தார். ஒரே அறை தான். ஆனால் பெரிய அறை. பாத்ரூம், கக்கூஸ் எல்லாம் மேல தான்: எதுக்கும் கீழே இறங்கவேண்டாம். எழுபத்தைந்து ரூபாய் வாடகை. பத்மநாபன் சம்பளத்துக்கு அது கொஞ்சம் கூடத்தான். ஆனால், படிக்க – சட்டம் படிக்கறதால – பரவா இல்லை என்று தங்கி இருந்தார்.

படிக்க லாட்ஜ் சரி இல்லேன்னு அவர் சொன்னது சரி தான். லாட்ஜ் ரூமில் மூணு கட்டில். பார்க்க ரயில் பெட்டி ஞாபகம் வரும். கட்டில்கள் அவ்வளவு நெருக்கமாக இருக்கும். கட்டிலுக்கு முப்பது ரூபாய். இருந்தாலும் கட்டிலில் ஒருத்தனும் படுக்கமாட்டான். வராண்டாவில் சீட்டுக்கட்டு: சீட்டு விடிய விடிய நடக்கும்: பத்மநாபன் ரொம்ப உட்காரமாட்டார். ஆனால் உட்கார்ந்தால் எழுந்திருக்க மாட்டார். காபி, டிபனெல்லாம் இருந்த இடத்திலே தான். ஒரு கையில சீட்டை கெட்டியாகப் பிடித்துக்கொண்டு இன்னொரு கையால சாப்பிடுவார். அவர்தான்னு இல்ல. சீட்டிலே உட்கார்ந்திருக்கிற ஒவ்வொரு வனும் அப்படித்தான். அதைத் தவிர – உலகத்துல வேற வேலையே இல்ல எங்கறது போல ஆடுவாங்க.

பத்மநாபன் பக்கத்துல உட்கார்ந்து நான் வேடிக்கை பார்த்திருக்கேன்: எனக்கு ஒன்றும் புரிந்தது இல்ல: ஏதோ பொம்மையும் நம்பருமா வருது. ஒன்ன எடுத்து இங்க வைக்கிறார்; இன்னொன்னை எடுத்து அங்க வைக்கிறார். அப்புறம் கட்டுச் சீட்டு எடுத்து சொருகப்படுது; கீழே போடப்படுது. அப்புறம் ஒரு சீட்டு கவிழ்க்கப்பட – கை சீட்டு தரைக்கு வருகிறது. கையிலே இருக்கும் மற்றவர்கள் சீட்டும் தரையில் விழுகிறது.

சின்ன வயதில் கேட்ட குல்லா வியாபாரி கதைதான் எனக்கு ஞாபகத்துக்கு வரும். ஒருத்தன் சீட்டைக் கீழே வைத்ததும் டக்டக்கென்று ஒரு வார்த்தையும் பேசாம மற்றவர்களெல்லாம் சீட்டை போடறத பார்க்கறப்ப சீட்டுல என்னவோ சூட்சமம் மறைந்துக்கிட்டு இருக்குது. அது என்ன. யோசித்து யோசித்துப் பார்த்தேன். அப்புறம் கையில இருக்கிற சீட்டு – கீழே கிடக்கிற சீட்டு எல்லாத்தியும் பார்த்தேன். ஒன்னும் புரியல. கணக்கோடு சம்பந்தப்பட்டிருக்குமொன்னு நெனச்சேன். அந்த மாதிரியும் இல்ல. ஆனால் அது என்ன அது. மூளைக்கு எட்டி வரவில்லை .

“எப்படி சீட்டு ஆடுறீங்க?” பத்மநாபனை ஒரு நாள் கேட்டேன். அவர் என் தோள் மீது கைவைத்து காது பக்கம் திரும்பி மெதுவாக, “நான் ஆடுறத நல்லா பார்த்துக்கிட்டே இரு. தன்னால வந்துடும்” என்றார். அதுவும் சரிதான்னு நெனச்சிக்கிட்டு அவர் பக்கத்துல உட்கார்ந்து பார்த்துகிட்டே இருந்தேன். நாள் ஒன்னு ஒன்னா போச்சு. சீட்டுப் பெயரெல் லாம் தெரிந்தது. ஆனால் எதோடு எதை சேர்க்கறது; எதைக் கழிக்கறது; எதைப் பிடிக்கறது எல்லாம் ஒன்னும் தெரியல.

மூனு மாசத்துக்கு அப்புறம் நம்மால அதக் கத்துக்கொள்ள முடியாதுன்னு விட்டுட்டேன்.

“என்ன சீட்டு ஆடுவியா?” என்றார் பத்மநாபன்.

”நானா?”

“எத்தனை நாளா பார்க்கற! இன்னுமா கத்துக்கல.”

நான் தலையசைத்தேன்.

“நான் ஒரு வாரத்துல கத்துக்கிட்டேன்” என்றார் அவர்.

“என்னால ஒரு வருஷத்துல கூட கத்துக்கொள்ள முடியாது.”

“அப்படிக் கத்துக்க வேண்டிய விஷயமும் இல்ல –”

நான் பதிலொன்றும் சொல்லவில்லை. அவர் பின்னேயே நடந்தேன். நடந்து போகையில் தான் வீடு மாறப் போவது பற்றி சொன்னார். சட்டக் கல்லூரியில் – மாலை வகுப்பில் அவருக்கு இடம் கிடைத்து இருந்தது. கல்லூரிக்குப் போய்க்கொண்டு அந்த ரூமில் இருந்துகொண்டு படிக்க முடியாது. விடிய விடிய சீட்டு தான் ஆட முடியும். அதுக்கு ஏற்ற இடந்தான். படிக்கத் தகுந்த இடமில்லை. ஆனால் . படிக்கத் தகுந்த இடத்தை வெகு சீக்கிரத்திலேயே கண்டுபிடித்துக் கொண்டு வந்தார். அப்புறம் நான் கூடப் போய்ப் பார்த்தேன். மாடியில். ரொம்ப நல்லா இருந்தது.

புது வீடு. கீழே இரண்டு குடித்தனங்கள். நாங்கள் போன போது குறுக்காக ஒரு பெண் சென்றாள். நான் அவளை ஏறிட்டுப் பார்த்தேன். கமலா மாதிரி – உயரமாக இருந்தாள். குடித்தனம் இருக்கிற வீட்டில் சாதாரணமாகக் கல்யாணம் ஆகாத ஆணுக்கு இடம் கிடைக்காது. அல அலன்னு அலைய வேண்டியிருக்கும். இப்ப அதெல்லாம் மாறிக்கொண்டு வருது போலும். இல்லா விட்டால் ஒரு அறைக்கு எழுபத்தைந்து ரூபாய் மாசம் கிடைக்குமா?

ஒருநாள் ராமுகூட என்னோடு வந்தார். ஜன்னல் பக்கத்தில் உட்கார்ந்துகொண்டு, "நல்லா வெளிச்சம் இருக்கு; காற்றுக்கூட வரும்போல இருக்கே" என்றார்.

"நல்லா காற்று வருது. அதனாலதான் ஃபேன் போடுல."

"காத்து வந்தா ஃபேன் எதுக்கு" ராமு போகும்போது வீட்டைப் புகழ்ந்து சொல்லிவிட்டுப் போனார். நன்றாக இல்லாவிட்டால்கூட அவர் அப்படித்தான் சொல்லுவார். இன்னொருவர் மனத்தைப் புண்படுத்தக்கூடாது என்பதில் ராமு எப்பவும் குறியாக இருப்பார். ஆனாலும், அத ரொம்ப நாசூக்கா – இயல்பு மாதிரி சொல்லுவார். முதல் முறையாகக் கேட்கிறவர்களுக்கு அது ரொம்ப சந்தோஷமாக இருக்கும்.

பத்மநாபனுக்கும் ராமு சொன்னது சந்தோஷமாகத் தான் இருந்தது. ஜன்னல் பக்கத்துல உட்கார்ந்துதான் படிப்பார். வெளிச்சமும், காற்றும் வர்றதுதான் காரணம் என்று ரொம்ப நாள் வரைக்கும் நெனச்சிக்கிட்டு இருந்தேன்.

இன்னொரு காரணமும் இருக்கு என்கறது எனக்கு அப்புறம் அப்புறம் தெரிய ஆரம்பித்தது. அதுனால நான் கூட ஜன்னல் பக்கம் வந்து உட்கார்ந்துகொள்ளுவேன்.

ஒரோர் சமயம், ராஜலட்சுமி – கீழ் வீட்டுக்காரவங்க தென்படுவாங்க. அவுங்க ஆந்திராப் பக்கம். பார்க்க ரொம்ப லட்சணமாக – உயரமாக இருப்பாங்க. வயது முப்பது முப்பத்திரண்டு இருக்கும். எட்டு வயசில ஒரு பையன் கான்வென்டில் ஏழாவது படித்துக்கொண்டிருந்தான். பத்மநாபன் அறைக்கு வந்து கணக்கு கற்றுக்கொண்டிருந்தான். ஆனால் அவன் அப்பா போல கருப்பு; பெரிய உதடு. கொஞ்சம் வித்தியாசமாக இருந்தான்.

பத்மநாபன் ரொம்ப சிரத்தை எடுத்துக்கொண்டு அவனுக்குக் கணக்கு கற்றுக்கொடுத்துக் கொண்டிருந்தார். எனக்கு அது கொஞ்சம் ஆச்சரியமாக இருந்தது. ஏனெனில் பத்மநாபனிடம் அவ்வளவு பொறுமையை நான் அதுவரையில்

கண்டதில்லை. படிப்புச் சொல்லித் தர்ற ஆசை மாதிரி அது இல்லை. வேறு ஏதோ ஒரு ஆசையும் அதிலே சேர்த்து கொண்டிருக்கணுமென்று பட்டது

ஒருநாள், சாயந்தரம். நான் பத்மநாபன் வீட்டிலே உட்கார்ந்திருந்தேன். அவர் ராஜலட்சுமி மகன் ரமேஷுக்குக் கணக்குச் சொல்லிக் கொடுத்துக் கொண்டிருந்தார்.

ராஜலட்சுமி காபியும் சுவீட்டும் கொண்டு வந்து எங்கள் முன்னே வைத்தாள்.

"எதுக்கு?" நான் குழறினேன். "வீட்டிலே செய்தது. சாப்பிடுங்க" என்றாள்.

நான் பத்மநாபனைத் திரும்பிப் பார்த்தேன். அவர் ஒரு முறுக்கை எடுத்து கடித்துக்கொண்டே "சும்மா தின்னு" என்றார். நானும் ஒரு முறுக்கை எடுத்து முறித்தேன்.

என்னைப்பற்றி பத்மநாபன் அவளிடம் நிறைய சொல்லி இருக்கணும் – என்று நினைக்கத் தோன்றியது. ஏனெனில் என்னைப் பொருட்படுத்தாமல் அடிக்கடி வந்து உலாவி விட்டுப் போய்க்கொண்டிருந்தாள்.

அவளைப் பார்க்கும்போதெல்லாம் எனக்கு ரோஸ்மேரி நினைவு வந்துகொண்டிருந்தது. ஆனால் மேரி அவ்வளவு உயரமில்லை: மூக்கு கொஞ்சம் சப்பையாக இருக்கும். ஆனால் துரு துருக்கும் கண்கள். அவள் கண்ணையே பார்த்துக்கொண்டு இருக்கலாம். ஆனால் ராஜலட்சுமி மாதிரி நல்லா காபி போடத் தெரியாது. அவள் எப்பவும் டீ தான் போடுவாள். டீ தான் குடிப்பாள். ஆரம்பத்தில் அந்தோனி சார் வீட்டுக்குப் போன போது எல்லாம் டீதான் கிடைத்துக்கொண்டிருந்தது. கஷ்டப் பட்டு குடிப்பேன். ஆனால் பழக்கம் கொஞ்சம் நெருக்கமானதும் 'மேரி, டீ நான் குடிக்கறது இல்ல –" என்றேன்.

"எப்பவுமா?"

"ஆமாம்."

"இவ்வளவு நாளா குடிச்சியே."

"அது உனக்காக –"

"எனக்காகவா – அப்பாவுக்காக."

"இல்ல, இல்ல. உனக்காகத்தான்."

"நிஜமா."

"சத்தியமா."

“எதுக்கு பெரிசா சத்தியம் பண்ணுற. இரு. காபி கொண்டாறேன்.”

உள்ளே போய் காபி போட்டுக் கொண்டு வந்து கொடுத்தாள். ஆனால் நன்றாக இல்லை. இருந்தாலும் குடித்தேன்.

“காபி நல்லா இல்ல .”

“இருக்கு.”

“என்ன இருக்கு.”

“நல்லா இருக்கு.”

“மூஞ்சியில தெரியலீயே.”

“மூஞ்சியில தெரியுமா ?”

“– தெரியாதா” ரோஸ்மேரி என் பக்கத்தில் வந்து உட்கார்ந்து, “நல்லா இல்லாட்டா வச்சுடு. போர்ன்விடா போட்டுத் தரேன் !” என்றாள்.

“– இல்ல, நல்லாதான் இருக்கு” என்று காபியைக் குடித்தேன். ஆனால் அதற்குப் பிறகு அவள் எனக்குக் காபி கொடுப்பது இல்லை.

பெண்களுக்கு ரொம்ப விஷயம் ஒரு நிமிஷத்துல தெரியுது. அதுவும் உடம்பு சம்பந்தப்பட்டதுன்னா ரொம்ப நல்லாவே தெரியுது. தெரிஞ்சிக்கிட்டு அதுக்கு ஏற்றாற்போல சாமர்த்தியமா நடந்துகொள்ளுறாங்க. அத நான் ரோஸ்மேரி கிட்டதான் தெரிஞ்சிக்கிட்டேன்.

ரோஸ்மேரிக்கு அப்ப பதினேழு பதினெட்டு வயது தான் இருக்கும். என்னைவிட ஐந்தாறு வயது கீழே. ஆனால் பெரிய மனுஷி மாதிரி நடந்துகொள்ளுவாள். பேச்சும் செயலும் எப்பவும் கட்டளை இடுவது போல இருக்கும். அவளைப் பற்றிய பல விஷயம் எனக்கு மறந்து போய்விட்டது.

ஆனால் ஒன்று மட்டும் மறக்காம மனசில அப்படியே இருக்குது.

அது ஒரு கோடைக்காலம். ரோஸ்மேரி வீட்டு வாசல்ல இருக்கிற சரக்கொன்றைமரம் பூத்துக் குலுங்கிக்கிட்டு இருக்கு. அவள் எதற்கு அங்கு வந்தாளோ தெரியாது. நான் போனபோது, மரத்தையே பார்த்துக்கொண்டு இருந்தாள். என்னைப் பார்த்ததும், புன்னகை பூத்து, மஞ்சள் பூ எவ்வளவு அழகா இருக்கு பாத்தீயா ? என்றாள்.

நான் ஓரடி முன்னே எடுத்துவைத்து, “நீதான் பூவை விட அழகா இருக்கே” என்றேன் .

அவள் சிரித்து, "அதெல்லாம் வேணாம்" என்றாள்.

"சரி."

"என்ன சரி."

"நீ சொல்லறது."

இருவரும் கை கோர்த்துக்கொண்டு உள்ளேபோய் உட்கார்ந்தோம். அவள் சிரத்தை இன்றி இருப்பது போல தோன்றியது.

"என்ன மேரி, உடம்பு சரி இல்லீயா?"

"இல்ல, நல்லாதான் இருக்கேன்."

"பின்ன –"

சிறிது நேரம் மௌனம். அப்புறம் சொன்னாள்: "எனக்கு மாப்பிள்ளை வருது."

"குட். ரொம்ப நல்லது –"

"என்ன நல்லது."

"உனக்குக் கல்யாணம் ஆகறது."

"அப்படியா?"

"பின்ன இல்ல."

"அப்பா, உனக்குச் சொல்லுலீயா?"

"சாயந்தரம் வீட்டுக்கு வா. ஒரு விஷேசம் என்றார்."

"அதான்."

நான் தலையசைத்தேன். ரோஸ்மேரிக்குக் கல்யாணம் என்ற செய்தி எனக்கு மகிழ்ச்சி அளித்தது. ஆனால் அவள் என்னை விசித்திரமாகப் பார்த்தாள். நான் விசனப்படுவேன் – கலக்கமுறுவேன் என்றெல்லாம் நினைத்துக்கொண்டு இருந்தாள் போலும். குறைந்தபட்சமாக நான் திகைத்துப் போகாமல் இருந்தது அவளுக்குத் தாள முடியாமல் இருந்தது. என்னையே பார்த்துக்கொண்டு இருந்தாள்.

ரோஸ்மேரியை ரொம்ப நேசித்தாலும் அவளைக் கல்யாணம் பண்ணிக்கொள்ளணும் என்று தோன்றவே இல்லை. அதுக்குத் தகுதி இல்ல எங்கறது விஷயமில்லை. எனக்கு அப்படித் தோணவே இல்லை. அது ஒரு விஷயந்தான். ரொம்ப பெரிய விஷயமென்று இப்போது படுகிறது. அதுக்குக் காரணம் என்னுடைய சுபாவந்தான். அதுனால

கஷ்டமெல்லாம் பட்டு இருந்தாலும் ஏதோ கொஞ்சம் நன்மை கூட அடைஞ்சியிருக்கேன்.

எதையும் ரொம்ப யோசித்துத் திட்டமிட்டு காரியம் பண்ணுறது இல்ல. அது பாட்டுக்கு நடக்கும் என்று விட்டுடுவேன். அதை ஒரு நாள் விதியை நம்புறவன் வாழ்க்கை என்று திருவேங்கடம் சொன்னார். விதிவாழ்க்கை என்கிற விஷயத்தைப் பத்தியெல்லாம் எனக்கு ரொம்பத் தெரியாது; ரொம்பத் தெரியாது என்கிறதே ஏதோ கொஞ்சம் தெரியும் என்கிறதைக் காட்டுறது தான். நிஜமாகச் சொல்லப்போனால் எனக்கு ஒன்றும் தெரியாது.

எதுக்கு நான் பிறந்தேன் என்பது தெரியாதது மாதிரி, எதுக்கு வாழறேன் என்கிறது எனக்குத் தெரியாது. அதைத் தெரிந்து கொள்ளணும் என்ற ஆசையும் எனக்கு இல்ல. இருக்கிறவரைக்கும் சுகமா – சந்தோஷமா இருக்கணும்.

அது தான் முக்கியம். அதை என்ன பெயரில் சொன்னால் என்ன; பற்றே – ஆசையே இல்லாதவன் போல சொன்னாலும், ரோஸ்மேரிக்குக் கல்யாணம் என்கிறது என்னைக் கலக்கமடைய வச்சுடுச்சு. அவ என்ன விட்டுப் போகப் போறா என்பதை நினைக்கவே கஷ்டமாக இருந்தது.

என்ன செய்யறது. அவளையே பார்த்துக்கொண்டிருந்தேன். அவள் என் முன்னே வந்து உட்கார்ந்து, "நாளைக்கு ஆறு மணிக்கு அவங்க எல்லாம் வராங்க. அதுக்கு முன்னாடியே நீ வந்துடு" என்றாள்.

"சரி."

"என்ன சரி."

"வந்துடுறேன்."

"கடைக்கெல்லாம் போகணும். சரின்னுட்டு வராம இருந்துடாதே."

நான் தலையசைத்தேன்.

"அப்பாகூட சொல்லச் சொன்னாங்க. கவனத்துல வச்சிக்கச் சொல்லு; மறந்துட்டு இரண்டு நாள் கழிச்சி வரப் போறான் என்று –"

"அப்படியா?"

"உம்."

"அப்பா என்ன. நீ சொன்னால் கூட நான் வருவேன்."

“நிஜமா.”

“எதுக்கு அடிக்கடி அப்படிக் கேட்கற.”

நான் வருத்தப்படுறத பார்க்கணுமென்னு காத்துக்கிட்டு இருக்கறாப் போல இருக்குது. கொஞ்ச நேரத்துல அவள் ஆசை நிறைவேறினாலும் நிறைவேறலாம்.

“அவர் இப்ப சப் – இன்ஸ்பெக்டர், சீக்கரத்திலே பிரமோஷன் ஆகி, இன்ஸ்பெக்டர் ஆகிடுவார்.”

“போலீசா.”

“ஏன் போலீஸ்ன்னதும் பயமா இருக்கா.”

பதில் சொல்லவில்லை. அவளையே பார்த்துக்கொண் டிருந்தேன். மனசிலே திருவேங்கடம் நினைவு வந்தது. ரோஸ்மேரி இன்னக்கிச் சொன்னதையெல்லாம் அவரிடம் சொல்ல வேண்டும்.

“நீ பேப்பர்ல கூடப் பாத்து இருப்ப சிவா. போன வாரம் திருட்டுக்கேஸ் பிடித்ததைப் பற்றி விவரமா போட்டு இருந்தாங் களே, அது அவுங்க தான்.”

“என்ன பேரு.”

“சுகுமாரன்.”

“இங்கதானா.”

“வில்லிவாக்கம்.”

“கிட்டதான். மலையாளமா.”

ரோஸ்மேரி சிரித்தாள்.

“இல்ல. அப்பா சொந்தம்” என்று உள்ளே போய் ஒரு போட்டோவை எடுத்துக் கொண்டு வந்து கொடுத்தாள். பெரிதாக மீசையைத் திருகிவிட்டுக் கொண்டு வெறித்துப் பார்த்துக் கொண்டு இருந்தான். போலீசின் முரட்டுத்தனம் அவன் பார்வையில் இருந்தது.

வேறு ஒரு தொழில் பார்க்கிற ஆள; வேலை செய்யற மனுஷன பார்த்தவுடனே இது தான் நீ பாக்கற வேலன்னு சொல்ல முடியாது. கேட்டு – இல்லாவிட்டால் பேசித்தான் தெரிஞ்சிக்கணும். ஆனால் போலீசை பார்த்தவுடனே தெரிஞ்சிக்க லாம். தலையை ஒட்டவெட்டிக்கிட்டு இருக்கறதுதான் ஒரு காரணம் என்று சொல்ல முடியாது; பார்வை ஒரு காரணம்; அப்புறம் செயல் முறையெல்லாம் கூட ஒரு மாதிரியா – சாதாரண மனுஷன்ல இருந்து விலகி இருக்குது. விலகி என்றால் தீமையில்

இருந்து விலகின்னு அர்த்தமல்ல. அதை எனக்கு திருவேங்கடம் தான் சொன்னார். முதல்ல அவர் சொல்லுறது எனக்கு ஒன்னும் புரியல. மாற்றிச் சொல்லுறாரோ என்று நினைத்தேன்.

"சொல்லுங்க திருவேங்கடம்" என்றேன். மறுபடியும் அவர் அதையே சொன்னார். ராமுவுக்கும் திருவேங்கடத்துக்கும் அது தான் வித்தியாசம். ராமு எதையும் இரண்டாம் தடவையாகச் சொல்லமாட்டார். முதல் முறையிலேயே காதில் வாங்கிக் கொண்டால்தான் உண்டு. இல்லாவிட்டால் இல்லை. ஆனால் திருவேங்கடம் ஒரு ரகம்; தனி ரகம்.

ஒரே விஷயத்தைத் திரும்பத் திரும்பச் சொல்லுவார். சலிப்பே இல்லாம – நாம் சலிச்சிப் போற வரைக்கும் சொல்லுவார். அது தான் அவர் சொல்லுறதைக் கேட்க விடாமல் அடிக்கும். எவ்வளவோ புரிந்து வைத்துக்கொண்டு இருக்கிற திருவேங்கடத்துக்கு அது புரியல. அதைப்பத்தி யோசித்துப் பார்க்கையில் திருவேங்கடம் படித்ததை சொல்லுறதால தான் அப்படி இருக்கிறாரோ என்று படுகிறது. புத்தி என்பது படிப்பிலே வர்றது இல்ல; அது அடையக் கூடியதே இல்ல; வேறு விஷயம். அதைத் தெரிந்துகொள்ளவே புத்தி வேணும் என்று ஒருநாள் ராமு கிட்ட சொல்லிக்கிட்டு இருந்தார் திருவேங்கடம்.

ராமு தலையை அசைத்துக்கொண்டு கேட்டுக்கொண்டே இருந்தார். எனக்குத் திருவேங்கடம் தன்னைப் பற்றியே சொல்லிக்கறது மாதிரி இருந்தது. ஆனால், அவர் தன்னைப் பற்றி அத சொல்லலே. பொதுவா மனுஷர்களைப் பத்தித் தான் சொல்லிக்கொண்டு இருந்தார். நான் அவர் வாயையே பார்த்துக்கொண்டு இருந்தேன்.

வாய் பார்க்கிற புத்தி சின்னதிலே இருந்து எனக்கு இருந்துக்கிட்டு இருக்கு. பள்ளிக்கூடத்துலே வாத்தியார் பாடம் நடத்துற அப்ப – அவர் வாயையே பார்த்துக்கிட்டு இருப்பேன். தமிழ் வாத்தியார் அண்ணாமலை சார் ராகமாகப் பாடம் நடத்துவார். அதைக் கேட்க எனக்கு ரொம்பப் பிடிக்கம். அவர் வாயையே பார்த்துக்கொண்டு இருப்பேன். ஆனால் மனசில அவர் சொல்லுறது ஒன்றும் தங்காது. தண்ணி கண்ணாடியில விழுந்து தெறிக்கறது மாதிரி போயிடும்.

அண்ணாமலை சார், "சிவா, ஒழுக்கம் பற்றி வள்ளுவர் சொல்வது யார்?" என்பார்.

நான் எழுந்து அவரையே பார்த்துக்கொண்டிருப்பேன். அவர் மறுபடியும் அதே கேள்வியைக் கேட்பார். எனக்குப் பதில் தெரியாது என்பது அவருக்குத் தெரியும். ஆனாலும் என்னைத்

தான் கேட்பார். பதில் தெரியாமல் நிற்பதைப் பார்க்கறது அவருக்குச் சந்தோஷம்.

கிட்ட வந்து, "படிச்சியா?" என்பார்.

தலையசைப்பேன்.

"வாயில என்ன மண்ணா இருக்கு. வாய திறந்து சொல்லு –"

"படிச்சேன் சார்."

"என்ன படிச்சே."

"பாடம் –"

"செய்யுள்."

நான் அவரையே பார்த்துக்கொண்டு இருப்பேன்.

"சொல்லு –"

"இல்ல சார்."

"படிக்காம எதுக்கு வர்ற –" கன்னத்தில் பளீரென்று ஒரு அறை.

"சார் –"

"கத்தாதே. கத்தினா கொன்னுடுவேன்."

அடிக்க வேணும் என்று மனசில படுறப்ப எல்லாம் என்னைத் தேர்ந்தெடுத்துக் கொள்வாரோ என்று நினைத்துக் கொள்ளுவேன். ஆனால் அண்ணாமலை சார் பாடத்தில் நல்ல மார்க்கு வரும். நல்ல மார்க்கு என்றால் என்ன? நாற்பது – நாற்பத்தைந்து. அதுக்கு மேலே நான் தமிழில் ஏறியதே இல்லை. அதுவே எனக்குப் பெரிசாதான் அன்னக்கி இருந்தது; அதை விடப் பெரிசா இன்னக்கி இருக்குது.

போலீசைப் பத்தி சொல்ல வந்த நான், வேற என்னமோ சொல்றேன். அதுவும் என் கதைதான். இப்ப சொல்லப் போற போலீஸ் கதையும் என் கதைதான். இரண்டுபேர் கிட்டயும் நான் நல்லா வாங்கி இருக்கேன். இரண்டு பேரிலியும் உசத்தி மட்டம் ஒன்னும் இல்ல. ரெண்டும் ஒன்னு தான்; ஒரு ரகந்தான்.

ஒரு நாள், ரோஸ்மேரி வீட்டுக்குப் போயிட்டு, அந்தோனி சார் சைக்கிள்ள வீட்டுக்கு வந்துகொண்டு இருந்தேன். பத்து மணிக்கு மேலே போயிடுச்சு. அதுனால சைக்கிள வேகமாக மிதித்தேன். ஒரு பள்ளத்தில் சைக்கிள் விழுந்து எழுந்தது. விளக்கு அணைந்து விட்டது. பத்து மணிக்கு மேலே யார் இருக்கப் போறா என்று சைக்கிளை மிதித்தேன். சைக்கிள் விரைந்தது.

"சைக்கிள் நில்லு –" ஒரு குரல் அதட்டியது. கை பிரேக்கைப் பிடித்தது. சைக்கிள் நின்றது.

"லைட் இல்ல –" ஆளைப் பார்த்தேன். போலீஸ். அவசரம் அவசரமாகக் கீழே இறங்கி, "சார், எரிஞ்சிக் கிட்டே இருந்திச்சு சார். இப்பதான் பள்ளத்துல விழுந்து அணஞ்சி போச்சு –" என்றேன்.

"அப்படியா?"

"வேணுமென்னா தொட்டுப் பாருங்க சார் – சூடுகூட இருக்குது சார் –"

"என்னடா. உன் சைக்கிளை தொட்டுப் பார்க்கறது தான் என் வேலையா –"

"இல்ல சார். அது வந்து –"

"எங்க வீடு?"

"அப்பா முதலி தெரு –"

"பக்கம் தான். ஐயாகிட்ட வந்து சொல்லிட்டுப் போ –"

"சார், காலையில வேலைக்குப் போகணும் சார். இரவல் சைக்கிள் சார் –"

"ஸ்டேஷனுக்கு வந்து சொல்லிட்டுப் போ. விட்டுடுவாங்க –"

நான் நடந்தேன். ஸ்டேஷனில் பத்துப் பதினைந்து சைக்கிள்கள் வரிசையாக நிறுத்தப்பட்டு இருந்தன. என் சைக்கிளையும் நிறுத்தினேன். கூட வந்த போலீஸ்காரர் சைக்கிளைப் பூட்டி சாவியை எடுத்துக்கொண்டார்.

"சார்."

"உள்ளேபோய் ஐயாவைக் கேளு –"

நான் உள்ளே போனேன்.

"என்னடா, என்ன வேணும் –"

"சைக்கிள் சார் –"

"நாளைக்குக் கோர்ட்டுக்கு வா –"

"வந்து சார், நான் காலையில வேலைக்குப் போகணும் சார். அதோட சார், சைக்கிள் இரவல் சார் –"

"சரிதான். காலையில் கோர்ட்டுக்கு வந்து ஃபைன் கட்டிட்டு எடுத்துக்கிட்டு போ –"

"சார், வந்து நான் சார் –"

அவர் எழுந்து முன்னே வந்தார். எனக்கு அழுகை வந்துகொண்டு இருந்தது. காலையில், அந்தோனி சாருக்கு பாங்கிற்குப் போய் பணம் எடுத்துக்கொண்டு ஆபீஸுக்குப் போக வேண்டும். சனிக்கிழமை பாங்கு அரை நாள். கோர்ட்டுக்குப் போனால், பணம் எடுக்க முடியாது.

"சார் –"

"போடான்னா" கன்னத்தில் பளீரென்று ஒரு அறை விழுந்தது. எதிர்பாராத அறை; காது கண்ணெல்லாம் வலித்தது.

"ரொம்ப அழகா இருக்கார் இல்ல –" ரோஸ்மேரி கேட்டாள்.

"ஆகா; பிரமாதமாக இருக்கார்." என் ஆமோதிப்பில் திடீரென்று அவளுக்கு ஐயம் வந்துவிட்டது. ஓரடி பின்வாங்கி, "நிஜந்தான் சொல்லுறீயா?" என்றாள்.

நான் அவளையே பார்த்துக்கொண்டு இருந்தேன். என்ன சொல்வது என்று தெரியவில்லை.

"போலீஸ்ன்னா ஒரு மிடுக்கு இருக்கத்தான் செய்யுது" என்றாள் ரோஸ்மேரி.

"ஆமாம்."

"அவுங்க உயரத்துக்கு நான் கொஞ்சம் குள்ளமா இருப்பேன்னு நினைக்கிறேன்."

"இல்ல, சரியா இருப்ப."

"அப்படியா?"

நான் தலையசைத்தேன்.

"கொஞ்சம் உயர ஷூ போட்டா சரியா இருக்கும்."

"எதுக்கு."

"உயரத்துக்கு."

"இல்ல. நீ அவரு உயரத்துக்கு சரியா இருப்பே."

"நீ சொல்லறது பலிக்கணும்."

"பலிச்சா என்ன தருவ –"

"நீ கேட்கறது –"

"அப்படியா?"

"என்ன கேட்ப சொல்லு –"

"அப்புறம்; அவர் வந்த அப்புறம் –"

"ஜாக்கிரத, அவர் போலீஸ் –"

எனக்குக் கன்னத்தில் வலித்தது; அதைத் தடவி விட்டுக் கொண்டேன். மனசில எப்ப எப்போ நடந்ததெல்லாம் அப்படியே இருக்குது. ஆனால், அதைக் கோர்வையா – கேட்கறது மாதிரி சொல்லத் தெரியலே. அதைத் தெரிஞ்சிக்கிட்டு இருந்தால் நானும் திருவேங்கடம் மாதிரி நல்லா சொல்லிக்கிட்டு இருப்பேன். இல்ல; அது சரி இல்ல. திருவேங்கடம் மாதிரி, நான் ஒரு நாளும் ஆகக்கூடாது; அவருக்கு எவ்வளவோ விஷயம் தெரிந்து இருந்தும், அவரை யாரும் மதிக்கறது இல்லை: மத்ததெல்லாம் தெரிஞ்சி வச்சிக்கிட்டு இருக்கற திருவேங்கடத்துக்குத் தன்ன யாரும் மதிக்கல என்கிற விஷயமே தெரியல – அப்புறம் பொண்டாட்டி அவரை நேசிக்கல. விட்டுட்டு ஓடிட்டா. ஒரு மனுஷனுக்கு அது பெரிய அவமானம். அதெல்லாம் யாருக்கும் நேரக்கூடாது. ஆனால், ரொம்பப் பேருக்கு நேர்ந்துக்கிட்டுத் தான் இருக்குது. அதுக்கு யார் என்ன பண்ண முடியும்.

இப்ப, சப் இன்ஸ்பெக்டருக்கு என்ன நேரும். அது, ரொம்ப தப்பு. கல்யாணத்துக்கு முன்னாடியே, வேற மாதிரி நினைக்கறதைவிட தப்பு ஒன்னும் இருக்கமுடியாது.

"காபி சாப்பிடு" ரோஸ்மேரி காபி கொண்டுவந்து கொடுத்தாள். வழக்கத்தைவிட, காபி நன்றாக இருப்பது மாதிரி இருந்தது. கண்களை மூடிக்கொண்டு மெதுவாகக் காபியைக் குடித்தேன்.

10

மாலைப்பொழுது ஒரு டாக்ஸி வந்து வாசலில் நின்றது. ஒரு குடும்பம் இறங்கியது. சப்-இன்ஸ்பெக்டர் சாதாரண உடையில் கருநீல பேண்டும், வெள்ளைப் பாலிஸ்டர் சட்டையும் போட்டுக்கொண்டு – டை கட்டி – மேலே கோட்டும் போட்டுக்கொண்டு இருந்தார். மீசை சற்று குறைந்து இருந்தது. பெண் பார்த்துப் பயந்துவிடக் கூடாது என்று சிரைத்துக்கொண்டு வந்திருக்கலாம். ஒரு பெண்ணுக்காக போலீஸ்காரர் மயிரை மட்டுந் தான் குறைத்துக்கொண்டு வந்து இருக்கிறார்.

ரோஸ்மேரி எதிர்பார்த்ததைவிட இன்னும் கொஞ்சம் உயரம். ஆனால் அதற்கு ஏற்ற பருமன். சதை உயரத்தைக் கொஞ்சம் குறைத்துக் காண்பித்தது.

ரமேஷ் போலீஸில் இருக்க வேண்டிய ஆள் தான். ஏனெனில், பத்மநாபன் ஒருநாள் சொன்னார், போலீஸுக்கு மூளையைவிட உடம்புதான் முக்கிய மென்று. அவர் ஏதோ விரோதத்தில் சொல்லுறது மாதிரி தான் எனக்கு ஆரம்பத்தில் இருந்தது. ஆனால் அவருக்கு அப்படி ஒன்றும் யார் மேலயும் விரோதம் இல்லை என்றும் பொதுவான அபிப்பிராயந்தான் சொன்னார் என்பதும், பின்னால தான் தெரிந்தது. ஆனால், ரமேஷ் இடம் கொஞ்ச நேரம் பேசிக்கொண்டு இருந்ததும்- பத்மநாபன் சொல்லுறது நிஜமோன்னுகூட பட்டது. ஆனால் அதை யாரிடமும் நான் சொல்ல வில்லை. குறிப்பா ரோஸ்மேரிகிட்ட சொல்லுலே. வேறு மாதிரியா சொன்னேன். நான் சொன்னதைக்

கேட்டு, ரொம்ப சந்தோஷப்பட்டு, "நீகூட அறிவாளியாகிக் கிட்டே வர்றீயே" என்றாள்.

அவள் சிரிப்பு எனக்குச் சந்தோஷமாக இருந்தது. பின்னால் பல முறைகள் அவள் சொன்னதைப்பற்றி யோசித்துப் பார்த்தேன். அதில் அர்த்தம் ஒன்றும் இல்லாவிட்டாலும், சந்தோஷம் நிறைந்து இருந்தது. வார்த்தை தான் மனுஷனுக்கு சந்தோஷம் தர்றது. அறிவு – அதுவேற வேற விஷயத்தைக் கற்றுக் கொடுக்குது. சிலபேருக்கு ஒண்ணுத்தையும் எனக்குக் கற்றுக்கொடுக்காதது மாதிரி ஆளக் கைவிட்டுட்டுப் போறதும் உண்டு. அதெல்லாம் அவன் அவன் பாக்கியம். ஏதோ அடைகிறான். அவ்வளவு தான் சொல்ல முடியுது.

எனக்குத் தெரிந்தவரையில், பெரிய அறிவாளி ராமு தான். ஆனால் அவர் ஒன்னுமில்லை; கிட்டத்தட்ட பத்மநாபன் அளவுக்குக்கூட பேர் வாங்க முடியல. பரீட்சை எழுதி பாஸ் ஆக முடியல எழுதினால் பாஸ்; அதுவும் நல்ல மார்க்கில.

பத்மநாபன் பரீட்சையில பாஸ் பண்ணினதுக்காக, ராஜலட்சுமி வீட்டுல ஒரு விருந்து. அதுக்கு ராஜலட்சுமி என்ன மட்டும் கூப்பிட்டு இருந்தாள். திருவேங்கடம் இல்ல; ராமு இல்ல. கூப்பிட்டு இருந்தாலும் ராமு வந்திருக்க மாட்டார். திருவேங்கடத்தைப் பற்றி சொல்லுறதுக்கு இல்ல.

இருந்தாலும் போவதா வேண்டாமா என்பதை முடிவு பண்ணாமல் இருந்தேன் – ஆனால் பத்மநாபன், "சாயந்தரம் நீ வருவேல்ல" என்றார்.

"நான் எதுக்கு?"

"நீ வந்தால் ராஜலட்சுமி சந்தோஷப்படுவா –"

"வந்தா உங்களுக்காகத்தான் வரணும்."

"எனக்குத் துணைக்கு ஆள் வேணும்."

இரவு விருந்து. ஏழு மணிக்கு மேல் நான் மெதுவாகச் சென்றேன். ராஜலட்சுமி வாசலிலேயே என்னைப் பார்த்து விட்டாள்.

"என்ன இவ்வளவு நேரம். உங்க பிரண்ட் நீங்க இல்லாம தவிச்சிக்கிட்டு இருக்கார்."

"கொஞ்சம் வேல" செருப்பைக் கழட்டிப் போட்டுவிட்டு உள்ளே சென்றேன்.

பத்மநாபன் ஈஸிசேரில் சாய்ந்தபடி ஏதோ புத்தகத்தைப் புரட்டிக்கொண்டு இருந்தார். அவருக்குப் பக்கத்தில் இரும்பு நாற்காலியில் ராஜலட்சுமி கணவன் ராகவலு. அவரை

இரண்டு மூன்று முறைகள் நான் பார்த்து இருக்கிறேன். குறிப்பாக பத்மநாபன் அம்மா தவறிப்போன அன்று கூடவே இருந்தார் – காரியம் முடியும் வரையில். அப்புறம் நான் அவரை அநேகமாகப் பார்ப்பதே இல்லை. தவறிப் போய் வாசலில் பார்த்தால், ஆளே தெரியாதது மாதிரி போய்க்கொண்டு இருப்பார். வேண்டுமென்றுதான் போறாரென்று ஆரம்பத்தில இருந்தது. அப்புறம் அப்புறந்தான் ஆளே அப்படிப்பட்ட ஆசாமின்னு தெரிஞ்சிச்சி.

ராகவலுவைப் பற்றிக் கொஞ்ச சொல்லணும். ஆள் கருப்பு; நல்ல கருப்பு. கருப்பு என்றால் சாதாரண கருப்பு இல்ல. மின்னுற ஒரு கருப்பு. அது மாதிரியே தலை; வழுக்கை. பின்னால மட்டும் கொஞ்சமா மயிர் – ஏதோ குஞ்சம் கட்டியது மாதிரி ஒட்டிக்கிட்டு இருக்கும். ஆனால், ஆள் நல்ல உழைப்பாளி. அவர் உட்கார்ந்து நான் பார்த்ததே இல்லை. எப்பவும் ஒரே மாதிரி அலைஞ்சிக்கிட்டே இருப்பார். அவரிடம் இரண்டு லாரி இருந்தது. அது நின்னும் நான் பார்த்தது இல்லை. அதுக்கு எப்பவும் வேலை. துறைமுகத்தில் ஓடிக்கொண்டு இருந்தது. ராவேலை பகல் வேலை. ராகவலுவும் லாரி பின்னேயே சுற்றிக்கொண்டு இருப்பார். ஆரம்பத்தில் ரொம்ப சிரமப் பட்டவர் பணம் இல்லாமல்; அதுனால பணத்தை சம்பாதித்து குவித்துவிட வேண்டும் என்ற குறிக்கோளோடு திரிந்துகொண்டு இருந்தார். ஒரோர் சமயம் குறிக்கோளை அடைவதற்குள் ஆளே போய்விடுவரோ என்று நினைப்பது உண்டு. ஆனால், அதை வெளியே சொல்றது இல்லை .

ரோஸ்மேரி கல்யாணத்து அன்றைக்கு மனசில ஆயிரம் எண்ணம் வந்துச்சி; பரபரன்னு மனசு தவிச்சது. சப்இன்ஸ்பெக்டர் கிட்ட போய் ரோஸ்மேரி எனக்கு பெண்டாட்டியா ரொம்ப நாளு இருந்தான்னு சொல்ல குதிச்சிக்கிட்டே இருந்துச்சு. அதை ஒரு உதை விட்டேன் . அற்ப மனசே. சும்மா கெட. உனக்கு ரொம்ப தான் ஆசை – என்று சரியா அமுத்தினேன். அதை அன்னக்கி அமுக்கி வச்சதுக்காக இன்னக்கி சந்தோஷப்படுறேன்.

ஒவ்வொரு மனுஷனும், பின்னால தனியா இருக்கற அப்ப நெனச்சி வெட்கப்படுற ஒரு காரியத்தை செய்வது தான் பாவம் என்று திருவேங்கடம் சொன்னார் ஒரு நாள்.

“உங்க வாழ்க்கையில நடந்ததைச் சொல்லுங்க சார்.”

“என் மனைவியை ஓடவிட்டது தான் –”

“அதுக்கு நீங்க என்ன பண்ணி இருக்க முடியும்.”

திருவேங்கடம் என்னை நிமிர்ந்து பார்த்தார். ஆனால் பதில் ஒன்றும் சொல்லவில்லை.

கொஞ்சம் பொறுத்து என் கையைப் பிடித்துக்கொண்டு, "நீ சொல்றது சரிதான்" என்றார். அவர் சொல்வதை கேட்க எனக்குப் பாவமாக இருந்தது. அதே மாதிரி தான் எனக்கு ராஜலட்சுமியைப் பார்க்க அப்ப எல்லாம் பாவமாக இருந்தது.

ஒரு நாள் அவளை, "ஏங்க உங்க வீட்டுக்காரரைப் பார்க்கவே முடியறது இல்லீயே" என்றேன்.

"ஹார்பருக்குப் போனால் பார்க்கலாமே" என்று சிரித்தாள். அவள் பி.யு.சி. படிக்கும்போதே கல்யாணம் ஆகி விட்டது. படிப்பை முடித்துப் பட்டம் பெற வேண்டும் என்று கனவு கண்டுகொண்டு இருந்தாள். அப்புறம் கொஞ்சம் கவிதை எழுதினாள். இரண்டும் அவளுக்குக் கிடைக்கவில்லை. ஒன்னு கைவிட்டுப் போனது மாதிரியே இன்னொன்றும் போய்விட்டது. ஆனால் அதை வெளியே காட்டிக்கொள்வதில்லை.

தன் மனக்குறையெல்லாம் வார்த்தையால் சொல்லிக் கொள்ள வேண்டுமா என்ன. இல்லேன்னு தான் படுது. ஆனா, ஒவ்வொரு மனுஷனும், தனக்கு உகந்த மாதிரி தெரிந்த மாதிரி ஏதோ ஒரு ரூபத்துல வெளியே சொல்லிக்கிறான். ரூபந்தான் வேறுபாடு; ஆனால் விஷயம் வேறுபடுல. ஒண்ணயே அப்படி இப்படிச் சொல்றாங்க.

நல்லா பழகின பிறகுகூட, ராஜலட்சுமி தன் மனத் துயரை வெளியே காட்டிக்கொள்ளவில்லை. தனக்குக் குறையே இல்லேன்னு சொல்லிக்கும்போது, நிஜம்னே நினைக்கத் தோன்றும். அப்படியே தான் நினைச்சிக்கிட்டு இருந்தேன். ஆனால், பின்னால வார்த்தைக்கு அப்பாலஅது நிஜமில்ல எங்கறது மெல்ல மெல்லத் தெரிய வந்தது. இருந்தாலும், நானும் ஒன்னும் தெரியாதது மாதிரியே ஒரு வேஷத்தைப் போட்டிக்கிட்டு இருந்தேன். நான் வேஷம் கட்டிக்கிட்டு இருக்கறது, ராஜ லட்சுமிக்கு சட்டென்று தெரிஞ்சி போச்சி; ஆனால் அதைக் காட்டிக்கவே இல்ல.

"வாங்க சார், வாங்க" என்று ராகவலு எழுந்து தான் உட்கார்ந்திருந்த நாற்காலியை எனக்குக் கொடுத்தார்.

"இல்ல இல்ல" என்று எதிரே கிடந்த மோடாவில் அமரப் போனேன். ஆனால் ராகவலு விடவில்லை. கையைப் பிடித்து இழுத்து, நாற்காலியில் உட்காரவைத்து விட்டு மோடாவில் தான் அமர்ந்துகொண்டார்.

பத்மநாபன் கையில் இருந்த பேப்பரை மடித்துக் கொண்டு, "எங்கே போயிட்ட, இவ்வளவு நேரமா?" என்றார்.

"ஆபீசில திடீரென்று ஓவர்டைம் போட்டுட்டான்."

"உனக்கா –"

நான் சிரித்தேன்.

“வேலன்னா அதை விட்டுட்டு வரமுடியுமா?” என்றார் ராகவலு. அவர் இன்று ஆச்சரியமாக ஓய்வில் இருப்பது போல இருந்தது. ஆனால், அது அவருக்குப் பிடிக்கவில்லை போலும். ஒருமுறை எழுந்து உள்ளே போய்விட்டு வந்து, என் பக்கத்தில் உட்கார்ந்தார்.

பதிமூன்று வயதில் ஒரு ஆட்டோமொபைல் ஓர்க் ஷாப்பில் எடுபிடியாக நுழைந்து மெதுமெதுவாக வேலை கற்றுக்கொண்டு கொஞ்சம் காசு சேர்ந்ததும் ஒரு லாரி வாங்கினார். லாரி வாங்கியதும் ராஜலட்சுமியை கைப்பிடித்தார். லாரி நன்றாக ஓடியது. இன்னொரு லாரியும் வந்தது. உள்ளூர ராஜலட்சுமி வந்தது தான் அதுக்கெல்லாம் காரணம் என்று அவருக்குத் தோன்றிக்கொண்டே இருக்கும்.

“லட்சுமி! இலய போடப் பாரு. எனக்கு ஊர்பட்ட வேல கிடக்கும் –”

“இதோ இன்னும் அஞ்சு நிமிஷம் –”

ராகவலு எழுந்து நின்றார். அப்புறம் பத்மநாபன் பக்கம் சென்று, “என்ன, பேப்பரை கீழே போட்டுட்டீங்க” என்றார்.

“படிக்க ஒன்னும் இல்ல –”

“நான் படிக்கறதே இல்ல –” என்று என்னைப் பார்த்து சொன்னார்.

“லட்சுமி இல போடுல” என்றார் ராகவலு உள்ளே திரும்பி. அவர் குரல் கட்டளை இடுவது போல; குற்றம் சொல்வது போல இருந்தது. அவர் பொறுமை இழந்துவிட்டார் போலும். நான் திரும்பிப் பார்த்தேன். ராகவலு எழுந்து உள்ளே போனார்.

“இதோ. இல போடப் போறேன்” கையை ஒரு துண்டில துடைத்துக்கொண்டே வந்தாள் லட்சுமி. சிரமப்படுவதுபோல இருந்தது. வீட்டில் வேலைக்காரி இல்லை. தனியாக விருந்து தயார்பண்ணுவது கஷ்டந்தான். அதிலும் கூட்டமென்றால் இன்னும் கஷ்டமாகிறது. அதில் நானும் சேர்ந்துகொண்டிருக்கக் கூடாது என்று பட்டது. பத்மநாபனைப் பார்த்தேன். அவர் அதில் எல்லாம் பட்டுக் கொள்ளாதவர் போல உட்கார்ந்துகொண்டு இருந்தார். எந்தச் சூழ்நிலையிலும் அவரால் சந்தோஷமாக இருக்க முடியும். சிரிச்சிக்கிட்டே இருப்பார். எனக்கு ரொம்ப ஆச்சரியமாக இருக்கும். எப்படி அதெல்லாம் சாத்தியம் என்று. ஏனென்றால் எனக்கு புத்தி இல்லாவிட்டாலும் யாராவது மூஞ்சியைக் காட்டினால் மனசு சுண்டிப்போயிடும். ரெண்டு மூணு நாளைக்கு அதைப்பத்தியே நெனச்சிக்கிட்டு வருத்தப் பட்டுக்கிட்டு இருப்பேன்.

என்னில இருந்து பத்மநாபன் வேறு மாதிரியான ஆள். எதையும் தாங்கிக்கொண்டு விடுவார். அம்மா போனதைத் தாங்கிக் கொண்டார்; உயிரோடு உள்ள அப்பா செத்துட்டது போல நெனச்சி நடந்துக்கிட்டார். அப்புறம், குடிவந்த புதிதில் ரொம்ப வெறுத்த ராகவலுவை சிநேகிதமாக்கிக்கிட்டார். முதல்ல பத்மநாபனை ராகவலுக்குப் பிடிக்கவில்லை. வேண்டாத ஆள் – எதையோ அடித்துக்கொண்டு போறதுக்காக வந்திருக்கும் ஆள் மாதிரி நெனச்சிக்கிட்டுப் பார்த்தார். விரட்டி அடித்துவிட வேண்டும் என்று மனசு சொல்லிக்கிட்டே இருந்தது.

ஒருநாள் வீட்டுக்காரரைப் பார்த்து, "என்னங்க ஃபேமலி இருக்கற இடத்துல ஒரு பேச்சலருக்கு வீடு விட்டு இருக்கறீங்கள. பணமென்னா எதுவும் பண்ணுறதா" என்றார்.

"ஃபேமிலியா – அம்மாவைக் கொண்டு வந்து வைச்சிக்கிறதா தான் வீடு கேட்டான். அதான். இப்ப அம்மா போயிட்டாங்க. நானும் காலி பண்ண சொல்லிட்டேன். நீங்க சொல்லித்தான் எனக்குத் தெரியனுமா சீக்கிரத்தில காலி பண்ணிடுவான்."

"தெரியல, பார்த்தா,"

"ரெண்டு மாதத்துல பாருங்க."

ராகவலுக்கு நம்பிக்கை இல்லை. அது ஏமாற்று வித்தை. யார் இருந்தால் அவனுக்கு என்ன. வாடகை நிறைய வர வேண்டும். அவ்வளவு தான். சின்ன அறையை எழுபத்தைந்து ரூபாய்க்கு விட்டு இருந்தான். தன் வீட்டில் பாதிகூட இல்லை. உம்... பணம்... பணம்... ராகவலுவுக்கு வெளியே பாக்கி நின்றது. இரண்டு மாதமாகப் பணம் வரவில்லை. லாரி பாக்கி. அதையெல்லாம் வசூல் பண்ண வேண்டும். அவனுக்கு நேரம் அதற்கே சரியாக இருந்தது. பத்மநாபனை மறந்துவிட்டான். எப்பொழுதாவது பத்மநாபன் எதிரே வந்தால் இவன் பார்க்காதது போலத் தலை குனிந்து கொண்டு செல்லுவான்.

ஆனால் பத்மநாபன் விடமாட்டான். "குட்மார்னிங் ராகவலு சார்." ராகவலு திடுக்கிட்டது போல திரும்பி, சிரித்துக் கொண்டு செல்லுவான். எனக்குக்கூட ஒரோர் சமயம் பத்மநாபன், ராகவலுவைக் கலாட்டா பண்ணுகிறாரோ என்று படும். அப்புயெல்லாம் மனசுக்கு வருத்தமா இருக்கும். தான் உண்டு – தன் வேலை உண்டுன்னு இருக்கிற ஆசாமியை எதுக்கு வம்புக்கு இழுக்கணுமென்னு நெனச்சிக் கொள்ளுவேன்.

ஒருநாள் பத்மநாபனையே கேட்டேன்.

அவர் என் கையைப் பிடித்துக்கொண்டு, "கலாட்டாவா, நானா?" என்றார்.

"ராகவலு சார், நமக்கு ரொம்ப வேண்டியவர்" என்றார் சன்னமான குரலில்.

"நிஜமாவா, எப்படி –"

"எப்படியென்றால் என்ன? நமக்கு அவர் ரொம்ப வேண்டியவர்தான்."

"அவர் உங்ககிட்ட பேசறதுகூட இல்ல. எப்படி வேண்டியவ ராக இருக்க முடியும்."

பத்மநாபன் சிரித்தார்.

"திருவேங்கடம் சார் எங்க. அவரைப் பார்க்கவே முடியுல" என்றார். பேச்சைத் திருப்புவது மாதிரி இருந்தது. அதனால, நான் ஒன்றும் பேசவில்லை. சில சமயத்துல பேசறதைவிட, பேசாமல் இருக்கறது, ரொம்ப விஷயத்தை தெளிவாக்கறது உண்டு. ராகவலும் பத்மநாபனும் எப்படிப்பட்ட சிநேகிதர்கள் என்பதை இன்னும் கொஞ்ச நாட்கள் கழித்துத் தெரிந்து கொள்ளலாம் என்று விட்டுவிட்டேன். எதையும் முயற்சி பண்ணி அறிந்துகொள்ளறது எனக்குப் பழக்கமில்ல. அப்புறம் யோசித்துப் பார்க்கையில், அது பற்றி பத்மநாபனிடம் பேசியே இருக்கக் கூடாது என்று பட்டது. அந்த மாதிரி விஷயத்தில் ராமுதான் சரியான ஆள். யார்கிட்டேயும் அவர் எதைப் பற்றியும் கேட்கமாட்டார். சொன்னால் – வலிந்துபோய் ஆளைப்பிடித்து உட்கார வைச்சிக்கிட்டுச் சொன்னால் கேட்டுக்கொள்வார். அவர் உட்கார்ந்து இருக்கற தோரணையே சொல்லத் தோணும்; அப்புறம் சொல்லிலியா; சரி... மேல என்னவென்று கேட்க மாட்டார்.

விதவிதமான ஆளுக்கிட்ட சிநேகிதம் இருக்கு. ஒவ்வொருத்தரையும் எடை போட்டுக்கூட வச்சியிருக்கேன். யார் எதுக்கு லாயக்கு; எதுக்கு லாயக்கு இல்ல என்றெல்லாம் எனக்கு எட்டியவரைக்கும் மனசுக்குள்ள எடைபோட்டு வச்சி இருக்கேன். ஆனால் அவர்களைப் போல இருக்கத் தெரியல. அதைவிட வேடிக்கை என்னவென்றால் – அப்படி இருக்கணும்; அதுதான் லாபம் என்கிறதே தெரியல. என்னமாதிரி ஆளுங்க தான் உலகத்திலே அதிகம். அதுனால தான் எல்லாம் சரியா இருக்குது. என்ன ஞாயப்படுத்திக் கொள்வதற்காகச் சொல்லுலே. உண்மையாக இருக்கறதையே சொல்றேன்.

ஒரு நாள் ஏழு ஏழரை மணி இருக்கும். பத்மநாபன் அறைக் கதவு தட்டப்பட்டது.

"யார் அது?" என்றேன் நான். ராகவலு கையில் ஒரு காகிதத்தை வைத்துக்கொண்டு காத்துக்கொண்டிருந்தார்.

"வாங்க சார்" என்றேன் நான். அவர் என்னை பொருட் படுத்தவில்லை. பத்மநாபன் பக்கம் சென்றார். அவரும் எழுந்து நின்று அவரை வரவேற்றார்.

"வாங்க... வரவே மாட்டீங்களே. என்ன சார் விஷயம்" என்றார்.

"ஒன்னும் இல்ல. இதைப் பாருங்க" என்று அரசாங்கக் கடிதம் ஒன்றை எடுத்து நீட்டினார். பத்மநாபன் அதை கவனமாகப் படித்தார். ஏழு மாதத்திற்கு முன்னே அவர் லாரி விளக்குக் கம்பத்தில் லேசாக மோதிவிட்டது. அதுபற்றி தான் கடிதம்.

"உட்காருங்க."

ராகவலு நாற்காலியில் அமர்ந்தார்.

"சொல்லுங்க சார். நான் என்ன பண்ணணும்."

"உங்களுக்கு யாராவது ஆள் தெரியுமா சார்."

பத்மநாபன் யோசித்தார்.

"லட்சுமி சொன்னாள், உங்களை தேடிக்கொண்டு சார் ஜெண்ட் பிரண்ட் யாரோ வந்ததா."

பத்மநாபன் சிரித்தார்.

"ஓ! அதுவா. ஒரு ஆள் இருக்கான். என்ன பண்ணணும் சொல்லுங்க."

"அதான். இந்தக் கேஸைக் கொஞ்சம் கவனிக்கச் சொல்லணும் சார்."

எழுந்து பெட்டியைத் திறந்து ஒரு விசிட்டிங் கார்டை எடுத்து ராகவலுவிடம் கொடுத்தார். "ராம சுப்பையான்னு ஒரு சார்ஜெண்ட் இருக்கார். அவர்கிட்ட நான் அனுப்பினேன்னு சொல்லுங்க. நான் போன் பண்றேன்."

"சரி சார்."

ராமசுப்பையாவை ராகவலுவுக்குத் தெரியும். மகா முரடன். காசு வாங்க மாட்டான். எப்பொழுது பார்த்தாலும் கேஸ் கேஸ் என்று அலைவான். அதுகூட அவன் போட்ட கேஸ் தான்.

"உங்களுக்கு அவரை நல்லாத் தெரியுமா சார்."

"கொஞ்சம் தெரியும். நீங்க போய்ப் பாருங்க. அவனால் முடியலேன்னா வேறு ஆள பார்க்கலாம்."

"அவரால் முடியும் சார். ஆனால் –"

"முடியுமென்றால் செய்வான். நீங்க அவனைப் பார்த்துட்டு வந்து சாயந்தரம் சொல்லுங்க."

"சரி சார். உங்களுக்கு ரொம்பத் தொந்தரவு கொடுக்கறேன்."

"அதெல்லாம் ஒண்ணும் இல்ல –"

ராகவலு ராமசுப்பையாவைத் தேடிக்கொண்டு அவர் அலுவலகத்திற்குச் சென்றார். அவர் இல்லை. எப்பொழுது வருவார் என்று ராகவலு யாரையும் கேட்கவில்லை. அவருக்கு அந்த விஷயமெல்லாம் தெரியும்; அவர் எப்பொழுது வேண்டு மானாலும் வருவார்; போவார். எதிரே இருந்த மரத்தடிக்குப் போய் ஒரு பீடி கொளுத்தினார். ஒரு தம் இழுத்துப் புகையை வெளியே ஊதியபோது, ராம சுப்பையா மோட்டார் சைக்கிள் வந்து நின்றது. அவசர அவசரமாக இன்னொரு தம் இழுத்துப் புகைந்த பீடியைக் கீழே போட்டுவிட்டு, வாயைத் துடைத்துக் கொண்டு முன்னே போனார்.

" என்ன எங்கய்யா வந்த" என்று ஒரு அதட்டல் போட்டார் ராமசுப்பையா.

ராகவலு தலையைச் சொரிந்துகொண்டு – உடம்பை நெளித்துக்கொண்டு சப்தம் இல்லாமல் சிரித்தார்.

"நான் போகணும். இளிக்காம விஷயத்தைச் சொல்லு –"

"சார், வந்து –" என்று பத்மநாபன் கொடுத்த விசிட்டிங் கார்டை எடுத்து நீட்டினார். அதை வாங்கிப் பார்த்துவிட்டு, ராமசுப்பையா பத்திரமாகப் பையில் வைத்துக்கொண்டு, "அது எங்கய்யா உனக்குக் கெடச்சிச்சு" என்றார்.

"அவர் தான் கொடுத்து, ஐயா கிட்ட காட்டுன்னார்."

"தப்பு பண்ணிட்டு, அப்புறம் ஆள புடுச்சிக்கிட்டு வர்றீயா ?"

ராகவலு பேசாமல் இருந்தார்.

"பத்மநாபனை உனக்கு எப்படித் தெரியும்."

"நம்ம வீட்டுக்கு மேல குடியிருக்கார் சார்."

"அப்படியா ?"

"ஆமாம் சார்."

"போன்கூட வந்துச்சி" என்றவர் ராகவலு பக்கம் திரும்பி, "லாரி எப்படி ஓடுது பரவாயில்லீயா –" என்றார்.

"பரவா இல்ல சார்."

"உம்."

"அதைக் கொஞ்சம் பாத்துச் செய்யணும் சார்" என்று தனக்கு வந்திருந்த கடிதத்தை முன்னே நீட்டினார்.

"அதுதானே. என் கேஸ்தான். நான் பாத்துக்கறேன்."

"சரி சார்."

"போ. எதுக்கும் கொஞ்சம் பணம் எடுத்துக்கிட்டு வா" என்றவர், ஓரடி எடுத்து வைத்த ராகவலுவை கூப்பிட்டு, "பத்மநாபனை நான் வரச் சொன்னேன்னு சொல்லு –" என்றார்.

"சரி சார்" ராகவலு வெளியே வந்தார். காசு பண்ண முடியாத காரியத்தை பத்மநாபன் சார் பண்ணியது ஆச்சரிய மாக இருந்தது. கார்டு இல்லாவிட்டால் ராம சுப்பையாவிடம் நெருங்கியே இருக்க முடியாது. கார்டு கொடுத்தது மட்டுமல்ல, போன்கூட பண்ணி இருக்கார். அதுனால தான் காரியம் வேறு திசையில போகுது. ராகவலு முதன் முதலாகப் பத்மநாபனைப் பற்றி உயர்வாக நினைக்க ஆரம்பித்தார், ஏதோ ஆபீசில் வேலை பார்த்துக்கொண்டு உட்கார்ந்து இருக்கற ஆள் இல்லை. ரொம்பப் பேரைத் தெரிந்து வைத்துக்கொண்டு இருக்கிறார்– அதோடு பலர் அவருக்குச் செய்ய காத்துக்கொண்டு இருக்கி றார்கள். ராகவலு பத்மநாபனை விரட்ட எண்ணியதற்காக வருத்தப்பட்டார். அப்புறம் ராகவலுக்குப் போக்குவரத்துத் துறையில் நிறைய காரியங்கள் பத்மநாபன் உதவியால் நடைபெற்றன.

கூப்பிட்ட இடத்துக்கெல்லாம் பத்மநாபன் போனார். அதுதான் எனக்கு ஆச்சரியமாக இருந்தது. இரண்டுபேரும் ரொம்ப இழையறதாகூட நெனச்சிக்கிட்டேன். தன் காரியம் என்றால் ராகவலு போன்ற ஆசாமி யார் காலையும் பிடிக்கத் தயங்க மாட்டார் என்பது எனக்குத் தெளிவாகியது.

எதுக்கு இந்தப் பத்மநாபன் அப்படி ஓடுறார். ஒரு சமயத்துல நான்கூட டாக்ஸில போனேன். யாரோ ஒரு பெரிய ஆபீசரைப் பார்க்க வேண்டி இருந்தது. நான் வெளியில் காத்துக்கொண்டு இருந்தேன். உள்ளே போய் – அரை மணி நேரங் கழித்துத் திரும்பி வந்தார்கள். வரும்போது ராகவலு ரொம்ப சந்தோஷமாக இருந்தார். காரியம் முடிஞ்சி போயிடுச்சு என்று நினைத்தேன்.

திரும்பியும் டாக்ஸிலதான் வந்தோம். டாக்ஸிக்கு பதினோரு ரூபாய் ஆகி இருந்தது. பத்மநாபன் தான் கொடுத்தார். நான் கொடுக்கறேன் என்று ராகவலு பையில் கைவிட்டார்.

"– இருக்கட்டும். நான் கொடுக்கறேன்" என்றதும், பர்ஸ் உள்ளே போய்விட்டது.

தனக்கு இப்படி உதவி செய்கிற பத்மநாபனுக்கு ஏதாவது செய்ய வேண்டும் என்று ராகவலு ஆசைப்பட்டார்.

சட்டக்கல்லூரியில், முதலாண்டு தேர்வில் பத்மநாபன் தேர்வு பெற்றிருப்பதை ராஜலட்சுமிதான் சொன்னாள். அவர் தலையசைத்தார். "சார், நல்லா படிக்கற ஆளு தான் –" என்றார்.

ராஜலட்சுமி புன்னகை பூத்தாள்.

"அப்ப, அவருக்கு ஒரு விருந்து வச்சிடு."

"வீட்டிலேயா ?"

"பின்ன ?"

"வேணாங்க. ஒரு நல்ல ஓட்டலா பாத்து வச்சிடுங்க."

"எதுக்கு."

ராஜலட்சுமி கணவனையே பார்த்துக்கொண்டு இருந்தாள்.

"உனக்கு மூள இருக்கா ? சார் நமக்கு எவ்வளவு உதவி பண்ணிக்கிட்டு இருக்கார். அவரை ஓட்டலுக்கு அழச்சிக்கிட்டுப் போகச் சொல்லுறீயே. உம்... அவருக்குத் தெரியாத ஓட்டலா – இல்ல அவர்கிட்ட இல்லாத பணமா."

"அதுக்கு இல்லீங்க."

"எப்ப நான் சொன்னதை செய்து இருக்க; இப்ப பண்ண."

"வந்து –"

"பேசாத. பேசினா பல்ல உடச்சிடுவேன்."

ராஜலட்சுமி நிமிர்ந்து பார்த்தாள்.

"என்ன மொறைக்கற" ராகவலு முன்னே வந்தார்.

அவள் ஒரு வார்த்தையும் பேசாமல் திரும்பி உள்ளே சென்றாள். ராகவலுக்கு – ஒரு காரணம் வேண்டும் என்பது இல்லை, சும்மாவே கோபம் வரும். கோபம் வந்தால் பாத்திரங் களை எடுத்து எறிவார்; கன்னத்தில் அறைவார். இரும்பு பிடித்த கைகள். காய்ச்சிப் போய் இருக்கும். ஒரு அறை விழுந்ததுமே அவளுக்கு உயிர் போவதுபோல இருக்கும். கன்னத்தைப் பிடித்துக்கொண்டு உட்கார்ந்துவிடுவாள். கீழே உட்கார்ந்ததும் – ராகவலு தலைமுடியைப் பற்றி இழுத்துத் தள்ளி, "இன்னம எதுத்துப் பேசினா கொன்னுடுவேன் கொன்று –" என்று கத்துவார்.

இப்பொழுதே – இந்த நிமிஷமே தனக்குத் தண்டனை யாகச் சாவு கிடைக்காதா என்று எதிர்பார்ப்பாள். உம்... அது நேராது. ராகவலு அவள் கீழே சாய்ந்ததும் இரு... அப்புறமா வந்து பார்த்துக்கறேன் என்று வெளியே போவார். வெளியே போன சற்று நேரத்திற்கெல்லாம் வீடு மறந்துபோய்விடும்.

லாரியைப் பற்றிய நினைப்பு வந்துவிடும். அது நன்றாக ஓட வேண்டும். ஆக்ஸிடெண்டில் மாட்டிக்கொள்ளக்கூடாது... நிறைய சம்பாதிக்க வேண்டும்.

எதுக்கு சண்டை; அதுக்குக் காரணம் யார்? யோசித்துப் பார்க்கையில் ராஜலட்சுமிக்கு ஒன்றும் தெரியாது. ஆனால் ராகவலு பேசும்போது – தான் வாயைத் திறக்கக் கூடாது என்று தீர்மானம் பண்ணிக்கொள்ளுவாள். ஆனால் ஒவ்வொரு முறையும் தீர்மானம் சினதந்து போக – வாய் பேச – அவர் வெறிகொண்டு அடிக்க – மறுபடியும் தீர்மானம்:

ஆனால், இன்று தீர்மானப்படி நடந்துகொண்டது அவளுக்கு சந்தோஷமாக இருந்தது. பத்மநாபனுக்கு விருந்து தருவதில் அவளுக்கும் சந்தோஷம் தான். ஆனால் அது நன்றாக இருக்கவேண்டும் என்று நினைத்தாள். விருந்து எல்லாம் தயார் பண்ண தான் லாயக்கு இல்லை. அதற்குத் தான் ஓட்டலுக்குப் போகலாம் – அங்கே வைத்துக்கொள்ளலாம் என்றாள். ஆனால் ராகவலு வேறு மாதிரியாக நினைத்துக்கொண்டு விட்டார்.

ராஜலட்சுமி வெளியே வந்தாள்.

"நீங்க சொல்லற மாதிரியே செய்யலாம் –"

"அப்படின்னா?"

"வீட்டிலேயே வச்சிக்கலாம்."

"இப்பத்தான் அறிவு வந்துச்சா."

கொஞ்ச நேரம் அவரையே பார்த்துக்கொண்டிருந்தாள்.

"வேற யாரு வர்றா."

"வேற யாரு. அவ்வளவு தான்."

"எதுக்கும் ரெண்டு பேருக்குக்கூட பண்ணலாம் –"

"சரி."

"துணைக்குப் பக்கத்து வீட்டு மாமியை வச்சிக்கறேன் –"

"எதுக்கு அதையெல்லாம் சொல்லிக்கிட்டு இருக்க –"

ராஜலட்சுமி தலையசைத்தாள்.

"காய்கறிக்கு ஒரு லிஸ்டு போடு. கிளீனரை அனுப்புறேன்."

"சரிங்க. சீக்கிரமா அனுப்பி வையுங்க –"

ராகவலு ஒருமுறை திரும்பி அவளைப் பார்த்தார். அடி வாங்காமல் தப்பித்துக்கொண்டு விட்டாள் என்பது மாதிரி இருந்தது.

“நீங்களும் ஆட்டோ தொழில்ல தான் இருக்கிறீங்களாமே. சார் இப்பத்தான் சொன்னாங்க” என்றார் ராகவலு என்னைப் பார்த்து.

விருந்துக்கு பத்மநாபனை அழைக்க வந்தபோது நானும் இருந்தேன். நான் போய்விடுவேன் என்று நினைத்தார் போலும். கொஞ்ச நேரம் பேசாமல் உட்கார்ந்து இருந்தார். நானும் பத்மநாபனும் என்னவோ பேசிக்கொண்டு இருந்தோம். நேரம் ஆக ஆக நான் போக மாட்டேன் என்பது அவருக்குத் தெரிந்து விட்டது. ஆனால் அவருக்கு அவசரம். போக வேண்டும். எனவே இரண்டு பேரையும் சேர்த்தே கூப்பிட்டார். நான் ஒன்றும் பேசாமல் பத்மநாபனையே பார்த்துக்கொண்டிருந்தேன். அவர் மறுப்பார் என்று எதிர்பார்த்தேன். ஆனால் அவர் அப்படிச் செய்யவில்லை. ஏற்றுக்கொண்டு விட்டார். ராகவலு பக்கம் பத்மநாபன் ரொம்பதான் சாயறது போல இருந்தது. அதுக்கு என்ன காரணம். எனக்குத் தெரியுல.

“சார், உங்க பிரண்டையும் கூட்டியாங்க –” என்றார் என்னைப் பார்த்து, பத்மநாபனிடம்.

“பின்ன அவர் இல்லாமலா –”

“லட்சுமி நல்லா சமைப்பாள் சார் –”

பத்மநாபன் தலையசைத்தார்.

“ஆட்டோ தொழில் இருக்கே – அது ஒரு நல்ல தொழில் சார். ஊக்கமாக – கருத்தா இருந்தா நல்லா சம்பாதிக்கலாம் சார். அது என் அனுபவத்தில் கண்டது. பன்னிரண்டு பதிமூனு வயசில – கிழிஞ்ச சட்டையோட ஓர்க்ஷாப்பில நுழைஞ்சேன் சார். ராவு பகலா வேல. செத்த கண்ண மூட முடியாது. கண்ண மூடினா – முட்டியில அடி விழும். அதையெல்லாம் சகிச்சிக்கிட்டே தொழில் கத்துக்கிட்டேன். ஏதோ கடவுள் கண்ணைத் திறந்தார். இப்ப சொந்த லாரி ஓடுது; கொஞ்சம் நிலம் வாங்கி இருக்கேன். ஒரு வீடு வாங்கணும். அதான் லட்சுமி ஆசை. அதுவும் சீக்கரத்துல நெறவேறிடும் சார் –”

ராகவலு உழைப்பும் – அதில் அவர் அடைந்த பணமும் என்னை மகிழ்ச்சியுற வைத்தது. சின்ன வயசில ஒண்ணும் இல்லாமல் இருந்து – யார் ஆதரவும் இல்லாமல் உழைத்தே முன்னுக்கு வந்திருக்கும் அவர் பக்கம் திரும்பி, “எங்கேயும் உழைக்கிறவங்க தன்னால முன்னுக்கு வந்துடுவாங்க” என்றேன் நான்.

பத்மநாபன் இருவரையும் மாறிமாறிப் பார்த்துவிட்டு சிரித்தார். சாதாரண சிரிப்பு இல்லை அது. என்னவோ சொல்லுது.

என்ன அது? நான் சொன்னதை அவர் மறுக்கிறாரோ என்னவோ. அதை விடுவதற்கு மனசு வர்லே. முன்னே தலையை நீட்டி, "சொல்லுங்க –" என்றேன் .

"என்ன ?"

"சும்மா சொல்லுங்க சார்."

"அதுவா –"

ராகவலு எங்களை திரும்பித் திரும்பிப் பார்த்தார்.

பத்மநாபன் சார்கிட்ட சொல்ல ஏதோ விஷயம் இருக்குது. அவர் சொல்லிடுவார். ராமு மாதிரி இல்ல. ராமு சொல்ல வந்த விஷயத்தைச் சொன்னதைவிட – சொல்லாம விடுறது தான் அதிகம். அவருக்குப் பேசுறதுல – பேசி ஸ்தாபிக்கறதுல ஆசை ஒன்னுமில்லை. ஒரு நாள் ராமு ஒரு கதை சொன்னார். சாதாரணமாக பேசுறதைப் பத்தி பேச்சு வந்துச்சி. அதாவது திருவேங்கடத்தைப்பத்தி வந்த பேச்சு திசை மாறிப் போனது. அப்பத்தான் ராமு கதை சொன்னார்.

ஒரு ஊர்லே இரண்டு சிநேகிதர்கள். இரண்டு பேரும் ஆளுக்கொரு திசையில் பயணம் போயிட்டு – ஒரு வருஷம் கழித்துத் திரும்பி வந்தார்கள். ஒருத்தன் தான் கண்டதை – அறிந்துகொண்டதைப் பற்றி எல்லாம் இடைவிடாது சொல்லிக்கொண்டே இருந்தான். அனுபவம் அவனுக்குப் பேச நிறைய கற்றுக்கொடுத்திருந்தது. இன்னொருத்தன் பேசாமல் இருந்தான்; சொல்லுறதையெல்லாம் கேட்டுக்கிட்டே இருந்தான். அவன் பயணம் போய் என்னத்தக் கற்றுக்கொண்டான் என்று ஐயம் மற்றவர்களுக்கு வந்ததுபோல சிநேகிதனுக்கும் வந்துடுச்சு. அவன் கையைப் பிடித்துக்கொண்டு – நீ கத்துக்கிட்டது என்ன என்று கேட்டுக்கிட்டே இருந்தான்.

ராமு அந்தக் கதையைத் தனக்காகச் சொல்லுல; திருவேங்கடத்துக்காகவும் சொல்லுல. பொதுவாகத்தான் சொன்னார். எனக்கு ரொம்ப பிடித்துப் போய்விட்டது. வீட்டுக்குப் போனதும் கமலாவைக் கூப்பிட்டு – அந்தக் கதையைச் சொன்னேன். அதைக் கேட்டுட்டு, "நல்லா இருக்கே! யாரு சொன்னா?" என்று கேட்டாள்.

"யாரா இருக்கும் சொல்லேன்."

"திருவேங்கடம் இல்லேன்னு தெரியுது."

"அது எப்படி ?"

"யாரு என்ன பேசுவாங்கன்னு ஒன்னு இருக்கு இல்ல –"

நான் தலையசைத்தேன். கமலாவுக்கும் எனக்கும் அதுல தான் ஒற்றுமை. அவள் எதிலும் என்னை மீறிக்கொண்டு போக மாட்டாள். என்னைக்கூட இழுத்துக்கொண்டு தான் போவாள்.

"சார்...சார்..." என்று வெளியே இருந்து ஒரு குரல் கேட்டது.

ராகவலு எழுந்து வெளியே வந்தார்.

"போன் வந்திருக்கு சார்."

"போனா –"

"டிரைவர் பேசுறார் சார் –" என்றான் பையன்.

"டிரைவரா" ராகவலு பையன் கூடவே வெளியே சென்றார். அவர் ரொம்ப வேகமாகப் போவது போல இருந்தது. அவர் போனதும் ராஜலட்சுமி வெளியே வந்தாள். சுற்றும் முற்றும் பார்த்துவிட்டு, "எங்க அவுங்க" என்றாள்.

"போன் வந்துச்சு. இப்பத்தான் போனார்."

"சாப்பாடு ரெடி" என்றாள் பத்மநாபன் பக்கம் திரும்பி. அவர் ஒன்றும் பதில் சொல்லவில்லை. அவளையே பார்த்துக் கொண்டிருந்தார். சற்று நேரத்திற்கெல்லாம் கவலை தோய்ந்த முகத்துடன் ராகவலு திரும்பி வந்தார்.

"என்ன சார், என்ன விஷயம்" என்றேன் நான்.

"ஒன்னுமில்ல. ஃபேன்பெல்ட் கட்டாம் –"

"அப்படியா."

"கொஞ்சம் பொறுப்பா – பாத்து ஓட்டி இருந்தால் நாலு நாளைக்குத் தாங்கி இருக்கும்."

"லூசா ஆன அப்பவே டைட் பண்ணி இருக்கணும்."

"ஆமாம். ஆனா டிரைவருக்கெல்லாம் எங்க பொறுப்பு இருக்கு."

ராஜலட்சுமி, "என்னங்க, சாப்பாடு தயாரா இருக்கு" என்றாள்.

"சீக்கிரமா போடு, நான் போகணும். வண்டி நடு ரோட்டுல நிக்குது."

ராஜலட்சுமி உள்ளே சென்றாள்.

"ஆட்டோ தொழில்லே அதான். எப்ப எது வரும் எது வராது என்று சொல்ல முடியாது."

"ரொம்ப சரியா சொல்லுறீங்க."

"எத்தனை வருஷமா அதுல இருக்கேன்."

"அனுபவத்துக்கு மேல என்ன இருக்கு."

ராகவலு நான் சொன்னதை காதில் வாங்கிக்கொள்ளாமல் எழுந்து, "வாங்க, சாப்பிடலாம் –" என்று முன்னே சென்றார். நாங்கள் முன்னே போனோம். நான் ராகவலு பக்கத்தில் உட்கார்ந்தேன்; எனக்குப் பக்கத்தில் பத்மநாபன். அந்த இடத்தை அவரே தேடிக்கொண்டது மாதிரிதான் இருந்தது. ராகவலு அவசரம் அவசரமாக சாப்பிட ஆரம்பித்தார். ரொம்ப வேகம். உருட்டி உருட்டி வாய்க்குள் வீசினார். எனக்குப் பார்க்கவே சகிக்கவில்லை. குமட்டிக்கொண்டு வருவதுபோல இருந்தது.

"என்னங்க வேகமாக சாப்பிடுறீங்க, வழக்கம் இல்லாம" என்றாள் ராஜலட்சுமி கணவன் வேகத்தை மட்டுப்படுத்த.

"வண்டி நிக்குது. சிமிண்ட் லோடு. போய்ப் பார்த்து வண்டிய ரெடி பண்ணி உடனே அனுப்பணும்."

"டிரைவர் பாத்துக்கமாட்டானா?"

"அவனுக்கு என்ன பொறுப்பு. ஆற அமர பார்ப்பான். நம்மகூட இருக்கறது மாதிரி ஆகுமா?" என்றார் ராகவலு.

"ஆமாம்" என்றேன் நான்.

பத்மநாபன் அதில் மாட்டிக்கொள்ளாததுபோல சாப்பிட்டுக்கொண்டே இருந்தார். அது எனக்கு ஆச்சரியமாக இருந்தது. சாதாரணமாக பத்மநாபன் அப்படி இருக்க மாட்டார். சிரித்துக்கொண்டும் பேசிக்கொண்டும் இருப்பார். சூழ்நிலையே அவருக்குப் பிடிக்கவில்லை போலும்.

"நான் வேல கத்துக்கிட்ட அப்ப, வேலயில் கண்ணும் கருத்துமா இருப்பேன். ஒண்ணு ஒண்ணயும் சொந்தப் பொருள் மாதிரி பார்த்துக்கொள்ளுவேன். அப்ப எல்லாம் பொதுவா முதலாளி பொருள் தானே என்று அலட்சியம் இல்ல. தொழிலாளி பாத்துக்கொள்ளுவான். ஆனா இப்ப அப்படி இல்ல. அதான் முதலாளி ஒன்னு ஒன்னு பின்னேயும் போக வேண்டி இருக்கு –" என்றார் ராகவலு. அவர் சொல்வதற்கெல்லாம் ஆமாம் போட்டுக் கொண்டிருந்தேன்.

பேசிய அவசரத்திலேயே சாப்பிட்டார். ரசம் குடித்துவிட்டு எழுந்தார்.

"பாயசம் இருக்கு" என்று தட்டைத் தூக்கிக்கொண்டு வந்தாள் ராஜலட்சுமி.

"இருக்கட்டும். இருக்கட்டும். விருந்தாடிக்கெல்லாம் பாத்து நல்லா போடு –" என்றவர் பத்மநாபன் பக்கம் திரும்பி, "நல்லா பாத்து சாப்பிடுங்க சார். நான் லாரியைப் பாக்கப் போறேன் –" என்றார்.

லட்சுமி தன் கணவரையே பார்த்துக்கொண்டிருந்தாள். ராகவலு கையைத் துடைத்துக்கொண்டு, "சாயந்தரம் பாக்கறேன் சார்" என்று வேகமாக வெளியே போனார்.

"லாரி நிற்குது. அதான் போறாங்க" என்றாள் ராஜலட்சுமி.

"போன்கூட வந்துச்சு" என்றேன் நான்.

அவள் தலையசைத்துவிட்டு, "உங்களுக்கு இன்னம் கொஞ்சம் சாதம்" என்றாள் பத்மநாபனை நோக்கி.

"வேண்டாம், வேண்டாம்" என்று கையை நீட்டினார். "சாப்பாடு அப்படியா மோசமா இருக்கு."

"ரசம் பிரமாதமாக இருக்கு. இன்னம் கொஞ்சம் போடுங்க" என்றேன் நான்.

அவள் ஒரு புன்சிரிப்புச் சிரித்து ரசம் ஊற்றினாள்.

நிஜமாகவே சாப்பாடு நன்றாக இருந்தது. ராகவலு பாதியில் எழுந்து போனது ஒரு மாதிரியாக இருந்தாலும் நான் நன்றாகச் சாப்பிட்டேன். என்ன மாதிரி பத்மநாபன் சாப்பிடவில்லை. முகம்கூட வாடிப்போய்விட்டது. அதில் வந்து மாட்டிக்கொண்டது தப்பு என்று நினைப்பது மாதிரி இருந்தது.

இரண்டு பேரும் நாற்காலியில் உட்கார்ந்தோம். ராஜலட்சுமி தாம்பூலம் கொண்டு வந்து வைத்தாள். பத்மநாபன் வெற்றிலையைக் கையில் எடுத்துக்கொண்டு "வரட்டுமா?" என்றார் அவளிடம்.

ராஜலட்சுமி அவரையே ஒருமுறை பார்த்தாள். அப்புறம் என்னவோ சொல்ல நினைத்தவள் அதை ஒதுக்கிவிட்டது மாதிரி தலையசைத்தாள்.

பத்மநாபன், "போகலாம்" என்றார் என்னிடம். "சரி" நான் எழுந்தேன்.

"சாப்பாடு எப்படி இருந்தது. நீங்க ஒன்னும் சொல்லுலீயே" என்றாள் பத்மநாபனிடம்.

"ரொம்பப் பிரமாதம்."

"அதான் ஒன்னும் சொல்லுலீயா?" அவர் பெரிதாகச் சிரித்தார்.

"நிஜமாகத்தான் சொல்லுறீங்களா?"

"சாப்பிட்ட வீட்டுல பொய் சொல்லுவாங்களா!"

"அதான் நான் கேட்ட அப்புறமா சொல்லுறீங்க."

"நீங்க கேட்காமலேயே நான் சொல்லிட்டேங்களே" என்று குறுக்கே பாய்ந்தேன்.

ராஜலட்சுமி என்னைப் பார்த்து ஒரு புன்னகை புரிந்தாள். அதைப் பார்த்ததும் எனக்கே வெட்கமாக இருந்தது. ஆனாலும் பேச ஆசை மூண்டது.

"இன்னும் நீங்க அடிக்கடி விருந்து வையுங்க."

"அதுக்கென்ன வச்சுடுவோம்."

"ராகவலு சார் பாதியில் போனது தான் இப்ப வருத்தமா இருக்கு."

அவள் தலையசைத்தாள்.

"லாரி நிக்குது என்றதும் ஆளே பதறிப் போயிட்டார்."

"அவுங்களுக்கு எப்பவும் லாரிதான் முக்கியம். அதைப் பார்த்துட்டுத்தான் மற்றதையெல்லாம் பார்ப்பாங்க –"

"அது தான் நல்லா தெரியுதே" பத்மநாபன்.

"நானும் எவ்வளவோ தடவை சொல்லிப் பார்த்துட்டேன். உம்... கேட்கறதா தெரியல –"

"அதெல்லாம் சொல்லி வருமா. அவர்தான் சின்ன வயசிலே இருந்து வேலவேலன்னு அலஞ்சிக்கிட்டு இருந்து இருக்காரே."

"சின்ன வயசில அலஞ்சவங்க அப்புறம் சும்மா இருப்பாங்கன்னு சொல்லுவாங்க."

"ராகவலு சார் அதுல வேறு விதம்."

"சரியா சொல்லுறீங்க –" என்று புன்னகை பூத்தாள் ராஜலட்சுமி.

"என்னால நிக்க முடியுல" என்றார் பத்மநாபன்.

"எனக்கும் தான் –"

இரண்டு பேரும் மெதுவாகப் படியேறி மேலே வந்தோம். ராஜலட்சுமி அப்படியே நின்றுகொண்டிருந்தாள்.

11

விருந்துக்குப் பிறகு ஒரு மாதம் சென்று விட்டது. ராகவலுவை நான் பார்க்கவே இல்லை. ஒரு நாள் அதைப் பற்றிக் கேட்டதும் ராஜலட்சுமி சிரித்துக்கொண்டே இருந்தாள். அவள் சிரிப்பதைப் பார்க்க மனசுக்குத் திருப்தியாக இருக்கும். அதுவும் ஒரு மொழி தான்; வார்த்தையைவிட, ரொம்ப விஷயத்தைச் சொல்லிவிடுது என்று நினைத்துக் கொள்ளுவேன். அதைப் பற்றி பத்மநாபனிடம் பேச வேண்டும் என்று தீர்மானித்துக்கொண்டேன். ஆனால் பேசவில்லை. ஏதேதோ பேச்சு வந்து, தீர்மானத்தை அடித்துக்கொண்டு போய்விட்டது.

காபி சாப்பிட்டுவிட்டுத் திரும்பி வரும் போது, "சிவா, நான் ஊருக்குப் போறேன்" என்றார். ரொம்ப நாளா தீர்மானித்து – செயல்படுத்தற போது சொல்வது போல இருந்தது.

"என்ன சார், விஷேசம்."

"விஷேசமா?" கொஞ்ச தூரம் நடந்தார். அப்புறம், "ஊர்லே வீடு அப்படியே கிடக்கு. அதற்கு ஒரு வழி பண்ணணும். அப்புறம், பானுமதி ஒரு மராட்டியக்காரனைக் கல்யாணம் பண்ணிக்கப் போறாளாம். அதை நடத்தி வைக்கக் கூப்பிட்டு இருக்கா; அதுக்கும் போகணும். கூட வேலை பாக்கிறானாம். அவளுக்குப் பிடிச்சி இருக்கு. நான் வரேன்னு கடிதம் போட்டுட்டேன்."

பத்மநாபன் யாரோ தெருவில போற பொண்ணு கல்யாணத்தைப் பற்றி பேசுவதுபோல

எனக்கு இருந்தது. தன் தங்கை கல்யாணம்; தானே யாரோ ஒரு மாப்பிள்ளையைத் தேடிக்கிட்டு இருக்கிறா; அதை ஒத்துகிட்டுப் போகப் போறார் – எனக்கு அது ரொம்ப ஆச்சரியமாகத்தான் இருந் தது. எனக்கு அக்கா தங்கை என்று யாரும் இல்ல, யாராவது இருந்து அந்த மாதிரி பண்ணிக்கிட்டா என்னால தாள முடியாது; அந்தப் பலமும் மனமும் எனக்கு இல்ல. குறைந்த பட்சம் – அந்தப் பக்கம் தலையைக் காட்டாமலாவது இருப்பேன். ஆனால் பத்மநாபன் வேற மாதிரியா அதை சந்தோஷமாக எடுத்துக் கொண்டு இருக்கார். அது ரொம்பப் பெரிய விஷயம் மாதிரி எனக்கு இருந்தது. அதுக்கு என்ன பதில் சொல்லறதுன்னு தான் தெரியல. "லீவு என்ன பத்து நாளு போடுவீங்களா –"

"ஒரு மாசம்."

"ஒரு மாசமா, ஒரு மாசம் லீவு போட்டுட்டு என்ன பண்ணப் போறீங்க."

"எங்க அப்பன் வீட்டை விடமாட்டான். அவனை உதச்சி அதை வாங்கணும்; அப்புறம் பம்பாய் போய் பானுமதி கல்யாணத்தை நடத்தி வைக்கணும்."

பத்மநாபன் பேச்சு வித்தியாசமாக இருப்பது மாதிரி இருந்தது. நேத்தி கொஞ்சம் குடித்தார். அதுதான் இன்னும் தெளியாமல் இருக்குமா? என்னைப்பத்தி எனக்கே சிரிப்பு வந்தது. பத்மநாபனுக்கு அப்பாவைப் பிடிக்கவில்லை. உலகத்திலேயே பெரிய அயோக்கியன் அப்பாதான்னு அவர் அபிப்பிராயம். அதை என்கிட்ட இரண்டு மூணுவாட்டி சொல்லி இருக்கார். எனக்கு அதுல ஈடுபாடு இல்ல; அப்பா தப்பு பண்ணி இருக்கலாம்; உலகத்துல யார் தான் தப்பு பண்ணுல, அதுக்காக அப்பா மீது குற்றம் சொல்லிக்கிட்டே இருக்க முடியுமா?

ரொம்ப விஷயத்தைத் தெரிந்து வைத்துக்கொண்டு இருக்கற பத்மநாபனுக்கு அது தெரியல. சொந்த விஷயம் என்பதாலே அது தெரியாமல் போய்விட்டதா? அப்படித்தான் இருக்கணுமென்று இப்ப இப்ப தோணுது. ஆனால், ராமு அதுல எல்லாம் மாட்டிக்கமாட்டார். அவருக்கு சொந்தம் அசல் என்கறது எல்லாம் ஒண்ணும் இல்ல. எல்லாம் ஒன்னுதான். அதைப்பற்றி சொன்னால் சிரிப்பு. கூடவே, "அப்படியா?" என்பார்.

பத்மநாபன் ராமு இல்ல; ரொம்ப விஷயத்துல தடுமாறிப் போயிடுறார்.

"வீட்டை விட்டுடலாமென்னு இருக்கேன்" என்றார் பத்மநாபன்.

"ஒரு மாசம் தானே லீவுல போறீங்க. அதுக்கு வீட்டைக் காலி பண்ணிட்டா."

"வந்த அப்புறம் வேற ரூம் பார்த்துக்கலாம் என்று படுது."

அவர் என்னவோ திட்டம் போட்டு இருக்கிறார் என்று நினைத்தேன்.

"வந்த அப்புறம் உடனே ரூம் கிடைக்காட்டா:"

"பழைய லாட்ஜில் சொல்லி வச்சிருக்கேன். அநேகமாக கிடைச்சுடும்."

நான் தலையசைத்தேன்.

"இந்த மாதிரி இடம் நமக்கு லாயக்கு இல்ல. ரொம்ப டல்லா இருக்கு:"

"ஆமாம்."

"ரூமுன்னா கலகலன்னு இருக்கணும். அது இங்க இல்ல." ராஜலட்சுமி முகம் என் நினைவில் வந்து போனது.

"நிஜந்தான்."

"நாளைக்கு ஆபீஸ் விட்டதும் வா. கொஞ்சம் பாக்கிங் வேல இருக்கு. அதோட ராமு கிட்டேயும் சொல்லு. முடிஞ்சா அவனையும் கூட்டிக்கிட்டு வா. பாத்து ரொம்ப நாளு ஆச்சு. ஆமாம்... என்ன பண்ணிக்கிட்டு இருக்கான் –"

"என்ன பண்ணுறார். படிச்சிக்கிட்டுதான் இருக்கார்."

"படிச்சிப் படிச்சே அவனுக்குக் கண்ணு போயிடும் போல இருக்கு."

"இப்பதான் ஒரு கண்ணாடி மாத்தினார்."

"என்ன மாத்தி என்ன. கண்ணில பவர் வேணாமா. புரபசரெல்லாம் கண்ணால புத்தகத்தையே பாக்கமாட்டேங்க றான். இவன் என்னடான்னா விழுந்து விழுந்து படிக்கறான்."

நான் பதிலொன்றும் சொல்லாமல் – பேசாமல் இருந்தேன். அதற்கு என்ன பதில் சொல்வது என்றும் எனக்குத் தெரிய வில்லை. மேலும், நான் கல்லூரிக்குப் போனதில்லை. கல்லூரி என்ன, எஸ்.எஸ்.எல்.சி.யே பாஸ் பண்ணல. அப்புறம் புரபசர் படிப்பார் – படிக்க மாட்டார் என்கிற விஷயமெல்லாம் எனக்குத் தெரியாது. ஆனால், படிப்புனால ஒருவன் ஒரு விஷயத்தையும் தெரிஞ்சிக்கிட்டு புத்திசாலியாக முடியாதுன்னு எனக்குத் தெரியுது. அதுக்கு ராமும் நானுந்தான் உதாரணம். படிப்பே இல்லாத நான் இப்ப சர்வீஸ் எல்லாம் சேர்த்து கிட்டத்தட்ட

சா. கந்தசாமி

ஆயிரம் ரூபாய் சம்பளம் வாங்கறேன்; ராமு – பி.ஏ.பாஸ் பண்ணி இருந்தும், எனக்கும் கீழேதான் இருக்கார். பணம் பண்ணுறதுங்கற விஷயம் தனி. இப்ப, என் வீட்டுல இருந்து மாசம் மாசம் வாடகை வருது. அது ஒரு சம்பளம் மாதிரிதான். ஆனால், ராமு மாசம் மாசம் வாடகை கொடுத்துக்கிட்டே இருக்கார். அடுத்த மாசத்தில் இருந்து பத்து ரூபாய் வாடகை ஏறும். நான் இருக்கும்போது தான், வீட்டுக்கார அம்மா வந்து சொன்னாள். அப்பவும், ராமு ஒன்னும் சொல்லுலே. சரி என்றார். அதுதான் அவர் சுபாவம்.

ஐந்தாறு மாசத்துக்கு முன்னாடி ராமுவும் பத்மநாபனும் ஒன்னா இருந்தாங்க. எப்பொழுதும் ஒன்னாதான் பார்க்க முடியும். சிநேகிதமாக இருந்தால் – அப்படித்தான் இருக்க வேண்டும் என்று தீர்மானம் பண்ணிக்கொண்டேன். தீர்மானம் என்னிடம் இருக்கிறது. ஆனால் அவர்கள் பிரிந்துவிட்டார்கள்.

பிரிவு எப்படி நடந்தது; அதுக்கு என்ன காரணம். இது வரைக்கும் எனக்கு ஒன்றும் தெரியவில்லை. பிரிந்தவர்கள் விரோதி மாதிரி ஆகிடலே. ஒரேடியா ஒதுங்கியும் போயிடல. எப்பொழுதாவது சந்தித்தால், பழைய மாதிரி அன்பா – இறுக்கமாகத்தான் பேசிக்கொள்கிறார்கள்; ஒன்னா ரொம்ப தூரம் நடக்கிறார்கள். அப்ப பார்க்கும்போது பிரியாது இணைந்து இருக்கும் நண்பர்களாகத்தான் தோன்றும். இப்பவும் அவர்கள் சிநேகிதர்கள் தான். சிநேகிதத்திற்கு ஒன்றும் குறைச்சல் இல்லை. ஆனால் ஒருவரைத் தேடிக்கொண்டு இன்னொருவர் போவது இல்லை. எல்லா சிநேகிதமும் – எல்லா நட்பும் அப்படித்தான். ஒரு சமயத்துல முறிஞ்சி போகுது; இன்னொரு சமயத்துல துளிர்த்துக் கொள்ளுது. ஒரு செடியிலே இருந்து, ஒரு இல கீழே காய்ந்து விழுற அப்ப மேல ஒரு துளிர் விடுவதைப் போல. அப்படிச் சொல்லுறது மனுஷ உறவுக்குப் பொருந்துமான்னு தெரியல.

நான்கூட, இப்ப இப்ப, ராமுவைவிட பத்மநாபன் கிட்டத்தான் ரொம்பப் பழகிக்கிட்டு வர்றேன். அதுக்கு என்ன காரணம். அவர் ரொம்ப பழகுறார். நான் பேசறதையெல்லாம் கேட்டுக்கொள்றார். அதோடு தானும் பேசறார். அதுதான் ஒரு காரணம் என்று எனக்குப் படுது. எனக்கே தெரியாத காரணம் இருக்கும். அது எனக்குத் தெரியாத வரைக்கும், சொல்ல ஒன்னும் இல்ல.

ரோஸ்மேரி கல்யாணம் ஆகி அவள் புருஷன் வீட்டுக்குப் போனதும் நான் ரொம்பத் தவிச்சிப் போயிட்டேன். அவளைப் பார்க்காமல் இருக்கமுடியாது போல இருந்துச்சி. ரெண்டு மூனு நாளு, தெருவில அலைஞ்சி திரிஞ்சேன். அவளைப் பார்க்காவிட்டால் ஜுரம் வந்துடும் போல இருந்துச்சு. அவள்

வில்லிவாக்கத்தில் தான் இருந்தாள். வீடு கூட எனக்குத் தெரியும். போகலாம் என்று தான் தோன்றியது. ஆனால் என்னவோ தெரியல போகல – பயந்தான் காரணம்.

ஒருநாள், என்ன ஆனாலும் சரி என்று பஸ் பிடித்து வில்லிவாக்கம் போனேன். துரைசாமி தெருவில் – மூனாவது மாடி வீடு அவளுடையது. துரைசாமி தெருவில் வேகமாக நடந்தேன். பார்வை வீட்டுப்பக்கம் திரும்பியது. வாசலில் மோட்டார்சைக்கிள் நின்றுகொண்டு இருந்தது.

சப் – இன்ஸ்பெக்டர் உள்ளே இருக்கலாம். நான் வேகமாக நடந்தேன். திடீரென்று இந்தத் தெரு பக்கமே வந்திருக்கக்கூடாது என்று பட்டது. அது தான் என் சுபாவம். பின்னால தீர்மானிக் கறது. அதை விட்டுவிட வேண்டும் என்று சொல்லிக்கொண்டே நடந்தேன். நடக்கறதே கஷ்டமாக இருந்தது. ஜுரம் வருவது போல இருந்தது. வீட்டிற்குள் நுழைந்ததும், சித்தி என் முகத்தைப் பார்த்து விட்டு, “என்ன சிவா உடம்புக்கு என்ன?” என்று கேட்டாங்க.

“ஒன்னும் இல்லே சித்தி.”

“இல்ல, உனக்கு உடம்பு சரி இல்ல.”

“இல்ல, அதெல்லாம் இல்ல” என்னால் நிற்க முடிய வில்லை. உள்ளே போய்க் கட்டிலில் சாய்ந்து உட்கார்ந்து கொண்டேன்.

“காபி தரட்டுமா.”

“உம்.”

காபி சாப்பிட்டதும், வியர்த்துக் கொட்டியது. உட்கார்ந்து இருக்க முடியவில்லை. மெதுவாகத் தலைசாய்த்துப் படுத்துக் கொண்டேன்; அதுதான் நான் ரொம்ப நாளு படுக்கையில் கிடந்தது. நிமோனியா ஜுரம். பத்து நாட்கள் ஆஸ்பத்திரியில் இருந்தேன். அப்புறம் ஒரு மாசம்போல வீட்டுல. அந்தோனி சார் இரண்டு நாளு வந்து பாத்துட்டுப் போனார். ரோஸ்மேரி வருவா வருவான்னு எதிர்பார்த்துக்கிட்டே இருந்தேன். ஆனால் வர்ல. ஒரு வேளை எனக்கு உடம்பு சௌகரியம் இல்லங்கறதே அவளுக்குத் தெரிந்து இருக்காது; அந்தோனி சார் அதைப் பெரிசா நெனச்சி சொல்லி இருக்க மாட்டார். சொல்லி இருந்தால் – அவளுக்கு விஷயம் காதில் எட்டி இருந்தால் வந்திருப்பாள் என்று நினைத்துக்கொண்டே இருந்தேன்.

அப்புறமா ஒரு நாள். அந்தோனி சார் ஆபீசில, “சிவா, உனக்கு ஜுரம் தேவலாமான்னு மேரி கேட்டுச்சு” என்றார். நான் தலையசைத்தேன். அப்புறம், ரொம்ப நேரங் கழித்து, விஷயம்

முழுவதும் ரோஸ்மேரிக்குத் தெரியும் என்பதுபோலப் பட்டது. தெரிஞ்சிம் என்ன வந்து பார்க்கல. அந்தோனி சாரைப் பார்த்துத் தலையசைத்தேன்.

அடுத்த நாள் நான் சென்றபோது, பத்மநாபன் சாமா ன்களை எல்லாம் கட்டி ஒழுங்கு படுத்திக்கொண்டு இருந்தார். அவரிடம் சாமான்கள் ஒன்றும் அதிகமில்லை. ஆனால் நிறைய துணிகள்; பேண்ட்; சட்டை. இன்றைக்குப் போட்ட சட்டையை நாளைக்குப் போடமாட்டார். காலையில் போட்டதை வந்ததும் கழட்டி – அழுக்குக் கூடையில் திணித்துவிடுவார். நான் அதுல அவருக்கு நேர் விரோதி. ஒரு சட்டையை மூணு நாலு நாளைக்கு மாற்றமாட்டேன். ஒரோர் சமயம், ஒரு வாரத்துக்குக்கூட, ஒரே சட்டையை எடுத்து எடுத்துப் போட்டுக்கிட்டு போவேன்.

கமலாவுக்கு அது பிடிக்காது. என்னப் பார்த்து 'ஓ'ன்னு கத்துவா. அப்ப அவள் குரல் சகிக்க முடியாததாக இருக்கும் – எத்தனை நாளைக்குத்தான் ஒரே சட்டையை மாட்டிக்கிட்டுப் போறீங்க – என்பாள்.

"அழுக்கு இல்லீயே."

"வியர்வ நாத்தம் அடிக்கல."

"நாளைக்கு மாத்திடுறேன்."

"துவச்ச சட்டை இருக்கே. அத எடுத்துப் போட்டுக்கிட்டுப் போறது தானே."

"அதான் நாளைக்குப் போட்டுக்கறேன் –"

"உங்க பிரண்ட் எல்லாம் அப்படியா இருக்குறாங்க. நீட்டா இல்ல. அதப் பாத்தாவது கத்துக்க வேணாம்."

"கத்துக்க முடியுமா."

"பேசாதீங்க."

"சரி."

கமலாவுக்கு என்மேல் ரொம்ப வருத்தம். நான் நல்லா சட்டை தச்சிப் போட்டுக்கறது இல்ல; அப்புறம் அதை ஒழுங்கா சலவைக்குப் போடுறது இல்ல என்று. எனக்கு அது எல்லாம் ஒன்னும் தெரியாது இல்ல. ரொம்ப நான் நாட்டுப்புறத்தான்னு தான் அதுல சொல்லிக்கணும். ஒன்றும் தெரியறது இல்ல. எது கையில் கிடைக்குதோ அதை எடுத்து மாட்டிக்கிட்டுப் போயிடுறேன். அதுல தான் கமலாவுக்கு வருத்தம்.

"உங்க பிரண்டெல்லாம் உங்கள மாதிரிதான் இருக்கறாங் களா. அவுங்க எவ்வளவு நீட்டா இருக்கறாங்க; அதப் பாத்துக்கூட உங்களுக்கு வர்லீயே."

“சரி.”

“என்ன சொன்னாலும் சரியின்னு சொல்லிடுங்க.”

கமலாவுக்கு என் மேலே வருத்தம்; கோபம். நான் நல்லா சட்டை தச்சிக்கறது இல்ல; அப்புறம் ஒழுங்கா சலவை பண்ணி போட்டுக்கறது இல்ல, அப்படி இப்படி என்று. எனக்கு அதுல எல்லாம் சின்ன வயசிலே இருந்து ஒரு ஈடுபாடு இல்ல. ஏதோ சட்டை போட்டுக்கணும்; ஆனால் எது போட்டுக்கொள்ளக் கூடாது என்கறது மட்டும் தெரியுது. சிவப்பு; பச்சை. இப்படி டார்க்கா இருக்கறது கிட்டப் போறது இல்ல. அது எனக்கு பிடிக்கல. அது மட்டும் தெரியுது. மிச்சதில, ரொம்ப நேர்த்தி யானது எது; எது போட்டா நல்லா இருக்கும். அதெல்லாம் தெரிய மாட்டேங்கறது; இல்ல, தெரிஞ்சுக்கற பொறுமையில்லீயா – புத்தி இல்லையா. அதைப்பத்தி நான் யோசித்துப் பார்க்கலே. யோசித்தால் மட்டும் காரணம் தெரிஞ்சுடும் என்று சொல்ல முடியல. நானும் பல விஷயத்தைப் பற்றி யோசித்துப் பார்த்து இருக்கேன்; அது ஏன் எதற்கு என்றெல்லாம் எனக்கு நானே கேள்வி போட்டு இருக்கேன். ஆனால், ஒன்றும் புலப்படுல.

நான் எப்பப் பார்த்தாலும் நீலம் – ப்ரௌன் அதாவது மண் கலர். அது தான் என் தேர்வு. அதுக்கு மேல கலருன்னு ஒன்னும் எனக்குத் தெரியறது இல்ல.

விதவிதமாக – பத்மநாபன் மாதிரி சட்டை பேண்ட் எல்லாம் போட்டுக்கணுமென்று கமலாவுக்கு ஆசை. ரெண்டு முறை என்கூட கடைக்கு வந்தாள். கடைக்காரன் துணியை அள்ளி அள்ளிப் போட்டான். நான் பார்த்துக்கொண்டே இருந்தேன். அப்புறம் ஒரு ப்ரௌன் பேண்ட் துணியை எடுத்துக்கிட்டு கமலா பக்கம் திரும்பி, “அது நல்லா இருக்கு, இல்ல –” என்றேன்.

வேண்டுமென்று செய்யல; நிஜமாகவே எனக்கு அது ரொம்பப் பிடிச்சித்தான் இருந்துச்சு. பேண்டா போட்டுக்கிட்டா நல்லாகூட இருக்கும் என்று நினைத்தேன். ஆனால், பதிலொன்றும் சொல்லாமல் தலை நிமிர்ந்து பார்த்தாள்.

நான் சிரித்து, “பார் கமலா” என்றேன்.

“இங்க கொடுங்க” அவள் அதை கையில் வாங்கிக்கொண்டு, “ரொம்ப நல்லா இருக்கு; ஆனா, நம்ப வேற பார்க்கலாமே” என்றாள். நான் தலையசைத்தேன். கடைக்கு வரும்போதே ஒரு கண்டிஷன் போட்டிருந்தாள். நீலம், பிரௌனை கையில் எடுக்கக்கூடாது என்று. நானும் அதை ஏற்றுக்கொண்டு தான் கடைக்கு வந்தேன். அவள் சொல்றபடிதான் நடந்துகொள்ள வேண்டும் என்ற தீர்மானத்துடன். ஆனால் கடைக்கு வந்து, துணியைப் பார்த்ததும், என் தீர்மானம் தானாகவே போயிடுச்சு.

கமலா கரும் பச்சையில் ஒரு துணியை கையில் எடுத்துக் கொண்டு, "இது நல்லா இருக்கில்ல" என்று கேட்டாள்.

"ரொம்ப."

நான் சொன்னதில் நம்பிக்கை வரவில்லை போலும். என்னையே ஒருகணம் பார்த்துக்கொண்டிருந்தாள். அப்புறம் நெருங்கி வந்து, "நீங்க இதுவரைக்கும் போடாத கலர் –" என்றாள்.

அவளையே பார்த்துக்கொண்டிருந்தேன்.

"தச்சிப் போட்டா, உங்களுக்கு ரொம்ப நல்லா இருக்கும்."

நான் தலையசைத்தேன். கமலா ஒரு தீர்மானத்திற்கு வந்து விட்டாள். அதிலிருந்து கீழே இறக்குவது சிரமம்.

என் ஆசையும் – விருப்பமும் அவள் முன்னே பொருளற்றுப் போனது. எதுக்கு தன்னுடைய விருப்பத்தையெல்லாம் என் மேல திணிக்கிறாள். அதத் தள்ளிவிட எனக்குத் தெம்பு இல்ல. அது தான் அதுக்குக் காரணமா? இருந்தாலும் இத்தனை வருஷம் ஆகியும் கமலாவுக்கு ஒரு விஷயம் தெரியல. அது இது தான். அவள் விஷயத்துல நான் ஒருபொழுதும் தலையிடுறது இல்ல. எனக்குப் பிடித்தமானதைத்தான் பண்ணணும் என்று கட்டாயப் படுத்தறதே இல்லை. அவளை அவள் வழில விட்டுடுவேன். அவள் விருப்பத்திற்கு மதிப்புக் கொடுத்துவிடுவேன். அது சரியா தப்பா – நல்லா இருக்குமா இருக்காதா – அதையெல்லாம் நான் யோசித்துப் பார்க்கறதே இல்ல. அவளுக்குப் பிடித்து இருக்கு; அதை உடுத்துக்கொண்டால், சந்தோஷமாக இருக்கு. சரி இருக்கட்டும். ஒவ்வொரு ஆளுக்கும் அவுங்க சந்தோஷம் முக்கியம். அதுக்கு இடஞ்சலா ஒன்னும் சொல்லக்கூடாது. அது தான் என் லட்சியம். பெரும்பாலும் நான் அதைக் கைவிடுறதே இல்ல.

கடைக்காரன் துணியைக் கிழித்தான் ; அப்புறம் கமலா ஒரு மேல் சட்டை எடுத்தாள். எல்லாம் அவள் தீர்மானந்தான். நான் ஒன்றும் சொல்லாமல் பின்னேயே நின்றுகொண்டிருந்தேன். பில் கைக்கு வந்தது. பணத்தை எடுத்துக் கமலாவிடம் கொடுத்தேன். துணி வீட்டிற்கு வந்தது. ஆனால் தைக்கக் கொடுக்க வில்லை. எப்ப துணி எடுத்தாலும் – அது உடனே தையல் கடைக்குப் போறது இல்ல. பெட்டியில் இரண்டு மூனு மாசத் துக்குக் கிடக்கும். பிறகு தையல் கடையில் ஒரு மாசம் போல இருக்கும். ஒரு பொருள கொடுத்தால் உடனே வாங்கறது இல்ல. மெதுவாக வாங்கிக்கொள்ளலாம் என்று விட்டுவிடுவேன்.

கமலாவுக்கு அதெல்லாம் பிடிக்காது. எதைச் செய்தாலும் உடனே செய்யணும்; பரபரக்கச் செய்து முடிக்கணும். அப்பத்தான் அவளுக்குத் தூக்கம் வரும். அது ஒரு சுபாவம்; என்னுடையது

இன்னொரு சுபாவம். ரெண்டுபேரு சுபாவமும் ஒத்துப்போறது இல்ல மாதிரிதான் வெளியில இருந்து பாக்கற அப்பத் தோணும். ஆனால், ரொம்ப விஷயத்துல நாங்க ரெண்டு பேரும் ஒத்துப் போறோம். ரெண்டுபேரும் ஒத்துப்போறோம் என்று பொதுவா சொல்ல முடியுமா? கமலா சொல்லுறதுக்கெல்லாம் நான் வளஞ்சிக்கிட்டுப் போறேன். அவ பேசுற அப்ப கேட்டுக்கிறேன். அவ்வளவு தான். ஒன்னும் பிரச்சினை இல்லாம இருக்குது.

கமலாவுக்குப் பேசறது பிடிக்கும்; பேசுறது சுகந்தான். கேட்க எதுத்தாப்போல ஆளு இருக்கோ இல்லீயோ பேசத்தான தோணுது; நான் ஆபீசுக்குப் போற அப்ப பேசிக்கிட்டே போவேன்; பேசுறதைக் கேட்டுக்கொள்ளுவேன். கல்யாணத்துக்கு அப்புறம் – ராமு பழக்கமெல்லாம் ஏற்பட்ட அப்புறம் பேசுறது என்பதே குறஞ்சிடுச்சி.

பேசுறது ஒரு சுகந்தான்; கேட்க ஆளு இருக்கோ இல்லீயோ பேசுறது என்பது ஒரு சுகமான விஷயந்தான். வாயைத் திறந்து சும்மா சப்தம் போடுறது இல்ல; அது என்னென்னு சொல்ல தெரியாட்டாலும் ஒரு சுகமான விஷயம் என்கிறது மட்டும் தெரியுது. அப்புறம், மெது மெதுவா பேசுறது மாதிரி கேட்கறதும் ஒரு சுகம் தருகிற விஷயம் என்பதையும் கத்துக்கிட்டேன்.

ரோஸ்மேரி எப்போதும் ரொம்ப பேசுவாள். அவள் பேசுற அப்ப அவள் வாயைப் பார்த்துக்கிட்டு கண்ண பார்த்துக்கிட்டு இடுப்புக்குக் கீழே சரிந்து கிடக்கிற வயிற்றைப் பார்த்துக்கிட்டு, மார்புத்துணி விலகி – சங்கடப் படுத்துற மார்பைப் பார்த்துக் கிட்டே இருப்பேன். அவள் அதையெல்லாம் கவனிக்காமல் பேசிக்கிட்டே இருப்பாள். பேசுறதுல அவளுக்கு சலிப்பே வராது. எப்பவும் பேசத் துடிச்சிக்கிட்டு இருப்பாள். எதிராளி கேட்கணும் என்கறது கூட அவ ஆசையில்ல; தான் பேசணும் என்கறது தான் அவள் ஆசை. அவள் பேசிக்கிட்டே இருக்கற அப்ப – திடீரென்று எனக்கும் ஏதாவது பேசத்தோன்றும். வாயைத் திறப்பேன். ஆனால் எனக்கு முன்ன என்ன முந்திக்கிட்டுப் பேச ஆரம்பிச்சிடுவாள். திறந்த என் வாய் மூடிக்கொண்டு விடும். அப்புறம், அப்புறம் பொம்பள முன்ன ஒரு ஆம்பளைக்கு என்ன பேச்சு வேண்டியிருக்கு என்று நினச்சிக்கொள்ளுவேன். அது சரிதான்னு எனக்கே பின்னால் தெரிய ஆரம்பிச்சது.

இன்னொரு விஷயம். ராமு கிட்டதான் பேசாது இருக்கறது என்பதை நல்லா கத்துக்கிட்டேன். ஒருத்தர் பேசும் போது வாயை மூடிக்கிட்டு சிரிச்சிக்கிட்டு இன்னும் பேசு பேசு என்று கேட்கற சூட்சமத்தை ராமுதான் எனக்குச் சொல்லிக் கொடுத்தார். அப்படி ஒரேயடியா சொல்றது கூடத் தப்புதான். அவர் நிஜமா ஒண்ணுத்தையும் சொல்லிக் கொடுக்கல.

யாருக்கும் எதையும் போதிக்க முடியாது என்பது அவருடைய கட்சி. அதைக்கூட அழுத்திச் சொல்ல மாட்டார். ஏதோ சின்ன விஷயத்தைப்பற்றி பேசறது போல சொல்லிக்கொண்டு போவார். ஒவ்வொருத்தரும் தானா கத்துக்கணும்; தானா அனுபவிக்கணும்; தானா வாழணும் எங்கறது அவருடைய கொள்கை.

"கஷ்டத்தைக் கூடத்தானே" என்று ஒரு நாள் அவரைப் பார்த்துக் கேட்டேன். அவர் ஒன்னும் பதில் சொல்லலே. சிரித்துக்கொண்டே வந்தார். ஆனால் எனக்கு. சும்மா இருக்க முடியல. "சொல்லுங்க. . ." என்று கையைப் பிடிச்சிக்கிட்டேன்.

"என்னத்தை" என்று அவர் என்னைத் திருப்பிக் கேட்டார். பேசுறதுல அவருக்கு அவ்வளவாக ஈடுபாடு இல்ல. அதுனால இதையும் சொல்லமாட்டார் போல தோணுச்சு. விட்டுட்டேன். கொஞ்ச தூரம் போனதும் என் பக்கம் திரும்பி, "சந்தோஷத்தையும் தான –" என்றார். அதை எதோடு பொருத்திக்கொள்ளுறது என்று எனக்குத் தெரியல. அதுனால, பேசாமல் நானும் அவர் கூடவே நடந்தேன்.

இரண்டு பேரும் கொஞ்சம் குடிச்சி இருந்தோம். அதுனால குடியில பேசுறாரா – இல்ல, அவர் பேசுறதா நான் குடியில கற்பனை பண்ணிக்கிட்டு இருக்கறனா என்பதைத் தீர்மானிக்க முடியவில்லை. ஆனால் ராமு குடியில உளறக் கூடிய ஆள் இல்ல. நானும் கற்பனை ஆள் இல்ல; எனக்கு மூளை இல்லாம இருக்கலாம். அதுக்காக ஏமாந்து போற ஆள் இல்ல, என்ன ஒரு மாதிரியா காப்பாத்திக் கொள்ளுவேன்.

சந்தோஷத்தையும் அவன் தான் அனுபவிக்கணும் என்று ராமு சொன்னது எனக்கு ரொம்ப சரியா தோணுச்சி. எல்லோரும் கஷ்டத்தை முன் நிறுத்தி பேசறஅப்ப, ராமு சந்தோஷத்தை முன்னால வச்சிப் பேசுறார். அது ஒரு பெரிய விஷயம். பெரிய விஷயம் – சின்ன விஷயம் என்கறது எல்லாம் அவனவனைப் பத்தியது தான். அதுனால எப்பவும் கட்சிக்கு வித்தியாசம் உண்டு.

ஒரு நாள், ராஜலட்சுமி, "ஏங்க ஆபீசில்கூட இப்படித் தானா ?" என்று என்னைப் பார்த்துக் கேட்டாள்.

எப்போது அந்தப் பேச்சு ஆரம்பித்தது என்பது நினைவில் இல்லை. ஆனால் கூட பத்மநாபன் இருந்தார். அது மட்டுந்தான் நெனவில இருக்குது. அப்புறம் ராஜலட்சுமி கேட்டது.

அவள் எதைப் பத்தி சொல்றா என்பது தெரியல. கொஞ்ச நேரம் அவளையும் – பத்மநாபனையும் மாறி மாறிப் பார்த்துக் கிட்டு இருந்தேன். சும்மா இருக்க முடியல. பத்மநாபன் இருக்கை யில், ராஜலட்சுமி பேச்சு வித்தியாசமா இருக்கும். கேட்க

சந்தோஷமாக இருக்கும். ராகவலு இருக்கறப்ப இருக்கற ராஜலட்சுமி இல்ல – பத்மநாபன் இருக்கற அப்ப இருக்கற ராஜலட்சுமி.

"அப்படியின்னா –" என்று பாதி தயக்கத்தோடும் பாதி சந்தேகத்தோடும் கேட்டேன்.

ராஜலட்சுமி சிரித்து, "இப்படி, பேச வெட்கப்பட்டுக் கிட்டு; பேசறவங்க வாயைப் பார்த்துக்கிட்டு –" என்றாள்.

நான் சிரித்தேன்.

"அதுகூட கொஞ்சம் சுறுசுறுப்பா சிரிக்க மாட்டீங்களா?" என்றாள்.

என் சுபாவமே அது தானோ என்று நினைத்துக் கொண்டேன். அதுவே சந்தோஷம் தர்றது மாதிரி இருந்தது. ராஜலட்சுமியை மறந்துட்டேன். பத்மநாபனையும் விட்டுட்டு, மேல போய்ப் படுத்துக்கிட்டேன். கொஞ்ச நேரத்திற்கு மேல, படுத்துக்கிட்டு இருக்க முடியல. எழுந்து ஜன்னல் பக்கத்தில உட்கார்ந்தேன். பத்மநாபன் மேல வந்தார். அவர் வந்த சற்று நேரங்கழித்து, ராகவலு உள்ளே நுழைந்தார். ஒரு வாரத்திற்கு அப்புறம், இப்பத் தான் அவரைப் பார்க்கிறேன். அவர் குளித்தே நாலு நாள் இருக்கும்போல இருந்தது. சட்டையெல்லாம் ஒரே கரி; அழுக்கு. துறைமுகத்திலேயே கிடந்துட்டு வர்றது மாதிரி இருந்தது.

நான் பத்மநாபன் பக்கம் திரும்பி, "ராகவலு இப்பத்தான் வர்றார்" என்றேன்.

"சரி" பத்மநாபன் குளிக்கப்போனார். அவர் ஒவ்வொரு நாளும் இரண்டு வாட்டி குளிப்பார். அப்புறம் சலவை செய்த சட்டையை எடுத்துப் போட்டுக்கொள்ளுவார்.

ஒருநாள் நானும் பத்மநாபனும் சாப்பிட ஓட்டலுக்குப் போயிருந்தோம். ஒரு சின்ன பையன் இலை போட்டான். நான் அவனையே பார்த்துக்கிட்டு இருந்தேன். எனக்கு நாலு இல தள்ளி இருந்த ஒருவர் பையனைக் கூப்பிட்டு,

"இந்தாப்பா, வேற இல கொடு–" என்றார். பையன் முன்னே போய் இலையை வாங்கி, இரண்டு மூனு இலைக்குப் பின்னே வைத்துக்கொண்டான். பெரியவர் வேண்டாம் என்ற இலை எனக்கு விழுந்தது. இலையை நோட்டமிட்டேன். ஒரு பக்கத்தில் கொஞ்சம் கிழிந்து இருந்தது. ஆனாலும் சாப்பிடலாம். பையன் சாமர்த்தியத்தைப் பற்றி நினைத்துப் பார்த்தேன். ஒருவர் வேண்டாம் என்று ஒதுக்கிய இலையை என் தலையில் கட்டி விட்டான். அதில் சாப்பிட மனமில்லை. திக்திக்கென்று அடித்துக்

கொண்டது. இருந்தாலும், பையனைக் கூப்பிட்டு இலையைத் திருப்பித் தர மனசில் தைரியம் இல்லை. எனவே இலையைப் பார்த்துக்கொண்டே இருந்தேன்.

பந்தி முழுவதும் இலையைப் போட்டுவிட்டு வந்த பையன், என்னிடம் வந்து, "என்ன சார், இலய மாத்தணுமா?" என்றான்.

"இல்ல, வேணாம்."

"இலையையே பார்த்துக்கிட்டு இருக்கிறீங்களேன்னு பார்த்தேன் சார்" என்று சொல்லிக்கொண்டே நகர்ந்தான். அவன் குட்டை நான் தெரிந்துகொள்ளவில்லை என்று பூரிக்கிறான். அற்பப் பயல்; சின்ன வயசிலேயே தில்லுமுல்லு எல்லாம் தெரிந்து வைத்துக்கொண்டு இருக்கிறான். பின்னால் என்ன ஆவான். அதைவிட, சாயந்தரம் என்ன பண்ணுவான் என்பது தான் முதலில் எனக்கு நன்றாகத் தெரிந்தது.

வேலையெல்லாம் முடிந்ததும், ஒரு பீடியைக் கொளுத்திக் கொண்டு, சிநேகிதர்களோடு உட்கார்ந்துகொண்டு, தான் பார்த்த சினிமாவைப் பத்திப் பேசுவான்; அப்புறம், திடீரென்று ஞாபகம் வந்தது போல இலை விவகாரத்தைப் பற்றி சொல்லிச் சொல்லிச் சிரிப்பான்; அவன் சொல்லி முடித்ததும் — இன்னொருத்தன் தான் ஏமாற்றிய கதையைச் சொல்லுவான்; அப்புறம் இன்னொருத்தன். பேச்சு முழுவதும் ஏமாற்றிய கதையைப் பற்றியதாகவே இருக்கும். இப்ப, அவனைப்பற்றி நினைக்கையில் எனக்குச் சிரிப்பு வந்தது. ஆனால் சிரிக்க முடியல.

ராமு எனக்காகக் காத்துக்கொண்டு இருந்தார். வேடிக்கை பார்த்துக்கொண்டு — பழசையெல்லாம் நினைத்துப் பார்த்துக் கொண்டு மெதுவாக நடந்து போனேன்.

"என்ன முடியலீயா?"

"அதெல்லாம் ஒண்ணும் இல்ல."

" நடக்க முடியலேன்னா சொல்லு. ஒரு ஆட்டோ வச்சிக்கிட்டு ரூமுக்குப் போயிடலாம்."

"அதெல்லாம் வேணாம். ஏதோ ஒரு போர்டு பெரிசா கண்ணுல பட்டுச்சு. அத பார்த்துக்கிட்டு நின்னுட்டேன்."

"– கஷ்டமா இருந்தா பத்மநாபனை அப்புறமாகப் பார்த்துக்கொள்ளலாம்."

"அப்புறங்கறது எப்ப. அதுக்காக இன்னொரு தடவை வரவா போறோம்."

ராமு தலையசைத்தார்.

"இவ்வளவு தூரம் வந்துட்டோம். அதுனால அவரைப் பார்த்துட்டே போயிடுவோம்."

"சரி."

நடக்கையில் ராமு எனக்காகத்தான் பத்மநாபனைப் பார்க்க வருகிறார் என நினைத்தேன். அதில் ஒன்றும் தப்பு இல்லை. அதை அவரிடம் சொல்லவில்லை. சொன்னாலும் ஒன்றுதான்; சொல்லாவிட்டாலும் ஒன்றுதான். எனவே பேசாமல் நடந்தேன். நடக்க நடக்க வழி நீண்டுகொண்டே சென்றது. ஒரு சமயத்தில் திரும்பிப் போய்விடலாம் என்றுகூடத் தோன்றியது. எல்லா ஊரிலேயும் வழி காட்டுகிறவன் ஒரு மாதிரிதான். அவனுக்குத் தூரம் என்பது ஒரு பொருட்டாகவே படுறது இல்ல. தினம் தினம் நடந்து பழகிப் போனதால் – தூரம் என்பது அவன் நினைவில் இல்லாமல் போயிடுது.

"என்ன நின்னுட்ட."

ராமு பக்கம் திரும்பி, "காலு லேசா வலிக்குது" என்றேன்.

"இன்னும் கொஞ்ச தூரந்தான் இருக்கும்."

"இவ்வளவு தூரம் போயும் பத்மநாபன் இல்லாட்டா" திடீரென்று எனக்கு சந்தேகம் வந்தது.

"இருப்பான்னு மனசில நெனச்சுக்க."

எனக்குச் சிரிப்பு வந்தது.

"நல்ல தத்துவந்தான்."

"ஆமாம்."

இருவரும் நடந்தோம். ராமு சாலை முனையில் இருந்த கடைப் பெயர்ப்பலகை ஒன்றைப் பார்த்துவிட்டு, "வந்துட்டோம்" என்றார்.

"அப்படியா?"

"அதுதான் தெரு. என்ன நம்பர் –"

"32."

"நல்லா நினைவு இருக்கா."

"32, இல்லாட்டா 22."

ராமு சிரித்தார்.

"ஏதோ ஒரு வீட்டுல போய் கதவைத் தட்டப் போறோம்."

"நிஜந்தான்."

முதலில் 32 – ம் நம்பர் வீடு வந்தது. இரண்டு பேரும் ஒன்றும் பேசாமல் அதையே பார்த்துக்கொண்டிருந்தோம். கதவைத் தட்டலாமா வேண்டாமா – என்ன செய்யலாம்.

ராமு என்னைத் திரும்பிப் பார்த்துவிட்டு, முன்னே ஓரடி எடுத்துவைத்தார்.

"நீங்க இருங்க" என்று நான் படியேறிப் போய் கதவைத் தட்டினேன். பத்மநாபன் வீடு என்பது நிச்சயமில்லை. யாராவது மலையாளம் மட்டும் பேசிக்கொண்டு வந்தால் என்ன செய்வது என்று யோசித்தேன்.

ஒரு பெண் இரண்டு வயது குழந்தையுடன் கதவைத் திறந்துகொண்டு வெளியே வந்தாள். பார்க்க ராஜலட்சுமி மாதிரி இருந்தது. ராஜலட்சுமிதானா என்று கேட்டுக்கொண்டு இருந்தேன்.

"இது பத்மநாபன் வீடுதானே."

அவள் உடனே பதில் சொல்லவில்லை. என்னையே பார்த்துக் கொண்டிருந்தாள். மெதுவாக நினைவு வந்துவிட்டது போலும். முகத்தில் ஒரு மாறுதல்.

"ஓ! நீங்களா? வாங்க. . . வாங்க. . . சட்டென்று எனக்கு அடையாளம் தெரியாம போயிடுச்சு" என்று வரவேற்றாள்.

ராஜலட்சுமி என்னைக் கண்டுகொண்டது திருப்தி அளித்தது. சந்தோஷத்தோடு பின்னால் திரும்பிப் பார்த்தேன்.

"வேற யாராவது கூட வந்திருக்காங்களா?"

"ராமு வந்திருக்கார்."

"அவரையும் கூப்பிடுங்க. எதுக்கு வாசல்ல நின்னுக்கிட்டு; உள்ள வாங்க."

இரண்டு பேரும் உள்ளே சென்றோம்.

அவள் ஃபேனை போட்டுவிட்டு, "உட்காருங்க" என்று நாற்காலியைக் காட்டினாள். நான் ராமுவைத் திரும்பிப் பார்த்தேன். அவர் நாற்காலியில் உட்கார்ந்து, கண்ணாடியை வேட்டியில் துடைத்துக்கொண்டிருந்தார். என் பார்வை வீடு முழுவதும் சென்றது. வீடு நன்றாக இருந்தது. நிறைய சாமான்கள். பத்மநாபன் வளமாகத் தான் இருக்கிறான்.

"பத்மநாபன் இல்லீங்களா?"

"கடையில இருக்கார்; இப்ப வந்துடுவார் –" என்றவள் தன் குழந்தையிடம், "பாருடா முரளி! மாமா எல்லாம் ஊரிலே

இருந்து உன்ன பாக்க வந்திருக்காங்க" என்றாள். பையன் எங்கள் பக்கம் திரும்பவில்லை. அம்மா மார்பில் முகம் புதைத்துக் கொண்டிருந்தான். அவனுக்கு ஏதாவது வாங்கிக்கொண்டு வந்திருக்கலாம் என்று இப்பொழுது தோன்றியது.

ஒவ்வொரு முறையும் அப்படித்தான். பின்னால் யோசிக்கிறேன். என்ன பண்ணுறது. ராஜலட்சுமிக்குக் குழந்தை இருக்குமென்று நான் நினைக்கல. அது ஒரு காரணம். குழந்தை இருக்கறது தெரிந்திருந்தா மட்டும் வாங்கிக்கொண்டு வந்திருப்பேனா?

"பையனுக்கு இரண்டு வயசு இருக்குமா?"

ராஜலட்சுமி தலையசைத்தாள்.

"இரண்டரை முடியப் போவுது."

"அப்படியா?"

"போடா, முரளி, மாமா கிட்டபோ" என்று என் முன்னே பையனைக் கீழே இறக்கிவிட்டாள். ஆனால் பையன் திரும்பிக் கொண்டே அழ ஆரம்பித்தான்

"புதுசுல்ல – பயப்படுறான்."

ராஜலட்சுமி முறுவலித்தாள்.

"உங்க ஒய்ப் – குழந்தையெல்லாம் சௌகரியந்தானே."

"சௌகரியந்தான்."

"அவுங்களையும் கூட்டியாந்து இருக்கறது."

நான் சிரித்து, "பையன் ரொம்ப அழறான்" என்றேன்.

அவள் பையனைத் தூக்கிக்கொண்டு "காலையில இருந்து உடம்பு சரி இல்ல. அதுனால தான் சும்மா அழுதுகிட்டு இருக்கான். இல்லாட்டா இந்த நேரம் தூங்கி இருப்பான்!" என்றாள்.

"உடம்பு சரி இல்ல என்றால் அதான்."

"பாருங்க. மறந்துட்டேன். என்ன சாப்பிடுறீங்க. டீயா. . .காபியா?" .

"இல்ல, ஒண்ணும் வேணாம்" என்றார் ராமு.

"ஆமாம், இப்பத்தான் சாப்பிட்டுட்டு வர்றோம்" என்றேன் நான்.

"ஒன்னும் வேணாமா. நல்லா இருக்கே நீங்க சொல்லுறது. உங்களுக்கெல்லாம் காபிதான் பிடிக்கும். இருங்க. ஒரு நிமிஷத்துல

காபி கொண்டாறேன்!" என்று அழும் குழந்தையைத் தூக்கிக் கொண்டு உள்ளே சென்றாள்.

சுவரில் மாட்டியிருக்கும் படங்களையே நான் பார்த்துக் கொண்டிருந்தேன். பத்மநாபன் தன் தாயாரின் படத்தைப் பெரிசு பண்ணி அதற்கு ஒரு சந்தன மாலை போட்டிருந்தான். அதற்கு எதிரில் இன்னொரு படம். பத்மநாபனும் ராஜலட்சுமியும். பத்மநாபன் தாடி இல்லாமல் – மீசை இல்லாமல் மழுமழுவென்று இருந்தான். கழுத்தில் டை. கஷ்டப்பட்டு சிரித்துக்கொண்டிருந் தான். பக்கத்தில் ராஜலட்சுமி. அவள் பாதி உடம்பு இவனில் மறைந்திருந்தது.

நகையும் பட்டுப் புடவையுமாகப் பூரிக்கிறாள். அதைப் பார்க்க சந்தோஷமாகத்தான் இருந்தது.

ராமுவைத் திரும்பிப் பார்த்தேன். அவர் ஏதோ கையில் கிடைத்த புத்தகத்தைப் புரட்டிப் பார்த்துக்கொண்டிருந்தார். ராஜலட்சுமி காபி கொண்டுவந்து வைத்தாள்.

"சாப்பிடுங்க."

ராமு புத்தகத்தை எடுத்த இடத்தில் வைத்தார்.

"பத்மநாபன் எப்ப வருவார்."

"கடைக்கு ஆளு அனுப்பி இருக்கேன்; இப்ப வந்துடுவாங்க. நீங்க காபி சாப்பிடுங்க."

நான் காபியைக் கையில் எடுத்து ஆற்றினேன். வாசலில் மணி அடித்தது.

"வந்துட்டாங்க" என்று சொல்லிக்கொண்டே போய் ராஜலட்சுமி கதவைத் திறந்தாள். பத்மநாபன் உள்ளே நுழைந்தார். இருவரையும் பார்த்துவிட்டு, "இது என்னடா ஆச்சரியம். இரண்டு பேரும் ஒன்னா வந்து திடுமென்னு நிக்கிறீங்க" என்று சொல்லிக்கொண்டே மோடாவில் உட்கார்ந்து, "எப்ப வந்தீங்க" என்று கேட்டார்.

"ரெண்டு நாளாகுது."

"ரெண்டு நாளா? எங்க தங்கி இருக்கிறீங்க?"

ராஜலட்சுமி ஒரு சின்ன டம்ளரில் காபி கொண்டு வந்து பத்மநாபனுக்குக் கொடுத்துவிட்டு,

"காபி ஆறிடும். சாப்பிடுங்க" என்றாள் – எங்களைப் பார்த்து. நான் காபியை குடிக்க ஆரம்பித்தேன். ராஜ லட்சுமி நன்றாகக் காபி போடுவாள். அவள் வீட்டுக்குமேல பத்மநாபன் இருந்த போது – தினம் சாயந்தரம் காபி வரும். அதை நான் தான்

பெரும்பாலும் குடிப்பேன். பத்மநாபன் டீ. அதுதான் அவனுக்குப் பிடிக்கும். ஆனால், ராஜலட்சுமியை வழியில் பார்த்தால், "காபி, ரொம்ப பிரமாதம்" என்பான். அதை சொல்லுறதை கேட்கறப்ப எல்லாம், எனக்கும் வேடிக்கையாக இருக்கும். எதுக்கு அப்படிச் சொல்றான் என்று நினைத்துக்கொள்ளுவேன். மனசிலேயே ரொம்ப நாளைக்கு வச்சிக்க முடியல.

ஒரு நாள், பத்மநாபனிடம், "நான் இல்ல அத சொல்லணும்" என்றேன்.

பத்மநாபன் சிரித்து, "சொல்லிடு. கேட்டா ரொம்ப சந்தோஷப்படுவா –" என்றார். ஆனால் நான் சொல்லவில்லை. பின்னால அதெல்லாம் அனாவசியம் என்று பட்டது. சம்பந்தம் இல்லாத விஷயத்துல மாட்டிக்கொள்ளக்கூடாது என்று தீர்மானிச்சிக்கிட்டேன். எதுக்கு அப்படித் தீர்மானிச்சிக் கிட்டேன்னு தெரியல. ஆனால் கடைசிவரைக்கும் அத விடாம பிடிச்சிக்கிட்டே இருந்தேன். அதோடு நான் அங்க போற அப்ப எல்லாம், பெரும்பாலும் ராஜலட்சுமி என் கண்ணில தட்டுப்படவே மாட்டாள். ஆனால் அவள் புருஷன் ராகவலு, அழுக்குச்சட்டையோடு – சில சமயத்துல வெறும் லுங்கியோடு சதா பரபரப்போடு வெளியே போய்க்கிட்டே இருப்பார். வழியில பார்த்தால்கூட, அவருக்கு ஆள தெரியாது; சிரிக்கத் தோணாது. ஆனால், ராஜலட்சுமி நேர் எதிர். எப்பவும் நேர்த்தியா – நல்லா உடுத்திக்கிட்டு, சிரிச்சிக்கிட்டு இருப்பாள். எப்பாவது அவளைப் பார்த்துட்டா, மனசுக்கு ரொம்ப சந்தோஷமாக இருக்கும். அதுக்காகவே அவளை மறுபடியும் பாக்கணுமென்று தோணும்.

ராஜலட்சுமி ராகவலுவை விட்டுவிட்டுப் போக என்ன காரணம். ரொம்ப நாள் வரைக்கும் அது எனக்குத் தெரியல. அது மாதிரியான விஷயந்தான் திருவேங்கடம் விஷயமும். எனக்குத் தெரிஞ்சி, இரண்டு பேரு பெண்டாட்டிகளும் அவுங்களா விட்டுட்டுப் போயிட்டாங்க. அது ஏன் – எதுக்குன்னு எனக்குக் காரணம் தெரியல. ஆனால் ஒரு காரணம் இருக்கும். உலகத்துல நடக்கற ஒவ்வொரு காரியத்திற்கும் ஒரு காரணம் உண்டு என்று திருவேங்கடம் சொல்லுவார். அது தெரியுது. ஆனால் எது – எதை இயக்குகிறது. அதை மட்டுந்தான் தெரிந்துகொள்ள முடியறது இல்ல.

ராஜலட்சுமி எங்களுக்கு எதிரே ஒரு நாற்காலியில் உட்கார்ந்துகொண்டாள். நான் பார்த்துக்கொண்டிருந்தேன்.

12

இரண்டரை மூணு வருஷத்துக்கு முன்னால ஒரு நாள். சாயந்தரம். அப்பத்தான் ஆபீசில இருந்து வந்து பேண்ட்டைக் கழட்டிப் போட்டுக்கிட்டு இருந்தேன்.

கமலா உள்ள இருந்தபடியே, "காபி" என்றாள்.

"அதென்ன கேள்வி. கொண்டா."

"வழியில் எங்காவது சாப்பிட்டு வந்துட்டீங்க ளான்னு தான் கேட்டேன்."

"சீக்கரம் கொண்டா, காபி சாப்பிட்டுட்டு தான் ராமுவைப் பார்க்கப் போகணும்" என்று லுங்கியைக் கட்டிக்கொண்டு – முகம் அலம்பிவிட்டு வந்து சுவரில் நன்றாகச் சாய்ந்துகொண்டு உட்கார்ந்தேன்.

கமலா காபியை முன்னே கொண்டு வந்து வைத்துவிட்டு, "நீங்க சாய்ந்து சாய்ந்துதான் சுவரெல்லாம் ஒரே எண்ணெயா இருக்கு" என்றாள்.

"இருக்கட்டும்."

"எண்ணெயா இருந்தா அசிங்கமா இல்ல –"

"இல்ல" காபியை கையில் எடுத்தேன்.

"இப்ப உங்களுக்கு என்ன வந்துடுச்சு."

நான் பதிலொன்றும் சொல்லாமல் காபியை எடுத்து குடிக்க ஆரம்பித்தேன். வாசலில் இருந்து யாரோ கூப்பிடுவது போல இருந்தது. கமலா

வெளியே போய்ப் பார்த்தாள். அப்புறம் திரும்பி வந்து, "யாரோ ராகவலுவாம். உங்கள பார்க்கணுமாம்" என்றாள்.

"ராகவலு" காபி டம்ளரை கீழே வைத்துவிட்டு எழுந்தேன். ராஜலட்சுமி கணவனான ராகவலுவை நான் எதிர்பார்க்கவே இல்லை. அவரிடம் என்ன பேசுவது என்று தெரியாமலேயே வெளியே வந்தேன். அழுக்கு லுங்கியில் ராகவலு நின்று கொண்டிருந்தார். ஆள் ரொம்ப மாறிப் போய் இருப்பது போல இருந்தது.

"சார். உங்கள ரெண்டு நாளா தேடுறேன். உங்க அட்ரஸ் கிடைக்கல. இப்பத்தான் கிடச்சுது –"

"என்ன ராகவலு. சொல்லுங்க."

ராகவலு என் கையைப் பிடித்துக்கொண்டு என்னை ஒரு கணம் ஏறிட்டுப் பார்த்தார். அப்புறம் சப்தம் இல்லாமல் குலுங்கிக் குலுங்கி அழ ஆரம்பித்தார். எனக்கு ஒன்றும் புரிய வில்லை. ராகவலு அழும்படியாக என்ன நடந்துவிட்டது. லாரி ஏதாவது பெரிய ஆக்ஸிடெண்டில் மாட்டிக்கொண்டு விட்டதா? அதற்காக ஒரு மனிதன் அழுவானா? அழலாம். ஆனால் ராகவலு அழக்கூடிய ஆள் இல்லை.

"வாங்க சார், உள்ள வாங்க. உள்ள வந்து சொல்லுங்க" என்று அழைத்துக்கொண்டு போய் உட்கார வைத்து, பக்கத்தில் நானும் அமர்ந்துகொண்டு, "விஷயம் – என்ன சொல்லுங்க" என்றேன்.

"ராஜலட்சுமி போயிட்டா சார் –"

"என்ன சொல்லுறீங்க ராகவலு –"

"உங்க ஃபிரண்ட் அடிச்சிட்டு போயிட்டார் சார்."

எனக்கு லேசாக என்னவோ புரியறது மாதிரி இருந்தது. முன்ன அதுவெல்லாம் நடக்கும் என்று எனக்குத் தோன்றியதே இல்லை.

கமலா காபி கொண்டுவந்து வைத்தாள்.

"சாப்பிடுங்க ராகவலு சார்."

"இருக்கட்டும்" அவர் கண்களைத் துடைத்துக்கொண்டார்.

"சாப்பிடுங்க சார்."

ராகவலு காபியை எடுத்து ஒரு ஆற்று ஆற்றி வாயில் கொஞ்சம் ஊற்றிக்கொண்டார். அப்புறம் என் பக்கம் திரும்பி மெல்லிய குரலில், "நான் நினைக்கவே இல்ல சார்" என்றார்.

நான் தலையசைத்தேன். என்ன சொல்வது என்று தெரிய வில்லை. ஆனால் அவர் கஷ்டம் ரொம்ப பெரிசு மாதிரி –

என்னையும் அழுத்தறது மாதிரி இருந்தது. "வெறுமனே நான் லாரிதான் சார் ஒட்டிக்கிட்டு இருந்தேன் – ஆனா, அவளைக் கல்யாணம் பண்ணிக்கிட்ட அப்புறமா தான் கையில நாலு காசு ஆரம்பிச்சிச்சு. அதுல தான் லாரி வாங்கினேன். அதுவும் நல்லா சம்பாரிச்சு கொடுத்துச்சு. பின்னால இன்னொரு லாரி வாங்கினேன் – அவள ஒரு குறையும் இல்லாம, ரொம்ப சந்தோஷமாதான் வச்சிக்கிட்டு இருந்தேன் சார். அவ என்ன செலவு பண்ணினா; என்ன நகை வாங்குறா – அதெல்லாம் நான் ஒன்னும் கேட்டுக்கறது இல்ல. லட்சுமியும் அனாவசியமா ஒரு காசு செலவு பண்ண மாட்டா சார். நான் தான் சார் அவள் உயிர். அப்படி இருந்த என் பொண்டாட்டி மனச கலச்சி, உங்க பிரண்ட் அபகரிச்சிக்கிட்டு போயிட்டார் சார்!" கண்களில் நீர் திரண்டு வழிய ஆரம்பித்தது.

லாரியை, வேகமாக ஓட்டிக்கொண்டு போற ராகவலு இல்ல அது; இது வேற ராகவலு. மனைவியை இழந்துட்டு துடிக்கிற ராகவலு.

"அழாதீங்க ராகவலு. மனச கொஞ்சம் சமாதானம் படுத்திக் கொள்ளுங்க. மேல என்ன பண்ணலாம் என்று யோசிப்போம்" என்றேன் நான்.

காபித் தம்ளரை கீழே வைத்துவிட்டு, முகத்தைத் துடைத்துக்கொண்டார். அப்புறம் என் பக்கமாகத் திரும்பி, "யோசிக்கறதுக்கு என்ன சார் இருக்கு. உங்க பிரண்டுக்கு திருவனந்தபுரந்தான் ஊராம். அங்க தான் அழச்சிக்கிட்டு போய் இருக்கணும் –" என்றார்.

" – உங்க பையன் ராகவலு சார்."

"அவன விட்டுட்டு போயிட்டா சார். அவன ஒரு சிநேகிதன் வீட்டுல விட்டு இருக்கேன். அவன் அம்மா இல்லாம ரொம்ப தவிச்சிட்டான் சார். ஊருக்குப் போயிருக்கறா; நாலு நாள்ள வந்துடுவான்னு சொல்லி வச்சிருக்கேன் சார்."

ரமேஷ் நினைவு எனக்கு வந்தது. அவனும் என்னமாதிரி கணக்கில மக்கு. எத்தனை தடவை சொல்லிக் கொடுத்தாலும் ஏறாது. ஆனால் பத்மநாபன் பொறுமை இழக்காமல் சொல்லிக் கொடுத்துக்கொண்டே இருப்பார். அதுதான் எனக்கு ஆச்சரிய மாக இருக்கும். ஒருமுறை பத்மநாபனை நான் கேட்டேன். அவனுக்குத்தான் கணக்கு வர்லியே. எதுக்கு சும்மா திணிச்சிக் கிட்டே இருக்கிறீங்கன்னு.

பத்மநாபன் சிரித்தார்.

"வர்லேன்னா விட்டுட முடியுமா. இன்னி வராம இருக்கறது நாளைக்கு வரும்; இல்லாட்டா அடுத்த நாள் வரும் –"

“ஆனா, பையன் என்ன மாதிரிதான் –”

“ஒன்னைச் சேர்க்காத.”

“எதுக்கு –”.

பத்மநாபன் பதிலொன்றும் சொல்லவில்லை. பையனுக்குக் கணக்குச் சொல்லிக் கொடுக்க ஆரம்பித்துவிட்டார். என்னப் பத்தி – இன்னொரு அபிப்பிராயம் அவருக்கு இருக்குது என்பது மட்டும் எனக்கு தெரிந்தது. ஆனால் அது என்ன. நானா கேட்கறது சரி இல்ல என்பது மாதிரி இருந்தது,

இன்னக்கி இல்லாவிட்டாலும் – நாளைக்குச் சொல்லுவார் என்று நெனச்சிக்கிட்டு இருந்தேன். ஆனால் ஆள் இல்ல. என்னிடம் போகும்போது ஒரு மாசத்தில் வருவதாக சொன்னார். ஆனால் இப்ப நடந்து இருக்கறதையெல்லாம் பார்க்கறபோது வரவே மாட்டார் போலத் தோன்றியது. பத்மநாபன் நண்பர்களுக்கிடையில் அப்படி நடந்துகொண்டு இருக்க வேண்டாம் போலத் தோன்றியது.

“நேத்திக்கு அப்புறம் இப்பத்தான் காபி சாப்பிடுறேன்” ராகவலு பாத்திரத்தைக் கீழே வைத்தார். “அப்ப இன்னம் கொஞ்சம் சாப்பிடுங்க.”

“இல்ல, இதுவே போதும் சார்” ராகவலு முகத்தைத் துடைத்துக் கொண்டார். ராஜலட்சுமிக்கு எப்படி ராகவலுவை விட்டுவிட்டுப் போகத் துணிந்தது என்று எனக்குத் தெரியவில்லை.

பத்மநாபனை ரயில் ஏற்ற நான் போகவில்லை. அதற்கு ஒரு காரணமும் இல்லை. போக வேண்டும் என்று நினைத்துக்கொண்டு இருந்தேன். வீட்டிற்கு வந்ததும், என் ஹௌசிங் போர்டு வீட்டுல இருந்து – வாடகை பாக்கிதர ஆள் வந்திருந்தது. அவர்களோடு பேசிக்கொண்டே இருந்தேன். பேச்சில் பத்மநாபனை வண்டி ஏற்ற போகவேண்டும் என்பது மறந்துவிட்டது. அப்புறம், எட்டு மணிக்குத்தான் நினைவு வந்தது. ரயில் ரொம்ப தூரம் போய் இருக்கும் என்று நினைத்துக்கொண்டேன்.

ஒருவேளை ரயிலடிக்கு நான் போய் இருந்தால் உண்மை தெரிந்திருக்கும். ராகவலு சொல்லுறது நிஜம் மாதிரியும் இப்ப எனக்குத் தெரிய ஆரம்பித்தது. ஏனெனில் ரயிலடிக்குப் பத்மநாபன் என்ன கூப்பிடுல. கூட இருந்து எல்லாவற்றையும் கட்டி முடித்ததும் “சரி, நாளைக்குப் போறேன். அப்புறம் உனக்கு லட்டர் போடுறேன்” என்றார். அதில் உள்ள அர்த்தம் அப்பொழுது எனக்குத் தெரியவில்லை. கூட ராஜலட்சுமியை அழைத்துக் கொண்டு போவதால் தான் என்னை விட்டுவிட்டுப் போனாரா?

“நான் நாளைக்கு டிக்கெட் புக் பண்ணிடுறேன். ராத்திரி வண்டிக்குப் போகலாம் சார்” ராகவலு ஏதோ ஒரு. முடிவுக்கு வந்து இருப்பதுபோல இருந்தது. கமலா ஒரு முறை வெளியே வந்து தலையைக் காட்டிவிட்டுப் போனாள்.

“வாங்க சார். பார்க்குக்குப் போகலாம் —” என்று உள்ளே போய் ஒரு சட்டையை எடுத்து மாட்டிக்கொண்டு வந்தேன்.

“அது சரிதான்” ராகவலு எழுந்து என்னோடு வந்தார்.

“கீழ் வீட்டுக்காரவங்கதான் சார் எனக்கு எல்லாத்தையும் சொன்னார். முதல்ல, என்னால நம்பவே முடியல. என் லட்சுமியும் அப்படி செய்யற ஆளு இல்ல சார். அதோடு லட்சுமிக்கு அப்படி நல்ல மனசு சார். கவடு இல்லாம நல்லா பழகுவா — அத உங்க பிரண்ட் கெடுத்துட்டார் சார்” ராகவலு என்கூடவே பேசிக்கொண்டே வந்தார். நான் கேட்டுக்கொண்டே நடந்தேன்.

பத்மநாபன் என்னிடம் அது பற்றிப் பேசியதே இல்லை. நாகரிகம் இல்லை என்றோ — பேசவேண்டிய விஷயமே இல்லை — அதில் எப்படி அவர் அபிப்பிராயம் கொண்டு இருந்தாரோ எனக்குத் தெரியல. ஆனால் ஒரு வார்த்தைகூட பேசுல. அது தான் விஷயம். நானும் ரெண்டுபேருக்கும் இடையில அப்படி ஒரு சிநேகிதம் இருக்குமென்று யூகிக்கக்கூடவில்லை. எனக்கு அந்தச் சக்தி எல்லாம் ரொம்பக் குறைவு.

ராமு அதை அனுமானித்துக்கொண்டுதான் வர்லீயா. இருக்கலாம்; அவருக்கு அது மாதிரி விஷயத்துல மாட்டிக் கொள்ளக்கூடாது என்பதுல கவனம் அதிகம்.

இரண்டு பேரும் பார்க்கில் போய் உட்கார்ந்தோம். ராகவலு கொஞ்ச நேரம் ஒன்றும் பேசாமல் செடிகளையும் கொடிகளையும், மலர்களையும் பறவைகளையும் மாறி மாறி பார்த்துக்கொண்டு இருந்தார். நான் அவரின் அமைதியைக் குலைத்துவிடக் கூடாது என்பதில் கவனமாகவே இருந்தேன். திடீரென்று என் பக்கம் திரும்பி, “அடிச்சிக்கிட்டுப் போக என் பொண்டாட்டிதானா கிடச்சா — உன் பிரண்ட்டுக்கு?” என்றார். அவர் சண்டைக்குத் தயாராகுவது போல இருந்தது. எனக்கு அதில் ஒன்றும் தெரியாது என்பது அவருக்குத் தெரியல. நானும் அதில் சம்பந்தப்பட்டு இருப்பதுபோல நினச்சிக் கொள்ளுறார். எனக்கு அதில் சம்பந்தமே இல்ல. அவர் மனைவி போயிட்டதே, அவர் சொல்லித்தான் எனக்குத் தெரியும். அதுல என் உதவியைத் தேடிக்கொண்டு ராகவலு வந்திருக்கார்.

“அயோக்கியன். என் புள்ளைக்குக் கணக்குச் சொல்லித் தர்றதா சொல்லிக்கிட்டே — பொண்டாட்டியைக் கொண்டு கிட்டு போயிட்டான் —” ஓங்கி பெஞ்சியில் குத்தினார்.

ராகவலுக்கு வெறி ஏறிக்கொண்டு வருவதுபோல இருந்தது.

நான் திரும்பி அவர் பக்கமாக உட்கார்ந்துகொண்டு, "ராகவலு சார். இப்ப நான் என்ன பண்ணணும். சொல்லுங்க —" என்றேன்.

"முதல்ல, நம்ப ரெண்டு பேரும் திருவனந்தபுரம் போறோம்."

"போயி."

"நீங்க என்கூட வந்து, உங்க பிரண்ட் வீட காட்டுங்க சார். என்ன கண்டதும் லட்சுமி கதறிக்கிட்டு ஓடியாந்துடுவா — "

நான் ராகவலுவையே பார்த்துக்கிட்டு இருந்தேன்.

"நிஜமாதான் சார் சொல்லுறேன். என் லட்சுமியைப் பத்தி உங்களுக்கு ஒன்றும் தெரியாது?"

நான் தலையசைத்தேன்.

"லட்சுமிக்கு என் மேல் உயிர்; அவ எப்படி சார் என்ன விட்டுட்டு இருப்பா; நான் இல்லாம அவ செத்துடுவா சார். அதுனால, நாளைக்கே நம்ப புறப்படலாம் சார். டிக்கெட்டுக் கெல்லாம் நான் பொறுப்பு; நம்பகிட்ட ஆளு இருக்கு — "

நான் பேசாமல் இருப்பது அவருக்குப் பிடிக்கவில்லை போலும்.

"நீங்க என்ன சொல்லுறீங்க —"

"வந்து —"

"சொல்லுங்க."

"நான் வந்து அதுல என்ன பண்ணப் போறேன்னு தான்."

"நீங்க வந்து என்ன பண்ணப் போறீங்க. சும்மா என்கூட நில்லுங்க சார் — அது போதும் — "

"லீவு கிடைக்காதுன்னு நெனக்கிறேன் சார்."

"என்ன லீவு கிடைக்காது. நீங்க என்ன சொல்லுறீங்க."

நான் ராகவலுவையே பார்த்துக்கொண்டு இருந்தேன்.

"சரி. முடிவா சொல்லணும். நீங்க வரப் போறீங்களா இல்லையா?"

"..."

"சொல்லுங்க."

"ரெண்டு மாசத்துக்கு லீவு கிடைக்க கஷ்டமா இருக்கும்."

"அப்படியா?" ராகவலு என்னைப் பார்த்தார்.

"நானே பார்த்துக்கறேன். அட்ரஸ் கொடுங்க."

"அவ்வளவு தூரம் நீங்க தனியாவா போகப் போறீங்க –"

"அதெல்லாம் உங்களுக்கு எதுக்கு. அட்ரஸ் கொடுங்க. மத்ததையெல்லாம் நான் பார்த்துக்கறேன்" ராகவலு எழுந்து லுங்கியில் ஒட்டி இருந்த புல்லையெல்லாம் தட்டிக்கொண்டார்.

"என்ன புறப்பட்டுட்டீங்க. உட்காருங்க ராகவலு சார்."

"நீங்க வர்லேன்னுட்டீங்க. நான் மத்த வேல எல்லாம் பார்க்க வேணாம்."

"எனக்கு வரக்கூடாதுன்னு இல்ல. லீவு தர மாட்டாங்க. அதான் –"

"நீங்க அட்ரஸ் கொடுங்க. அது போதும் –"

"அங்கதான் போயிருப்பாங்கன்னு நிச்சயமா நம்புறீங்களா."

"திருவனந்தபுரம் மெயில்ல வண்டி ஏறினத நம்ப கிளீனர் பார்த்து இருக்கான் சார்."

"அப்படிங்களா?" நானும் எழுந்தேன்.

"பேனா இல்லீங்களா. சார். இந்தாங்க பேனா; பேப்பர். தெளிவா எழுதிக் கொடுங்க. ராத்திரி வண்டிக்கே போயிடுறேன் –" என்று பேனாவையும் பேப்பரையும் நீட்டினார். என்னிடம் பத்மநாபன் அட்ரஸ் இல்லை. நான் கேட்கவில்லை. அவரும் கொடுக்கவில்லை. அதைச் சொன்னால், ராகவலு நம்பமாட்டார் போல இருந்தது.

"வாங்க ராகவலு. அட்ரஸ் வீட்டுல இருக்குது. பார்த்து எழுதித் தர்றேன்."

"என்ன உங்க பிரண்ட் அட்ரஸ் உங்களுக்குத் தெரியாதா?"

"நோட்டுல இருக்குது."

" என்ன நோட்டுல இருக்குது" ராகவலு திடீரென்று எனக்கு முன்னே திரும்பி நின்றுகொண்டார். அவரைப் பார்க்கவே பயமாக இருந்தது.

"ராகவலு –"

"பேசாதே. பல்ல உடச்சிடுவேன்."

நான் ராகவலுவைப் பார்த்துக்கொண்டு இருந்தேன்.

"என்னடா மொறக்கற" என் சட்டையைப் பிடித்துக் கீழே தள்ளினார். எனக்குச் சண்டை போடத் தைரியம் இல்லை. அதனால தள்ளிய வேகத்தில் கீழே விழுந்து மெல்ல எழுந்தேன். நான் திருப்பி அடிக்க வர்ல என்கறது ராகவலுக்குக் கொஞ்சம்

தைரியம் அளித்தது போலும். ஆனால் மறுபடியும் என்ன அடிக்க வர்ல.

"இரு. உன்ன வந்து பாத்துக்கறேன்" என்று வேகமாகப் போனார். அவரைப் பார்க்க எனக்கு பாவமாக இருந்தது. ஆனால் நான் என்ன செய்யறது; என்ன செய்ய முடியும். என் கையில் ஒன்னுமில்லை; எனக்குத் துளிகூட சம்பந்தம் இல்லை. அதை யாரும் நம்ப மாட்டாங்க. அது தான் அதுல பெரிய விஷயம். அதற்கு நான் என்ன பண்ண முடியும்? ஆனால் மனசுக்கு ரொம்ப வருத்தமா இருந்துச்சு. ராகவலு ஒரேடியா உடஞ்சி போயிட்டார். எல்லாம் தலை கீழே போறது மாதிரி இருக்கும். ஆனாலும் ராஜலட்சுமி மேல இருக்கிற பிரியமும் நேசமும் குறையல; அவள் மேல அவருக்கு வருத்தமோ – கோபமோ இல்ல. ராகவலு கோபமெல்லாம் பத்மநாபன் மேல தான்.

ராஜலட்சுமி வந்தால், அழைத்துக்கொண்டு வந்து – எல்லாவற்றையும் மறந்து பழையபடி வாழ்க்கையைத் துவக்கி விடுவார். அதுல சந்தேகமே இல்லை. அதுல, அசாத்தியமான தைரியம்; துணிச்சல் எல்லாம் ராகவலுக்கு இருக்குது. அத பெரிய விஷயமாகத்தான் சொல்லவேணும். இப்ப ராகவலுடன் பத்மநாபனை ஒப்பிட்டுப் பார்க்கையில், பத்மநாபன் அற்பமாகப் பட்டார். அவர் படிப்பு; சிறப்பு; உத்தியோகமெல்லாம் ராகவலு லாரியிலிருந்து வெளிப்படுற புகை மாதிரி இருந்தது. ஒரு மனுஷன், அவன் யாராக இருந்தாலும்கூட! சரிதான், சிநேகிதர்களுக்கிடையில் இவ்வளவு கவடாக இருக்கக் கூடாது என்று தோன்றியது.

ராஜலட்சுமி சிரிப்பும் பேச்சும் நடையும் உபசரணையும் மனசுல வந்து மோதி பின்னால் போனது. அவளைவிட வயசிலயும் – அனுபவத்திலும் குறைந்த ரோஸ்மேரி ரொம்ப ஒசந்தவ மாதிரி இருந்தா. ரோஸ்மேரி ஒரு தினுசு. அவளை ராஜலட்சுமியுடன் எந்த வகையிலும் ஒப்பிட்டுப் பார்க்க முடியாது என்று பட்டது.

ரோஸ்மேரி கல்யாணம் ஆகற வரையில் தினம் தினம் அநேகமாக என்னிடம் படுத்துக்கொண்டாள். அதுல அவளுக்கு ரொம்ப இஷ்டம். ஆசை – அதுல எனக்குக்கூட பெருமையாகவும் சந்தோஷமாகவும் இருந்தது. அதுக்காகவே, சாயந்தரம் ஆபீஸ் விட்டதும், அந்தோனி சாருக்குத் துணையா போறது மாதிரி அவர் வீட்டுக்குப் போவேன்.

வாசல்ல என்னப் பார்த்ததும், "என்ன உனக்கு வீடு வாசல் இல்லீயா. தினம் தினம் இங்கேயே வந்துடுறீயே –" என்பாள் ரோஸ்மேரி.

அதற்கு நான் பதிலொன்றும் சொல்வதில்லை. பேசாமல் தலைகுனிந்துகொண்டே இருப்பேன். ஆனால் அந்தோனி சாருக்குப் பொறுக்க முடியாது. மகள் பக்கம் திரும்பி கொஞ்சம் கடுமையான குரலில், "உனக்கு அறிவு இருக்கா. என்ன பேசறதுன்னு தெரியவேணாம்" என்பார். அப்புறம் என் கையைப் பிடித்துக்கொண்டு, "அந்தப் பேச்சை மறந்துடு" என சொல்லுவார்.

ரோஸ்மேரி என்ன சொன்னாலும் நான் மனசில வச்சிக்கறது இல்ல என்கறது எனக்கு மட்டுந்தான் தெரியும். உள்ளே போய் – ரோஸ்மேரியைக் கட்டிப் பிடித்து முத்தம் கொடுத்து விட்டு வெளியே வந்து, அந்தோனி சார்கூட உட்கார்ந்து கொள்ளுவேன்.

ரோஸ்மேரிக்குக் கல்யாணம் ஆன பிறகு, ஒருநாள் அந்தோனி சார் வீட்டுக்கு வந்திருந்தாள். நானும் போயிருந்தேன். அவளைப் பார்க்க முன்னவிட இப்ப ரொம்ப அழகா இருக்கறது மாதிரி இருந்தது. மனசுல பழைய நினைப்பெல்லாம் வந்தது. மேரின்னு கட்டியணைத்தேன். அவள் கையை உதறிக்கொண்டு பின்னால் நகர்ந்தாள். "என்ன மேரி."

"அதயெல்லாம் விட்டுடு."

"அப்படியா?" சிரித்துக்கொண்டே முன்னால் போனேன்.

"உம், வேணாம்."

"என்ன வேணாம்."

"எனக்கு கல்யாணம் ஆயிடுச்சு."

"ஐயோ, எனக்குத் தெரியாதே."

"பரிகாசமெல்லாம் வேணாம்."

"சரி."

நான் மெது மெதுவா முன்னால் போனேன். ரோஸ்மேரி அப்பிடியே நின்றுகொண்டிருந்தாள். ரொம்ப கிட்டப் போனதும் "இடியட்! போடா"ன்னு கன்னத்தில பளீரென்று அறைந்தாள். நல்ல அடி. என்ன விரும்பல விளையாட்டுக்குப் பேசுல எங்கறத அப்பத்தான் புரிஞ்சிக்கிட்டேன் – கல்யாணம் அவளை என்னை உதற வைத்துவிட்டது. பேசாம திரும்பி வந்தேன்.

ஒவ்வொருவருக்கும் ஒரு ஞாயம் இருக்கு. காரண காரியத்தோட ஒத்துவர்னுங்கறது இல்ல; ஒரு நியாயம் இருக்கு. அதுபடிதான் வாழறாங்க.

திருவேங்கடத்திடம் ஒரு நாள் அதைப்பற்றி பேசணுமென்று நினைத்துக்கொள்ளறது. ஆனால் பேசறது இல்ல. அவர் அதுக்கு ஒரு கதை சொல்லுவார். கதை கேட்கலாம். நல்லாதான் இருக்கும். இருந்தாலும், சொல்ல மனசு வர்ல; கூச்சம் தான் காரணம். கூச்சத்தை அவர் மாதிரி விட்டுட முடியுமா? எனக்குத் தெரியல.

பத்மநாபன் என் தோள் மீது கைபோட்டு, "எப்படி இருக்க?" என்றார்.

நான் அவரைப் பார்த்தேன். ஆளு ஒரேடியாக மாறி இருந்தார். முன் மயிரெல்லாம் உதிர்ந்து வழுக்கை உள்ளே போய்க்கொண்டு இருந்தது. வயிறு உப்பி – ஒரு பீப்பாய் போல காட்சி அளித்தது.

"உங்கள பார்க்கணும் போல தோனுச்சு. அதான் திடீரென்று வந்துட்டோம்."

"ரொம்ப சந்தோஷம்."

கடிகாரம் மணி அடித்தது. ராமு அதை நிமிர்ந்து பார்த்தார்.

"இருங்க. சாப்பிட்டுப் போகலாம்" என்றாள் ராஜலட்சுமி.

"இல்ல, இல்ல, ரொம்ப வேலை இருக்கு" என்று ராமு எழுந்தார். கூடவே நானும் புறப்பட்டேன்.

"இரண்டு நாளைக்கு இன்னம் இருப்பீங்க இல்ல –"

நான் தலையசைத்தேன்.

"அப்ப, நாளைக்கு மத்தியானம் இங்க தான் சாப்பாடு. அதுனால வேற ஒன்னும் வேல வச்சிக்காதீங்க –" ராஜலட்சுமி.

"ஆமாம். நம்ப ஊருக்கு வந்துட்டு நம்ப வீட்டுல சாப்பிடாமயா –" என்றார் பத்மநாபன்.

ராமு பர்ஸை எடுத்து ஒரு இருபது ரூபாய் நோட்டை உருவி முரளி கையில் கொடுத்தார். அவன், 'வாங்க மாட்டேன்' என்பதுபோல தலையசைத்தான்.

"வாங்கிக்க –" என்று நான் பையனைப் பார்த்து சொன்னேன்.

"அதெல்லாம் எதுக்கு?" என்றாள் லட்சுமி.

"பரவா இல்ல. இருக்கட்டும்" பையன் கையில் நோட்டைத் திணித்துவிட்டு அவளிடம் சொல்லிக்கொண்டோம்.

பத்மநாபன் ராஜலட்சுமி பக்கம் திரும்பி, "கொஞ்சம் வெளிய போயிட்டுவர்றேன்" என்றுகூட வந்தார்.

மூவரும் ஒருவர் பின்னே ஒருவராக படியிறங்கி வெளியே வந்தோம்.

13

ஊர் நன்றாக இருட்டிவிட்டது. எட்ட எட்ட மின் விளக்குகள். இருந்தாலும் இருளைப் போக்க அவை போதுமானதாக இல்லை. ஒருவர் முகத்தை இன்னொருவர் கஷ்டப்பட்டுத்தான் பார்க்க வேண்டி இருந்தது. நானும் பத்மநாபனும் ஒன்றாக நடந்தோம். பின்னால் ராமு. எப்பொழுதும், மூன்று பேராக நடக்கையில் எல்லாம் அவர் பின்தங்கி விடுவார். வேண்டுமென்றுதான் பின்னால் வருகிறாரா – இல்லை, மற்றவர்கள் அவரை விட்டு விட்டு முன்னே போய்விடுகிறார்களா. அதை என்னால் இத்தனை ஆண்டுகளாகியும் தீர்மானிக்க முடியவில்லை. இருந்தாலும், ஒரு விஷயம் தெரியுது. ராமு முன்னுக்கு வர மனுஷன் இல்ல. தான் பின்னால போற ஆளுதான். ஆபீஸ் காரியத்தை வைத்துக்கொண்டு பார்க்கையில் தான் தெரியுது.

ராமுவுக்குப் பின்னால் உள்ளே நுழைந்தவன் எல்லாம் – தேர்வு எழுதி இரண்டு பிரமோஷன் வாங்கி மேலே வந்துவிட்டான். ஆனால் அவர் இருந்த இடத்துலதான் இருக்கார். ஆபீஸில இருந்த இடத்துலதான் ஒரு ஆள் இருக்கிறார்ன்னா அது பின்னால போன ஆளுன்னுதான் அர்த்தம்.

அவருக்கு அறிவு இல்லேன்னு இல்ல. அசாத்தியமான அறிவு. ஆபீஸ் விவகாரம் அத்தனையும் அத்துபடி. பூபதி, தாமோதரன் – எல்லாம் இவரிடந்தான் முக்கியமான ஃபைலைக் கொண்டு வந்து காட்டுகிறார்கள். மேலோட்டமாகப் பாத்துட்டு – என்னவோ சொல்லுகிறார். அதுதான்

ஃபைல் ஏறுது. அப்புறம் அதை யாரும் அசைக்கறது இல்ல. ஃபைல் எழுதுறதல அத்தனை சமத்தா இருக்கற ராமு – மத்த விஷயத்துல எதுக்கு பின்னால் இருக்கார். நானும் அதைப் பத்தி ரொம்ப தடவை யோசித்து இருக்கேன். ஒன்றும் தெரியல.

ஒருவேள பொம்மனாட்டிகிட்ட பயமா இருக்குமா? எதுக்குப் பயம். பயப்படும்படியா அப்படி என்ன இருக்கு. அதோடு ராமு அம்மா தங்கம். அந்தமாதிரி ஒரு அம்மாவை நான் பார்த்ததே இல்லை. நான் பார்த்தபோதே – அவுங்களுக்கு வயது ஆயிடுச்சு; காது கேட்கல. அப்பவம் அவுங்க நிதானமாக இருந்தாங்க. நல்லா சமச்சிப் போட்டாங்க; ஒருவாட்டிகூட கோவப்பட்டது இல்ல.

அப்புறம் ராமு அக்கா.

ரேவதி. ஒருவாரந்தான் பழகினேன். கிட்டத்தட்ட ராமு மாதிரிதான் உடல்வாகு; பேச்சு எல்லாம். ஆனால் பேச்சு ரொம்ப கனிவா – கேட்கும்படியாக இருக்கும். எனக்கு அக்காவோ – தங்கையோ இல்லையென்று அவுங்களப் பார்த்த பிறகு தான் தோணுச்சு.

என்னைக் குடும்பத்தோட டில்லிக்குக் கூப்பிட்டு இருந்தாங்க. வர்றேன்னு சொல்லி இருந்தேன். ஆனால் டில்லி போகாமலேயே போயிட்டாங்க. அவுங்களுக்கு ஏதாவது மனசுல குறை என்றால் அது ராமு கல்யாணம் பண்ணிக்காம இருக்கறது தான்.

பத்மநாபன் என் கையைப் பிடித்து நிறுத்தி, “கொஞ்சம் நில்லு” என்றவர் பின்னால் திரும்பி, ”ராமு எப்பவும் சுலோ தான்” என்று சிரித்தார்.

அது ராமலிங்கத்தை எள்ளி நகையாடுவதுபோல இருந்தது. என்னால் அதை சகிக்கமுடியவில்லை. பத்மநாபனை விட ராமு ஆயிரம் மடங்கு உயர்வானவர் போலத் தோன்றியது. அதோடு வாழ்க்கை என்கறது வேலயில மேலே மேல போய்ப் பணம் பண்ணுறது தான் இல்ல – என்று திருவேங்கடம் ஒருநாள் சொன்னது, நெஞ்சில அப்படியே இருந்தது. அதை அடிக்கடி நெனச்சிக்கொள்ளுவேன். எனக்காகத்தான் திருவேங்கடம் அதைச் சொன்னாரோ என்றுகூட நினைப்பு வரும். இருந்தாலும், திருவேங்கடம் அவ்வளவு புத்திசாலி இல்ல. எதோ – எங்கோ படித்ததை சொல்லுவார். அவர் ராமு மாதிரி இல்ல. நான்கூட, இப்ப இப்ப ரொம்பதான் யோசிக்கறது மாதிரி இருந்தது. இப்படியே போனா நான்கூட பெரிய ஒரு ஆளாகிவிடுவேன்.

“ராமுவுக்கு ஏதாவது பிரமோஷன் வந்துச்சா.”

“நீ என்ன பண்ணிக்கிட்டு இருக்கே பத்மநாபன்” வெட்டி முறித்தேன். இப்பொழுது தான் முதன் முறையாக அவரை பெயர் சொல்லி அழைக்கிறேன் என்பதும் நினைவில் இருந்தது. ஆனால் பத்மநாபன் அதைக் காட்டிக்கொண்டதாகத் தெரியவில்லை.

“நானா. எலக்ட்ரிக் சாமான்கள் கடை ஒன்னு வச்சி இருக்கேன்.”

“அப்படியா? நல்லா விக்குதா?”

“பரவா இல்ல, பொழைப்பு போகுது.”

“என்ன நின்னுட்டீங்க?” என்று கேட்டுக்கொண்டே ராமு வந்தார்.

“உங்களுக்காகத்தான்” என்றேன் நான்.

“அப்படியா?” என்று சிரித்தார். அப்புறம், “வெத்தலை வாங்கினேன்” என்றார்.

பதிலொன்றும் சொல்லாமல் நடக்க ஆரம்பித்தோம். கொஞ்ச தூரம் போனதும் நான், “பத்மநாபன்! கடைக்கு என்ன ஏதாவது பெயர் உண்டா ?” என்றேன்.

“பெயர் இல்லாம கடையா. ராஜலட்சுமி எலக்ட்ரிகல்ஸ்ன்னு பெயர் வச்சி இருக்கேன். நாளைக்கு கடைக்கு வந்துட்டுப் போங்க.”

“நல்ல பெயருதான் –”

“அதிர்ஸ்டப் பெயருன்னு சொல்லு. முன்னால ஒருத்தன் அங்க கடை வச்சிருந்தான். வியாபாரமே இல்ல. நான் பயந்துக்கிட்டே அந்தக் கடையை வாங்கி ‘ராஜலட்சுமி எலக்ட்ரிகல்ஸ்’ன்னு ஒரு பலகையைத் தொங்கவிட்டேன். வியாபாரம் நல்லா பிடுச்சுக்கிட்டது.”

ஒரு ஓட்டல். ராமு என்னவோ அன்னக்கிக்கூட இல்ல. நான் மட்டுந்தான். இட்லி தின்றுகொண்டிருந்தேன். முன்னால இரண்டு நாற்காலியும் சும்மா கிடந்தது. திடீரென்று ஒரு ஆள் வந்து ஒரு நாற்காலியில் உட்கார்ந்து, முகத்தை அழுக்கு கைக்குட்டையால் துடைத்துக்கொண்டான். அவனை எங்கோ பார்த்ததுபோல இருந்தது; பழக்கமான முகம். ஆனால் நினைவில் இல்லை. யோசித்துக்கொண்டே சாப்பிட்டுக்கொண்டு இருந்தேன்.

“என்ன சார், சௌக்கியமா” என்றான் அவன்.

நான் நிமிர்ந்து பார்த்து சிரித்தேன்.

“மறந்துட்டீங்களா சார். நான் தான் ராகவலு.”

“தெரியுது. தெரியுது. உங்கள மறக்க முடியுமா? எங்க உங்கள இந்தப் பக்கத்தில் பார்க்க முடியுல.”

“இப்ப நான் இங்க இல்ல. அண்ணா நகர்ல பங்களா கட்டிக்கிட்டுப் போயிட்டேன்.”

“அப்படியா?”

“லாரியை எல்லாம் வித்துட்டு, டூரிஸ்ட் டாக்ஸி வச்சு நடத்திக்கிட்டு இருக்கேன்.”

“நல்லா நடக்குதுல்ல –”

“நம்ப மாமனார் பிஸ்னஸ். அதுனால நல்லாவே இருக்குது.”

சர்வர் பில்லைக் கொண்டுவந்து வைத்தான். ராகவலு அவசரம் அவசரமாகப் பாய்ந்து எடுத்துக்கொண்டார்.

“இல்ல. அத இங்க கொடுங்க. அது என் பில் –”

“தெரியும் சார். இருக்கட்டும்” என்று என்னைக் கைய மர்த்திவிட்டு, காபி சாப்பிட்டு விட்டுக் கூடவே வந்தார்.

“நீங்க எங்க போவணும்.”

“வேற எங்க, வீட்டுக்குத்தான்.”

“அப்ப வண்டியில ஏறுங்க. கொண்டுபோய் விட்டுடுறேன்.”

“அதெல்லாம் எதுக்கு. நான் பஸ்ஸிலே போயிடுறேன்.”

“வண்டி சும்மா தான் போகுது. நீங்க ஏறுங்க” காரின் கதவை ராகவலு திறந்தார். என்னால் மறுக்க முடியல. ஏறி முன்னால் அமர்ந்தேன். கதவை நல்லா அழுத்தி சாத்திவிட்டு, வண்டியை எடுத்தார். நான் வெளியே வேடிக்கை பார்த்துக்கொண்டே இருந்தேன். கொஞ்ச தூரம் போனதும் “நமக்கு கலியாணம் ஆயிடுச்சு சார்” என்றார்.

“ரொம்ப சந்தோஷம். என்ன சொல்லாம கொள்ளாம.”

“திடுதிப்பென்னு நடந்துடுச்சு சார். இப்ப ஒரு வயசில ஒரு பொண்ணு.”

“அப்படிங்களா. என்ன பெயரு –”

“மரகதமணி.”

“நல்லாதான் இருக்கு.”

“மாமனார் வச்ச பேரு.”

கார் ஒரு லாரியை முந்தியது. ராகவலு என் பக்கம் திரும்பி, “உங்க பிரண்ட் எப்படி இருக்கான்” என்றார்.

"எந்த பிரண்ட் –"

நான் நிஜமாகவே தான் கேட்கிறேன் என்பதைப் புரிந்து கொண்ட ராகவலு, "அதான் திருவனந்தபுரத்தான் –" என்றார்.

"பத்மநாபனா? அவர்கிட்டே இருந்து லட்டரே இல்ல."

"நிஜமாவா?"

"சத்தியமா, ராகவலு."

"அதுக்கெல்லாம் சத்தியம் எதுக்கு. நீங்க சொன்னா சரிதான்."

"ரெண்டு லட்டர் போட்டேன். பதிலே வர்ல –"

"எதுக்குப் பதில் போடப் போறான்."

நான் பதிலொன்றும் சொல்லவில்லை. கார் வீட்டு வாசலில் நின்றது.

பத்மநாபன் என் தோள் மீது கை போட்டுக்கொண்டு "நாளைக்கு என்ன புரோக்கிராம்?" என்றார்.

"ஒன்னும் இல்ல. ஊருக்குப் புறப்படணும்."

"டிக்கெட் எல்லாம் ரிஸெர்வ் பண்ணிட்டீங்களா?"

"வந்ததுமே பண்ணியாச்சு."

"இல்லேன்னா பணிக்கர் இருக்கான். சொல்லி செய்துடலாம்."

"அதெல்லாம் ராமு பண்ணிட்டார்."

"அதுல எல்லாம் அவன் கெட்டிதான்" பத்மநாபன் சிரித்தார். அந்தச் சிரிப்பே வித்தியாசமாக இருந்தது. எனக்குப் பழக்கமானது இல்லை. அந்த ஆளே எனக்குப் பழக்கம் இல்லாதவனோ என நினைத்தேன். எதுக்கு அப்படித் தோணுதுன்னு ஒரு சமயம் யோசித்துப் பார்த்தேன். அப்புறம், நான் நெனைக்கில; அவனாதான் தன்னப் பத்தி நினைக்க வைக்கிறான் என்றுபட்டது.

"சிவா –"

ராமு குரல் மாதிரி இருந்தது. நான் நின்று திரும்பிப் பார்த்தேன். அவர் செருப்பை கையில் தூக்கிக்கொண்டு வந்தார்.

"என்ன ஆச்சு."

"அறுந்து போச்சு."

"புது செருப்பாச்சே."

"புது செருப்புன்னா அறக்கூடாதுன்னு இருக்கா."

“சரிதான்.”

ராமு கடையில் ஒரு பேப்பர் வாங்கி அதில் செருப்பைச் சுற்றி வைத்துக்கொண்டார். செருப்பு இல்லாமல் நடப்பது வேடிக்கையாக இருந்தது. அதோடு மெதுவாகவும் வந்தார். நானும் அவர் கூடவே நடந்தேன். சிறிது தூரம் சென்றதும் கடைத்தெரு வந்தது. பெரிய பெரிய கடைகள், விளக்குகள்; அலங்காரங்கள். புத்தகக் கடைகள்; மருந்துக் கடைகள் அப்புறம் ஒரு ஒயின் ஷாப். விதவிதமான பாட்டில்கள். அட்டைப் பெட்டிகள். எனக்குப் புட்டிகள் மீது எப் பொழுதும் ஈடுபாடு. வீட்டில் நிறையப் புட்டிகள் சேர்த்து வைத்திருக்கிறேன்.

புட்டிகள் கொண்டுபோகும்போதெல்லாம் கமலா சிரித்து, “பரவா இல்ல. ரொம்பப் பணம் சேர்க்கிறீங்க” என்பாள்.

நான் அதற்குப் பதிலொன்றும் சொல்வதில்லை; சிரித்துக் கொண்டே போய்விடுவேன். இப்ப அந்த நினைப்பு வந்துடுச்சு. புட்டிகளை வேடிக்கை பார்த்துக்கொண்டே நின்றேன்.

பத்மநாபன் என் தோள் மீது கை வைத்து, “என்ன சிவா நின்னுட்ட” என்றார்.

“சும்மா வேடிக்கை –”

“வேடிக்கை பார்க்கற விஷயமா அது?” என்று சப்தமாகச் சிரித்தார்.

நானும் ராமுவும் வந்து மூன்று நாள்களாகுது. ஆனால் ‘ஒரு நாளும் குடிக்கல. குடிக்கக் கூடாது என்று இல்ல. எங்களுக்குக் குடிக்கணும் என்று தோணவே இல்ல. அதுதான் காரணம். இப்ப, புட்டிகளையெல்லாம் பார்த்ததும் – பத்மநாபன்கூட இருக்கறதால கொஞ்சம் குடிக்கலாம் போலத் தோன்றியது. அதுல ராமு அபிப்பிராயம் என்ன? அவர் இசைவு இல்லாம நான் ஒன்றும் செய்யறது’ இல்ல.

நான் ராமு பக்கம் திரும்பினேன். அவர் தலையசைத்தார். அவருக்கு விருப்பமோ – இல்லையோ – என்னுடைய ஆவலைத் தெரிந்துகொண்டுவிட்டார். பிறர் உணர்ச்சியை ரொம்பவும் பெருந்தன்மையோடு அவர் மதிப்பார். அவருடைய விஷேச குணமே அதுதான். பிறர் சந்தோஷத்துக்காக – தான் கஷ்டப்படுற ஆள். அதுனால அவர் ரொம்ப கஷ்டப்பட்டுக்கிட்டுத்தான் இருக்கார்.

“பத்மநாபன், என்ன வாங்கலாம் –”

“இரு. நான் வாங்கறேன்” என்று முன்னே சென்றார். கை பையைத் துழாவியது. பணம் இல்லை போலும். முகத்தை

ஒரு மாதிரியாக வைத்துக்கொண்டு, “அடெட! உங்ககூட வர அவசரத்துல பணம் எடுத்தாராம வந்துட் டேன் –” என்று கையை விரித்தார்.

“அதுக்கென்ன.”

“நல்லா இருக்கு. வெளி ஊர்லே இருந்து வந்து இருக்கிறீங்க, நீங்க வாங்கலாமா?”

“அதெல்லாம் என்ன சம்பிரதாயம்.”

“இல்ல, நான்தான் வாங்கணும்.”

“அதானே – நான் பணம் தர்றேன். நீங்க வாங்குங்க –”

கொஞ்சம் தயங்குவது போல இருந்தது. அப்புறம், “சரி. ஆனா, காலயில பணம் கொண்டாந்து கொடுத்திடுவேன்” என்றார் பத்மநாபன்.

“சரி. வாங்கு” நூறு ரூபாய் நோட்டை எடுத்துக் கொடுத்தார் ராமு.

“சில்லற இல்ல.”

“பரவா இல்ல. மாத்து.”

பத்மநாபன் நோட்டை கையில் வாங்கிக்கொண்டு “என்ன வேணும் –” என்றார்.

“வாங்கு. நீ வாங்கறது தான்.”

“அப்படியா?” என்ற பத்மநாபன் என் பக்கம் திரும்பி, “நீ இங்கேயே இரு. மலையாளத்துல பேசினா ஒரு மாதிரியா தருவான்” என்று கூட காலடி எடுத்து வைத்த என்னை நிறுத்தி விட்டு உள்ளே நுழைந்தார்.

“சரி” என்று நான் திரும்பி ராமுவைப் பார்த்தேன். அவர் மூக்குக் கண்ணாடியைக் கையில் எடுத்து துடைத்துக் கொண்டிருந்தார். தனக்கு சம்பந்தமில்லாத சமயத்துல எல்லாம் அவர் அப்படித்தான். இவ்வளவு நாள், பழக்கத்துல – அவரைப் பற்றித் தெரிந்துகொண்டதில அதுவும் ஒன்று. ஆனால், ஒரு சமயத்துல கற்றுக்கொண்டதா நெனச்சிக்கிட்டு இருக்கறது இன்னொரு சமயத்துல சரி இல்லாம போயிடுது. அதுக்கு உதாரணமா பத்மநாபனைத் தான் சொல்ல வேணும். அவரைப்பற்றி வேற மாதிரி நெனச்சிக்கிட்டு இருந்தேன். அப்ப என் நெனப்புல இருந்த பத்மநாபன் வேற; இப்ப, என்ன வெளிய நிக்க வைச்சிட்டு உள்ள போய் பாட்டில் வாங்குற பத்மநாபன் வேற. அதுக்கெல்லாம் காரணம் என்ன? ஒரு விதத்துல பார்க்கையில் நான்தான் காரணமென்று படுது. விதவிதமாக ஒரு

ஆளப்பத்தி கற்பனை பண்ணிக்கறேன். ஏதோ கொஞ்ச நேரம் அது சரியா இருக்கறதுபோல இருக்குது. ஆனால் அப்புறம் அப்புறமா – என்னுடைய கற்பனைக்கு ஆள் அடங்காம இருக்கான்; வேற மாதிரி – கஷ்டப்படுத்துற மாதிரி இருக்கான். இன்னம யாரைப் பத்தியும் தீர்மானமாக ஒரு முடிவுக்கு வரக்கூடாது என்று முடிவு பண்ணிக்கிறேன்.

பார்வை கடைப்பக்கம் சென்றது. பத்மநாபன் பெரிய அட்டைப் பெட்டியைத் தூக்கிக்கொண்டு வெளியே வந்தார். அவருக்குக் கை கொடுக்க வேண்டும் போல இருந்தது. ஓரடி எடுத்து முன்னே வைத்தேன்.

"நாளைக்கு நாம் புறப்படுறோம் இல்ல" என்றார் ராமு.

"பின்ன."

"பத்மநாபன் கூட இரண்டு நாளைக்குத் தங்கப் போறியோன்னு கேட்டேன்."

"பாத்துட்டோமே, அதுவே போதும்."

"சரி."

பத்மநாபனைத் திரும்பிப் பார்த்தேன். அவர் சந்தோஷத்தோடு இருந்தார். எங்க இரண்டு பேரையும் ரொம்ப நாளைக்கப்புறம் – எதிர்பாராத விதத்துல பார்த்ததால விளஞ்ச சந்தோஷமென்னு நினைச்சேன்.

"வாங்கிட்டேன்" என்றார் பத்மநாபன் எங்கள் முன்னே வந்து.

"இங்க கொடுங்க" என்று கையை நீட்டினேன்.

"இருக்கட்டும். இருக்கட்டும்" என்று சாலைப் பக்கம் திரும்பினார். ஒரு ஆட்டோ வேகமாக வந்தது.

மூவரும் ஆட்டோவில் ஏறி உட்கார்ந்தோம். பத்மநாபன் அட்டைப் பெட்டியை மடி மேல் வைத்துக்கொண்டார்.

எனக்கு ஆட்டோவில டாக்ஸில போறதுன்னா கொஞ்சம் பயம். டிரைவர்கிட்ட எல்லாம் என்னால பேச சண்டைபோட முடியறது இல்ல. அதுதான் காரணம். ஒரு முறை கமலா ஊரில் இருந்து வந்தாள். கூட ஒரு சின்ன மூட்டை. நாலு தேங்காய் கொஞ்சம் உளுந்து. மூட்டையை ஒரு ஆட்டோ பிடித்து, தூக்கிப் போட்டேன். அதுக்காக மூனு ரூபா. மீட்டருக்கு மேல வீட்டிற்கு வந்தபோது, மீட்டர் ஒன்பது ரூபாய் காட்டியது. சாதாரணமாக ஐந்து ஆறு தான் வரும். நான் மீட்டரைக் குனிந்து மறுபடியும் பார்த்தேன்.

"என்ன? எவ்வளவு" என்றாள் கமலா.

"ஒன்பது ரூபா –"

"ஒன்பதா. போன மாசம் அஞ்சு தானே ஆச்சு."

ஆட்டோ டிரைவர், "மீட்டர் தானா தானே விழுது" என்றான். அவன் தொனி ரொம்ப அலட்சியப்படுத்தறது மாதிரி இருந்துச்சு.

"அது என்ன போன மாசம் அஞ்சி. இந்த மாசம் ஒன்பது –"

"அட என்ன வளவளன்னு பேசிக்கிட்டு! பணத்தை எடுங்க."

"அது எப்படி?"

"எப்படின்னா. ஆட்டோவில வர்ல; காசு எடு–"

"உன் மீட்டர் தப்பு."

"போ. போய் போலீசில ரிப்போர்ட் பண்ணு."

"பயமுறுத்திறீயா" என்றேன் நான்.

"பல்ல உடச்சிடுவேன். காசு எடுடா."

நான் திடீரென்று அவன் சட்டையைப் பிடித்துக் குலுக்கினேன்.

"என்னடா, என்ன சொன்ன. ஏறு போலீஸ்க்குப் போகலாம்."

கமலா பயந்து போய்விட்டாள். ஓடி வந்து, என் கையைப் பிடித்துக்கொண்டு, "என்னங்க தகராறு. விடுங்க" என்றாள்.

வேடிக்கை பார்க்க ஒரு சின்ன கூட்டம் கூடி விட்டது. ஆட்டோவில் ஏமாந்தவர்கள் எல்லாம், தங்கள் அனுபவத்தைச் சொல்ல ஆரம்பித்து விட்டார்கள். ஆட்டோ டிரைவருக்கு தன் நிலை புரிந்தது போலும். ஒதுங்கி நின்றுகொண்டான்.

"இந்தாப்பா – உன் காசு" என்று பத்து ரூபாய் நோட்டை எடுத்துக்கொடுத்தாள். அவன் அதை வாங்கிப் பையில் திணித்துக் கொண்டு வேகமாக வண்டியை எடுத்தான். வண்டி போற வரைக்கும் கூட்டம் அப்படியே நின்றுகொண்டிருந்தது. கூட்டத்தில் இருந்து எனக்குச் சாதகமாக வந்த குரல்கள் தான் அவனை விரட்டி இருக்கவேண்டும். இல்லாவிட்டால் என்னைப் புரட்டி எடுத்திருப்பான். நான் உள்ளே போய் உட்கார்ந்தேன்.

"அவன் தான் பொறுக்கி ஆச்சே. அவன் கிட்ட போய் என்ன சண்டை" என்றாள் கமலா.

"நீதானே சண்டையை ஆரம்பிச்ச."

அவன் ஆனது

"நானா."

"பின்ன."

"நான் என்ன சொன்னேன்."

"புடலங்காய்" எழுந்து எதிரே கிடந்த மூட்டையைத் தூக்கிக் கொண்டு போய் உள்ளே போட்டேன். கமலா என் கூடவே வந்து, "எதுக்கு அப்படிப் போடுறீங்க?" என்றாள்.

"பேசாதே. பேசினா இப்ப பல்ல உடச்சிடுவேன்."

கமலா ஒரு முறை என்னை ஏறிட்டுப் பார்த்தாள். பிறகு ஒன்றும் பேசாமல் வெளியே சென்றாள். அதுக்கு அப்புறங்கூட, இரண்டு மூணு முறை ஆட்டோ ஏறி இருக்கேன். ஆனால் ஒவ்வொரு முறையும் ஏதாவது தகராறு; சண்டை. அது என் ராசின்னு தான் சொல்ல வேண்டும். ஆனா ராமுவுக்கு அந்த மாதிரி எல்லாம் ஒன்றும் கிடையாது. தப்பு தண்டாவுக்கெல்லாம் போக மாட்டார். அதுல இருந்து ஒதுங்கிக்கொண்டு விடுவார். அது ஒரு குணம். ஆட்டோவுக்கு நாலு ரூபா ஆகி இருந்தா ஐந்தா கொடுத்துட்டுப் பேசாமல் வந்துவிடுவார். நான் மறிப்பேன்; எதுக்கு சார் என்பேன். ராமு ரொம்ப பெருந்தன்மை யோடு, "போகட்டும் போ –" என்பார்.

அவருக்கு விட்டுக் கொடுக்கறதில் ரொம்ப சந்தோஷம். அது ஒரு குணம். நல்ல குணம் என்பதா – இல்ல இயலாமை என்பதா? ஆனால் அவர் சிநேகிதம் எனக்குக் கிடைச்சது, ஒரு பெரிய விஷயம். அதுனால தான் எனக்குப் பல விஷயம் தெரிய ஆரம்பித்தது. இல்லாட்டா, நான் ரொம்ப சாதாரணமான ஒரு ஆளாத்தான் இருப்பேன்.

இப்ப மட்டும் என்ன? நான் சாதாரணமான ஆள்தான். எனக்கு மூஞ்சி எங்க இருக்கு?

ஆபீசில இல்ல; வீட்டுல இல்ல; தெருவில போற அப்ப இல்ல. ஆனா, ராமு கிட்டப் பேசிக்கிட்டு இருக்கற அப்ப மட்டுந் தான் இருக்கு. அவர் சொல்லுவார், "சிவா. நீங்க சொல்லுங்க... உங்க அபிப்பிராயம் என்ன சிவா..." எனக்கு மூஞ்சி இருக்கு. என் மூஞ்ச பார்க்க முடியுது.

ஆட்டோ வேகமாக குலுங்கிக் குலுங்கிக்கொண்டு சென்றது.

"மெதுவாகவே போகட்டும்" என்றார் பத்மநாபன். ஆனால் வேகம் குறையவில்லை. ஆட்டோ போய்க்கொண்டே இருந்தது.

14

ஆட்டோ ஓட்டலின் முன்னே போய் நின்றது. நான் முதலில் கீழே இறங்கி பத்மநாபன் பக்கம் கையை நீட்டி னேன். அட்டைப் பெட்டி கை மாறியது. ஆட்டோக்காரனுக்குப் பணம் கொடுத்துவிட்டு, "இங்க கொடு" என்றார்.

"இல்ல இருக்கட்டும்."

"நீங்க எல்லாம் என் கெஸ்ட். அதுனால நான் தான் எடுத்துக்கிட்டு வரணும்" என்று என்னிட மிருந்து பெட்டியை வாங்கிக்கொண்டு ராமு பின்னே நடந்தார். ராமு வழக்கத்தை விட, வேகமாக நடந்து போய் அறையைத் திறந்தார்.

பத்மநாபன் மெதுவாகப் பெட்டியை மேசை மேல் வைத்துவிட்டு, அறையை ஒருமுறை நோட்ட மிட்டார்.

"அடெட. அறையெல்லாம் ரொம்ப நல்லா தான் இருக்கு. இங்க தான் இருக்கேன்னு பேரு. ஒரு தடவைகூட வந்ததுல்ல" என்று நாற்காலியில் உட்கார்ந்தார் பத்மநாபன்.

நான் கட்டிலின் ஒரு ஓரத்தில் உட்கார்ந்து சுவரில் சாய்ந்துகொண்டேன். என்னால அப்படித் தான் உட்கார முடியும். அதுதான் சௌகரியம். ஆனா கமலாவுக்குப் பிடிக்காது.

"என்ன எப்பப் பாத்தாலும் சுவரில சாய்ஞ்சிக்கிட்டு. கிழவன் மாதிரி" என்பாள்.

"கிழவன் மாதிரி என்ன. ஒரு பெண்ண கட்டிக்கிட்ட, ஆம்பள, அப்பவே கிழவன் ஆயிடுறான்."

"அப்படியா?"

“ஆமாம்.”

“ஒரு பத்திரிகைக்கு எழுதிப் போடுங்க.”

“எதுக்கு –?”

“வரும்.”

“செய்துடலாம்.”

கமலாவுக்கு நிமிர்ந்து உட்காரணும்; நிமிர்ந்து நடக்கணும். அது ரெண்டும் எனக்குச் சாத்தியமில்ல. எனக்குச் சாத்திய மில்ல என்பது அவளுக்குத் தெரியறது இல்ல. அதுதான் கம்லா கிட்ட கஷ்டம். தனக்குப் பிடித்தமானதையெல்லாம் சொல்லிக் கிட்டே இருப்பாள். முதல்ல எல்லாம் அதையெல்லாம் கேட்கறதே கஷ்டமாக இருந்தது. இப்ப பழக்கமாயிடுச்சு. அதுனால, கஷ்டம் என்கறது மாறிடுச்சு.

“பீர்ல இருந்தே தொடங்குவோம். அதுதான் பழக்கம்” என்றார் பத்மநாபன் ராமு பக்கம் திரும்பி.

ராமு எழுந்து மேல் சட்டையைக் கழட்டி ஆணியில் மாட்டிவிட்டு வந்து பத்மநாபன் பக்கத்தில் உட்கார்ந்து சரி என்பது போலத் தலையசைத்தார்.

பத்மநாபன் பீர் பாட்டிலைக் கையில் எடுத்துக்கொண்டு, “அடிக்கடி குடிக்கறது உண்டா?” என்றார்.

“இல்ல” நான்.

“சென்னையில் குடிக்கறது கொஞ்சம் கஷ்டந்தான்”

“அப்படில்ல. வேணுமென்னா கிடைக்கும். நாங்க தேடிக் கிட்டு போறது இல்ல. அவ்வளவு தான்.”

பத்மநாபன் பீர்பாட்டிலைக் கீழே வைத்தார். அப்புறம் ஒவ்வொரு பாட்டிலாக, ஐந்து பாட்டிலையும் வரிசையாக அடுக்கினார். பார்க்கவே எனக்கு ரொம்ப சந்தோஷமாக இருந்தது. ஒவ்வொரு பாட்டிலையும் அதன் வடிவத்தையும் பார்த்துக்கொண்டே இருந்தேன். திடீரென்று திருவேங்கடம் நினைவு வந்தது. குடிக்கணும் என்றால் அவர் கூடத்தான் சேர்ந்து கொண்டு குடிக்கணும். சந்தோஷமான ஆசாமி. மற்றதுக்கெல்லாம் காசை எடுக்க மாட்டார். ஆனால் குடி என்றால் மட்டும் எல்லோருக்கும் செலவு பண்ணுவார். காசு செலவு பண்ணறதால அவரோடு சேர்ந்துகொண்டு குடிக்கணும் என்று சொல்லுல. குடிச்ச அப்புறம் கூட சந்தோஷமா பேசிக்கிட்டு இருப்பார். நிறைய கத சொல்லுவார். அப்ப தத்துவக் கதை; நீதிக் கதையெல்லாம் வராது. வேறமாதிரி கத; ராஜாராணி கத; ராஜாவை விட்டுட்டுக் காவலாளிகூட சிநேகிதமா இருந்த மகாராணி கத; இப்படி

விதவிதமான கதையா சொல்லுவார். குடியோட கத ஒண்ணா சேர்ந்து போகும். மற்றவர்களுக்கெல்லாம் பிடிக்காது.

“திருவேங்கடம், ஒரு பாட்டு பாடு” என்பார்கள். அவர் குரல் சகிக்காது. ஆனால் பாடுவார். கதையைவிட – பாடுறது தேவலாம் போலபடும். அவரும் ராகம் இழுத்துப் பாடுவார். அப்ப எனக்கு திருவேங்கடத்தைப் பார்க்க பாவமாக இருக்கும். குடியில் ஒரு மனுஷன் அறிவு இழந்துடுறான் என்பதை அப்ப தான் உணர்வேன். நான் குடிச்சிருக்கேன்; ராமு குடிச்சி இருக்கார். ஆனால் நிதானத்தை விடுல. குடிச்சா நிதானம் போயிடுமா – நிதானம் போகத்தான் குடிக்கறதா –

“குடிக்கறது என்பது ஒரு அபூர்வமான விஷயம்” என்றார் பத்மநாபன்.

நான் தலையசைத்தேன். குடிப்பதில் எனக்கு அவ்வளவாக ஈடுபாடு இல்ல. எப்போதாவது கிடைத்தால் குடிப்பேன். ரோஸ்மேரி வீட்டுல அந்தோனி சார்கூட குடிச்சிருக்கேன். அங்கதான் நான் முதல்ல குடிக்க கத்துக்கிட்டேன். நான் குடிக்கறத விட – அந்தோனி சார் குடிக்கறத பாத்துக்கிட்டு இருக்கறது எனக்கு ரொம்ப சந்தோஷமா இருக்கும். அன்னைக்குத்தான் புதுசா குடிக்க ஆரம்பிச்சது போலக் குதூகலத்தோடும் பரபரப்போடும் குடிப்பார். நான் அவரையே பார்த்துக்கிட்டு, கன்னத்துல கை வச்சிக்கிட்டு உட்கார்ந்திருப்பேன்.

ஒரோர் சமயத்துல அப்பா நினைவு வரும். குடிச்சுட்டு வெறியேறி அம்மாவைக் கொன்ன கதையெல்லாம் நான் கேட்டு தான் இருக்கேன். ஆனா, பின்னால அப்பா குடிச்சு நான் பார்த்ததே இல்ல. அதுனால அவர் குடிக்கவே இல்லேன்னு இல்ல. எனக்குத் தெரியாம குடிச்சார். குடிச்சுட்டு யாருக்கும் தெரியாம படுத்துக் கிட்டார். குடியில அது ஒருவிதம்; அந்தோனி சார் ஒருவிதம். நான் ஒருவிதம்; ராமு ஒருவிதம். ஒவ்வொரு மனுஷனும் ஒவ்வொரு விதம். அதுல, பத்மநாபனை எந்த விதத்துல சேர்க்கறது: அவரைப் பார்த்துக்கிட்டே – யோசிச்சிக்கிட்டிருந்தேன்.

வாசல் கதவு தட்டப்பட்டது. நான் எழுந்தேன்.

“இரு. நான் திறக்கறேன்” பத்மநாபன் என்னை கையமர்த்திவிட்டு எழுந்து, கதவைத் திறந்தார். சர்வர் தலை தெரிந்தது. பக்கோடாவையும் மிச்சரையும் கொடுத்தான்.

“சோடா.”

“கொண்டாறேன் சார்.”

“ஐஸ் கிடைக்குமில்ல.”

“பார்க்கறேன்.”

“பார்க்கறது என்ன. மேனேஜரைப் பார்த்து வாங்கிக்கிட்டு வா. உன்னால முடியாத காரியமா?”

சர்வர் சிரிப்பது காதில் விழுந்தது. பத்மநாபன் தமிழ் போலவே மலையாளம் பேசினார். கிட்டத்தட்ட இரண்டும் அவருக்கு ஒன்று போலத்தான் இருந்தது. சர்வர் போனதும், கதவைச் சாத்திவிட்டு வந்து பத்மநாபன் ராமு பக்கத்தில் உட்கார்ந்து, “சர்வரை சரி பண்ணிட்டா, ஓட்டல்ல ஆகாத காரியமே இல்லை” என்று பெரிதாகச் சிரித்தார். அவர் குரல் தனியாக அறை முழுவதும் ஒலித்தது.

ராமு என் பக்கம் திரும்பினார். அவர் பார்வை பத்மநாபன் எதற்கு இப்படிச் சிரிக்கிறான் என்று கேட்பதுபோல இருந்தது. நானும் அதையே கேட்டுக்கொண்டிருந்தேன். அநேகமாக ராமுவும் நானும் ஒன்னாதான் யோசிக்கிறோம். ஆனால் பத்மநாபன் எங்ககூட சேர்ல; திருவேங்கடமும் சேரமாட்டார். ஒருத்தரோடு ஒருத்தர் சேர்றது எங்கறது லேசுபட்ட விஷயம் இல்ல. ஒருத்தரோடு இன்னொருத்தரைப் பிணைக்க என்னென்னவோ கோடுயெல்லாம் இருக்கு. கண்ணுக்குத் தெரியாத கோடு. ஆனால் சேர்ந்து இருக்கறது மட்டுந்தான் தெரியுது.

“சார், சார்” வெளியே இருந்து சர்வர் குரல் கேட்டது. பாட்டில்களையே பார்த்துக்கொண்டிருந்த பத்மநாபன் ஒன்றும் சொல்லாமல், மெதுவாக எழுந்துபோய்க் கதவைத் திறந்தார்.

சர்வர் சோடாவையும், ஐஸையும் கொடுத்தான். பிறகு, “மீதி சில்லறை சார்” என்று நோட்டும் சில்லறையுமாக நீட்டினான்.

“வச்சிக்க. காலையில கணக்குச் சொல்லு.” சர்வர் சந்தோஷ முற்றது போல சிரித்து, “வேற என்ன வேணும் சார்?” என்றான்.

“வேணுங்கறபோது கூப்பிடுறேன்” என்று வந்து பத்மநாபன் உட்கார்ந்து என்னைப் பார்த்து, “தமிழ் நாட்டுல எதுக்கு மதுவிலக்கு இருக்கு?” என்று கேட்டார்.

“குடிக்கக் கூடாதுன்னு தான்.”

“அப்படியா?” தொடையில் அடித்துக்கொண்டு சிரித்தார். எனக்கு இந்தப் ஃபத்மநாபன் புதிதாக இருந்தது. நான்கைந்து ஆண்டுகள் எனக்குப் பழக்கமான பத்மநாபன் இல்ல. இப்ப இருக்கற ஆளு வேற. அதுக்கெல்லாம் என்ன காரணம். மனுஷன் அடிக்கடி மாறிக்கிட்டே இருக்கிறானா. இப்ப, அந்தக் கேள்வி பெரிசா தோணுது.

எங்க கூட பத்மநாபன் இருக்கும்போது ரொம்ப பேச மாட்டார். அது மாதிரிதான் கேட்கற விஷயத்திலும். காது கொடுக்க வேண்டிய இடத்தில் காது கொடுப்பார். வெட்ட வேண்டிய இடத்தில் வெட்டி சீவுவார். அப்ப எல்லாம் பத்மநாபன் பேச்ச கேட்கறதே எனக்கு சந்தோஷமாக இருக்கும். திருவேங்கடத்துடன் விவாதம் வரும்போதெல்லாம் – நான் பத்மநாபன் கட்சியில் சேர்ந்துடுவேன். அவர் அப்படி பேசுவார்.

எங்கே அந்த பத்மநாபன். என் பக்கத்துல வச்சிக்கிட்டே, தேடிக்கிட்டு இருக்கேன்! அர்த்தம் இல்லாம; யோசனை இல்லாம இந்த பத்மநாபன் பேசிக்கிட்டு இருக்கார். இப்ப அவரைப் பார்க்கப் பரிதாபமாக இருந்தது. ஆனால், அவரைப் பற்றிய வரையில் உற்சாகமாக இருந்தார். அன்னைக்கு இருந்த பரபரப்புதான்; குதூகலந்தான். அவரைப் பொறுத்தவரைக்கும் அது சரிதான். ஆனால் எனக்குத்தான் சகிக்கமுடியல. வெறுப்புத் தட்டிக்கொண்டு வந்தது. ஏதோ போகக்கூடாத இடத்துல வந்து மாட்டிக் கிட்டது மாதிரி தோணுச்சு.

பத்மநாபன் கிளாஸை வரிசையாக எடுத்து வைத்து பீர் பொங்கப்பொங்க ஒரே அளவாக ஊற்றினார். துளிக்கூட இல்லை; குறைச்சல் இல்லை. ஒரே அளவு. என்னால் எல்லாம் அப்படி அளவா ஊத்தமுடியாது. கூட குறச்சலா இருக்கற வித்தியாசம் சட்டென்று தெரியும்.

ஒரு கிளாஸை எடுத்து ராமுவிடம் நீட்டினார். ராமு அதை என்னிடம் தந்தார். மூவரும் பீரைக் கையில் ஏந்தியபடி ஒருவர் முகத்தை ஒருவர் பார்த்துக்கொண்டோம். இனங் கண்டு கொள்ள முடியாத துயரமும் சந்தோஷமும் பொங்கிப் பெருகியது.

“சியர்ஸ்.”

“சியர்ஸ்.”

மூன்று கிளாஸ்களும் மெல்ல உராய்ந்து விலகின. அப்புறம் நான் மெதுவாக பத்மநாபனைப் பார்த்துக்கொண்டே பருகினேன். என்னால் அவருக்கு இணையாகக் குடிக்க முடிய வில்லை. கிளாஸைக் கீழே வைத்துவிட்டு, பேசும் பத்மநாபனையே பார்த்துக்கொண்டிருந்தேன். இரண்டாவது முறையாக பீரை ஊற்ற வந்த பத்மநாபன் கிளாஸில் பாதிக்கு மேல் இருப்பதைப் பார்த்துவிட்டு, “இன்னம் அப்படித்தான் இருக்கிறீயா!” என்றார்.

அதற்கு என்ன பதில் சொல்வது என்று தெரியவில்லை. ராமுவைப் பார்த்துக்கொண்டே தலையசைத்தேன் .

மூன்றாவது சுற்று விஸ்கி போகும்போது, ராமு, “அவருக்கு வேணாம். தாங்க மாட்டார்” என்றார் பத்மநாபனிடம்.

“அப்படியா?”

“அதுவே ரொம்ப அதிகம்.”

“இன்னக்கிக் கொஞ்சம் கூடத்தான் குடிக்கட்டுமே.”

“இல்ல, வேணாம்.”

“அவருக்காக நீங்க இல்ல பேசுறீங்க” என்றார் பத்மநாபன் என்பக்கம் திரும்பி.

ராமு தலையசைத்து, சிரித்தார். நான் எழுந்து லுங்கியை உதறி மறுபடியும் இடுப்பில் கட்டிக்கொண்டு, “பத்மநாபன்! நீங்க வீட்டுக்குப் போகணுமில்ல –” என்றேன்.

அவர் திடீரென்று என்னைத் திரும்பிப் பார்த்தார். அந்தப் பார்வையே என்னைப் பயமுறுத்துவது போல இருந்தது. அப்புறம் கையைத் தரையில் குத்தி, “நானா, இதுக்கு மேல ரெண்டு கிளாஸ் அடிப்பேன். அடிச்சுட்டு தனியா நடந்து வீட்டுக்குப் போவேன்” என்றார்.

“எனக்கு ஒரு மிடறு இறங்கினா தள்ளாடும்” என்றேன்.

அதை ஏற்பது மாதிரி தலையசைத்தார். அப்புறம் ராமு பக்கம் திரும்பி, “நீ எப்படி?” என்றார். ராமு பதில் சொல்லவில்லை. அவரையே பார்த்துக்கொண்டு இருந்தார். கேள்வி கேட்ட பத்மநாபனுக்குப் பொறுமை இல்லை. எனவே தானே பேச ஆரம்பித்தார். முதல்ல நான்கூட அப்படித்தான். கொஞ்சம் குடிச்சதும் மேல போயிடுவேன். தரையில கால் பாவாது. ஏதோ ஒரு பறவை மேல நீஞ்சிக்கிட்டுப் போறது மாதிரி கையை வீசிக்கிட்டுப் போவேன். ஆனா, நாள் ஆக ஆக – பழக்கம் கூடக் கூட, எல்லாம் சரியா ஆயிடுச்சு. இப்ப எல்லாம் எப்பவும் நிதானந்தான் –” என்று ராமுவுக்கு கொஞ்சம் ஊற்றினார்:

கிளாஸ் பாதி நிரம்பியது.

“போதும். . . போதும். . . பத்மநாபன்” என்று கையை முன்னே நீட்டினார் ராமு.

“என்ன போதுமா? நல்லா இருக்கு!” பத்மநாபன் குரல் மட்டும் தனியாக ஒலித்தது.

நான் சுவரில் சாய்ந்துகொண்டு பத்மநாபனை ஏறிட்டுப் பார்த்தேன். அந்தப் பத்மநாபன் என்னைப் போல பயந்து பயந்து கொண்டு கொஞ்சமாகக் குடித்துவிட்டு ரொம்ப பேசுவார். ஆனால் இந்தப் பத்மநாபன் நிறையக் குடித்துவிட்டு குடிப்பதே ஒரு இலட்சியம் போலப் பேசுகிறார். எனக்குப் பயமாக இருந்தது. இன்னும் இரண்டு மூனு நாள் இருந்தால் இந்த பத்மநாபன் யார்? அவுங்க தாத்தாவா? அப்பாவா என்று

கண்டுபிடிக்க முயற்சி பண்ணலாம். ஆனால் ராமு அதற்குள் ஒரு முடிவுக்கு வந்திருப்பார். இருந்தாலும், அதை வெளியே காட்டிக்க மாட்டார். தனக்கு ஒரு அபிப்பிராயம் இல்லங்கறது மாதிரி நடந்துகொள்ளுவார்.

அதோடு, 'நான் அன்னக்கே சொன்னேன். நீங்க கேட்கல!' அப்படி – இப்படி எல்லாம் சொல்ல மாட்டார். அதுதான் அவர் பலமென்று தோணுச்சு. ஆனாலும் அது லேசில அடையுற பலம் இல்ல. அதை அடைய ஒரு பக்குவம், திறமை வேணும். அது எனக்கு வராது; திருவேங்கடத்துக்கு வராது.

"ராமு சார், நீங்க அன்னக்கி கோடி காட்டிச் சொன்னீங்கள. அது சரியா இருக்கு –" என்றால் "அப்படியா, நான் சொன்னேனா. நெனவு இப்ப இல்ல –" என்பார். அது வெளியே சொல்லுறது இல்ல. நிஜமாகவே சொல்லுறது தான்.

"ஒரு பாட்டில் மீதி இருக்கு. அதையும் தீர்த்துவிடுவோம்" என்றார் பத்மநாபன் ராமு பக்கம் திரும்பி.

"முடியுமா?"

"ஏன் முடியாது."

"இல்ல. இதுவே ரொம்ப அதிகமென்று படுது."

"பார்த்தா தெரியலியே."

ராமு முறுவலித்தார். நான் இரண்டு பேரையும் மாறி மாறிப் பார்த்துக்கொண்டே இருந்தேன். கடிகாரம் மணி அடித்தது. அந்தச் சப்தம் என் காதில் மட்டுந்தான் விழுகிறது போலும். பத்மநாபன் ஆடிக்கொண்டும் – பேசிக்கொண்டும் இருந்தார். அவருக்கு மணி ஆகிறது; ராஜலட்சுமி காத்துக்கொண்டிருப்பாள். ஆனால் அவருக்கு. அந்த நினைப்பு இருப்பதாகத் தெரிய வில்லை.

ராஜலட்சுமி இரண்டு சுற்றுப் பருத்து இருக்கிறாள். குழந்தை பிறந்தது ஒரு காரணமாக இருக்கலாம். சந்தோஷம் கூட இன்னொரு காரணமாக இருக்கலாம். கூடவே தோணுச்சு. பொம்மனாட்டி பெருத்தா என்ன; இளச்சா என்ன? இரண்டும் ஒன்னுதான். ரோஸ்மேரி கல்யாணத்துக்கு முன்னாலேயே நல்லா கொழுத்துத்தான் இருந்தாள். பயமாகக்கூட இருந்தது. ஆனால், ரொம்ப சீக்கிரத்துலயே பயப்படறதுக்கு ஒன்னும் இல்லங்கறத தெரிஞ்சிக்கிட்டேன். இப்ப பார்க்கையில் நானும் ரொம்ப விஷயத்தைத் தெரிஞ்சிக்கிட்டுத்தான் இருக்கேன்னு படுது. மனுஷன் ஒன்ன தெரிந்துகொள்ளுறதால அடையறது என்ன? தெரியாததால அடையறது என்ன?

திருவேங்கடத்தைப் பார்த்ததும் முதல்ல கேட்கணும் என்று தீர்மானித்துக்கொண்டேன்.

பத்மநாபன் எழுந்து வேட்டியை உதறி மறுபடியும் கட்டிக்கொண்டு, “முதல்ல நானும் எங்க அப்பாவுந்தான் குடிச்சோம். அவர் தான் எனக்கு இதுல வழிகாட்டி. ஆனால் ரொம்ப சீக்கரத்துல அப்பாவை நான் மிஞ்சிட்டேன்” என்றார் பெருமிதத்துடன்.

நான் பத்மநாபனையே பார்த்துக்கொண்டிருந்தேன். எனக்கு அவர் மீது பரிதாபமாக இருந்தது. ஒரு நாள் லேசாகக் குடித்துட்டு வீட்டிற்கு வந்தேன். அது வேலயில சேர்ந்த புதுசு. அப்பா பெரிய குடிகாரர் – இல்லையா? தலையை அசைத்துக் கொண்டே என்னப் பார்த்துக்கிட்டே இருந்தார்.

“சித்தி –” என்று உள்ளே போனேன்.

“சிவா, இங்க வா.”

நின்று அப்பாவைப் பார்த்தேன். அவர் பார்வை அழுத்தமா என் மேல இருந்தது.

“என்ன அப்பா.”

“வாடா இங்க.”

இரண்டடி எடுத்து வைத்து முன்னே போய் “என்ன?” என்றேன். என் குரல் வித்தியாசமாக இருப்பது போல – எனக்கே இருந்தது.

“என்னவா?”அப்பா திடீரென்று என் கன்னத்தில் ஓர் அறை விட்டார். நல்ல அடி. என்னால் தாள முடியவில்லை. ‘ஓ’ வென்று கத்திக்கொண்டு கீழே சாய்ந்தேன்.

அப்பா என்னைத் தூக்கி நிறுத்தினார்.

“ராஸ்கல். இன்ன இப்படிப் பண்ணின, கொன்னுடுவேன். கொன்னு –” ஒரு உலுக்கு உலுக்கினார். நான் வலியுடன் பொருமிக்கொண்டிருந்தேன். அப்பா லேசுபட்ட ஆள் இல்லை. அவருக்குத் தப்பு என்றால் அது தப்புதான். அதுனால, நான் ரொம்ப ஜாக்கிரதையாக இருந்துகொண்டேன். நான் அந்தோனி சார் வீட்டுல தண்ணி போட ஆரம்பித்தபோது அப்பா – ஆஸ்பத்திரியில இருந்தார். அதுதான் எனக்குத் தெம்பு அளித்ததா? அப்படித்தான் இப்ப தோணுது. நல்லா அப்பா இருந்தால் – நான் குடித்து இருக்க மாட்டேன் என்று சொல்ல முடியாது. தப்பு செய்து ஒரு ஆள ஏமாத்த முடியும். அதுல எனக்கு சந்தேகம் இல்ல. நான் அதுக்கெல்லாம் ஏத்த ஆள் இல்ல. அது மட்டும் தெரியுது.

பத்மநாபன் இன்னொரு கிளாஸ் ஊற்றித் தான் மட்டும் குடித்தார். அது எனக்குப் பயமா இருந்துச்சு. ரொம்பதான் குடிக்கிறார். அது சரி இல்ல என்பது மாதிரி நினைத்துக் கொண்டேன். பார்வை ராமு பக்கம் சென்றது. அவர் எழுந்து, மேசை மீது இருந்த சோடா புட்டி – கிளாஸ் – எல்லாவற்றையும் எடுத்தார். பத்மநாபன் திரும்பிப் பார்த்தார். அப்புறம் திடீரென்று பாய்ந்து ராமு கையில இருந்த கிளாஸைத் தட்டிவிட்டு, "என்னாடா, எதுக்கு வந்தீங்க –" என்றார்.

நான் திடுக்கிட்டு, பத்மநாபன் பக்கம் திரும்பினேன். அவர் ராமுவையே பார்த்துக்கொண்டிருந்தார். அது ஒரு பகைவனின் பார்வை போல இருந்தது. இருந்தாலும், ராமு பதற்றமுறவில்லை. மெதுவாகச் சிரித்தார்.

"எதுக்குடா சிரிக்கற" ராமு கையைப் பிடித்துத் தள்ளினார்.

நான் பரபரக்க எழுந்து பத்மநாபன் தோளில் கை வைத்து, "என்ன சார். அதெல்லாம் என்ன?" என்றேன். அவர் என்னைத் தள்ளி விட்டுவிட்டு, "உன்ன ரொம்ப நாளாதான் கவனிச்சிக் கிட்டு இருக்கேன். ஒரு மாதிரியா தான் இருக்க!" என்றார் ராமுவைப் பார்த்து.

"பத்மநாபன் –" நான்.

"நீ என்னாடா அவனுக்கு சப்போர்ட்" – என்று என் கையைப் பிடித்து இழுத்துத் தள்ளினார். கீழே விழலே. கட்டிலைப் பிடித்துக்கொண்டு சமாளித்துக்கொண்டேன். ஆனால் கோபம் வந்துடுச்சி. பேசிக்கிட்டு இருக்க முடியாது.

" என்னடா பத்மநாபன்."

"யாருடா நீ –"

"நானா?" திடீரென்று பாய்ந்து மூஞ்சியில் குத்தினேன். எதிர்பார்க்கவில்லை. பெரிதாகக் கத்திக்கொண்டு கீழே விழுந்தார். மண்டை தரையில் மோதியது.

"என்ன பண்ணிட்ட" என்றார் ராமு என் பக்கம் திரும்பி.

என் கோபம் அடங்கல. பரபரவென்று தலையசைத்துக் கிட்டேன்:

"என்னெல்லாம் பேசுறான்."

"குடிதானே."

"அதுனால" பத்மநாபனைப் பார்த்தேன். அவர் லேசாக கண்களைத் திறந்து பார்த்தார். ஆனால் பார்வையில் தெளிவு

இல்ல. எங்கோ பார்ப்பது போல இருந்தது. ராமு குனிந்து "பத்மநாபன், பத்மநாபன்" என்றார். அவர் பதிலொன்றும் சொல்லவில்லை. எனக்குப் பயமாக இருந்தது.

ஒரு தலையணையை எடுத்து, பத்மநாபன் தலையைத் தூக்கி வைத்துவிட்டு, "கொஞ்ச நேரத்துல சரியா ஆகிடும் –" என்றார் ராமு என்னைப் பார்த்து. நான் பதிலொன்றும் சொல்லாமல், பத்மநாபன் வேட்டியைச் சரி செய்தேன். அடித்து இருக்க வேண்டாம் போலத் தோன்றியது. நிற்க முடியவில்லை. ஜன்னல் பக்கம் போய் உட்கார்ந்தேன்.

ராமு கட்டிலில் கிடந்த போர்வையை எடுத்து உதறி மறுபடியும் விரித்தார்.

"சார், மணி என்ன இருக்கும்."

ராமு பதிலொன்றும் சொல்லாமல், கட்டிலில் ஏறி உட்கார்ந்தார். பார்வை பத்மநாபன் பக்கம் திரும்பியது. அவர் வயிறு ஒரு முறை மேலே ஏறி இறங்கியது. பத்மநாபனைப் பார்க்க வந்திருக்கக் கூடாது என்று நினைத்தேன். அதற்கு நான்தான் காரணம். வழியோடு போய்க்கொண்டிருந்த ராமுவைத் திருப்பி பத்மநாபன் வீட்டிற்கு அழைத்துக்கொண்டு போனதற்கு – அப்புறம் பாட்டில் வாங்கி – சண்டை போட்டுக்கொண்டதற்கு.

பத்மநாபன் மெதுவாக எழுந்து உட்கார்ந்தார்: பார்வை நாலா பக்கமும் சென்றது. அப்புறம் தரையில் கையூன்றி எழுந்து, "உங்கள ரொம்ப நாளாவே தேடிக்கிட்டு இருக்கேன்டா. நீங்க சொல்லித்தான், லாரிக்காரன் இங்க வந்தான். வந்து ஊரையே நாற அடிச்சான். . ." என்று ராமு பக்கத்தில் வந்து அமர்ந்தார்.

"பத்மநாபன் படுத்துக்க."

"என்னடா படுக்கறது."

"நம்ப காலயில பேசிக்கலாம்."

"லாரிக்காரன் கிட்ட என்ன சொன்ன?"

"நானா."

"மரியாதையா கேட்கறதுக்கு பதில் சொல்லு."

நான் ஜன்னல் விளிம்பில் இருந்து எழுந்தேன். ராமு, 'வேண்டாம்' என்று எனக்கு ஜாடை காட்டினார். எனவே மறுபடியும் உட்கார்ந்தேன்.

பத்மநாபனால் உட்கார்ந்து இருக்க முடியவில்லை. தலை சுற்றியது. கட்டிலில் சாய்ந்தார். நாங்க இரண்டு பேரும்

அவரையே பார்த்துக்கொண்டு இருந்தோம். ஏதோ ஒரு சிக்கலில் வந்து மாட்டிக்கொண்டது போல இருந்தது.

"ராமு சார். ஒன்னும் பயமில்லையே!" என்றேன் எழுந்து வந்து.

"கால பிடி" பத்மநாபனைத் தூக்கி கட்டிலில் நன்றாகப் போட்டு, போர்வையை எடுத்துப் போர்த்தினோம். நான் ஃபேனை போட்டேன்.

ராமு ஒரு நாற்காலியில் உட்கார்ந்தார். நான் சுழலும் ஃபேனையே பார்த்துக்கொண்டு இருந்தேன். கொஞ்ச நேரத்திற்குப் பிறகு தூக்கம் வருவது போல இருந்தது. எழுந்து படுக்கையை விரித்துக் கீழே படுத்தேன். ராமு விளக்கை அணைத்தார்.

"பத்மநாபன் வீட்டுக்குப் போகணுமில்ல."

"காலயில –"

சாலை விளக்கின் வெளிச்சம் அறையில் பாய்ந்தது. ராமு நாற்காலியில் சாய்ந்துகொண்டிருந்தார். நான் இருவரையும் மாறி மாறிப் பார்த்துக்கொண்டே இருந்தேன்.

"நாம்ப இவன பார்க்க வந்திருக்கக் கூடாது சார்" என்றேன் ராமுவிடம்.

"தூங்கு. நாளைக்கு ஊருக்குப் போகணும்" ராமுவின் குரல் சற்றுக் கடுமையாக ஒலிப்பது போல இருந்தது. திரும்பிப் படுத்தேன்.

விளக்கொளி முன்னிலும் நன்றாக இப்போது அறைக்குள் நுழைந்தது. நான் அதையே பார்த்துக்கொண்டு கமலாவைப் பற்றி நினைத்துக்கொண்டிருந்தேன்.

திடீரென்று குளிர்ந்த காற்று வீச ஆரம்பித்தது. தொடர்ந்து ஜன்னல் கதவுகள் படபடவென்று அடித்துக்கொண்டன. எழுந்து போய் ஃபேனை நிறுத்தினேன். சற்று நேரங்கழித்து மழை பொழிய ஆரம்பித்தது. மழைத்துளிகள் சிதறி அறைக்குள் தெறித்தன.

ஜன்னல் கம்பிகளைப் பிடித்துக்கொண்டு மழையையே பார்த்துக்கொண்டிருந்தேன். நேரம் ஆக ஆக மழை வலுக்க ஆரம்பித்தது.

●

காலச்சுவடு பப்ளிகேஷன்ஸ் (பி) லிட்.
Published by Kalachuvadu Publications (Pvt. Ltd.),
669, K.P. Road, Nagercoil 629001, India
Phone: 91-4652-278525
e-mail: publications@kalachuvadu.com

12/2022/S.No.1119, kcp 3919, 18.6 (1) 9ss